பிடிமண்

பிடிமண்

ஜீவிதன்

எழுத்து
பிரசுரம்

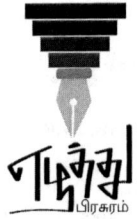

Title: Pidimann
Author's Name: Jeevithan
Copyright © Jeevithan2023
Published by Ezutthu Prachuram

All rights reserved. No part of this publication may be reproduced, stored in a retrieval system, or transmitted, in any form or by any means, electronic, mechanical, photocopying, recording, psychic, or otherwise, without the prior permission of the publishers.

Ezutthu Prachuram
(An imprint of Zero Degree Publishing)
No. 55(7), R Block, 6th Avenue,
Anna Nagar,
Chennai - 600 040

Website: www.zerodegreepublishing.com
E Mail id: zerodegreepublishing@gmail.com
Phone: 89250 61999

Ezutthu Prachuram First Edition: October 2023
ISBN: 978-93-95511-94-0
TITLE NO EP: 463

Rs. 290/-

Cover Design & Layout: Vijayan, Creative Studio
Printed at Clictoprint, Chennai, India

சமர்ப்பணம்

விவரம் தெரியாத வயதில் பிடிமண்ணாய் வீடுவந்த
என் தந்தைக்கும்...

அவரைப் பிடிமண்ணாய் எடுத்துவந்து நிலைநிறுத்திய
என் அண்ணனுக்கும்...

1

"முந்தி விநாயகனே...!
முருகப் பெருமானே...!
அப்பனே ஈஸ்வரா...!
அகிலாண்ட ஈஸ்வரியே...!
மாயப் பெருமாளே...!
மணிகண்ட சாஸ்தாவே...!
மாசி கருப்பையா...!
மதுரை வீரய்யா...!
ஆத்தா மகமாயி...!
அங்காள பரமேஸ்வரி...!
தேவி கருமாரி...!
தெத்துப்பட்டி ராஜகாளி...!
காஞ்சி காமாட்சி...!
காசி விசாலாட்சி...!
மதுரை மீனாட்சி...!
மாங்காட்டு மாரியாயி...!
பேச்சி பெரியக்கா...!
பெரியக்காண்டி யம்மா...!
சமயபுரத்தாளே...!
சுத்துப்பட்டி சாமிகளே...!

முன்னோர் தெய்வங்களே...!
முக்கோடி தேவர்களே...!
எல்லா தெய்வங்களும்
கூடிவந்து நின்னு
ஏம்புள்ளைய காத்து
மீட்டுக் கொடுங்க சாமிகளா..."

மூச்சையடக்கி மளமளவென ஒப்பித்தபடி உடலதிர வேண்டி நின்றாள் பக்கத்தூரு சாமியாடி காளியம்மாள். செக்கச் செவேலென சிவப்புச்சேலை மின்ன, அரைத்துப்பூசிய மஞ்சள் முகத்தில் நெற்றி நிறைய செஞ்சிவப்புக் குங்குமம் பளிச்சிட, இமைகளுக்கு இடையில் வெள்ளை வெளேரென்று விழிகள் தெரிய வானத்தை நோக்கிக் கைகுவித்து வேண்டி நின்ற அவளைப் பார்த்தபோது, அங்கிருந்த அனைவருக்கும் ஜிவ்வென்றிருந்தது. அருள் வந்து நின்ற அவள் திருநீறை அள்ளியெடுத்து, படுத்த படுக்கையாய்க் கிடந்தவளின் உச்சிமுதல் பாதம்வரை தூவியபின், நெற்றியில் பூசிவிட்டு, ஆழ்ந்த பெருமூச்சு விட்டபடி, "அதெல்லாம் ஒண்ணும் ஆகாது தாயி. வர்ற அம்மாசிக்குள்ளார எல்லாம் சரியாயிரும். இந்தா... இந்தத் திந்நீற மூணு நாளைக்கி பூசி விடு."

என்று கூறிக்கொண்டே தன் சுருக்குப்பையிலிருந்து கைநிறைய திருநீறை அள்ளிக் கொடுத்துவிட்டு, குடிசையைவிட்டு வெளியேறினாள். பயபக்தியுடன் அதை வாங்கி முந்தானையில் முடிந்துகொண்டு பவ்வியமாக வந்து வழியனுப்பிவைத்தாள் பொன்னாத்தாள். நடப்பவற்றையெல்லாம் வேடிக்கை பார்த்தபடி பெரும் சோகத்துடன் வாய்பொத்தி அறை முழுக்கக் குந்தியிருந்தது பெண்கள் கூட்டம்.

"யெம்மா...! அந்தப் பூசாரி வந்து பார்த்தா சரியாயிரும்மா..."

"யெப்பா...! அந்த வைத்தியரு வைத்தியம் பார்த்தா நல்லா கேக்குதாம்ப்பா..." என்று நாலாதிசையிலிருந்தும் யாரேனுமொருவர் ஒரு சிறு நம்பிக்கை அளித்தாலும் கூட, சற்றும் அலுத்துக்கொள்ளாமல் மெனக்கெட்டு ஒவ்வொன்றையும் முயற்சித்துப் பார்த்தபடியிருந்தனர் புருசனும் பொண்டாட்டியும். யார் யாரோ வந்தார்கள். தங்கள் பங்குக்கு எதையெதையோ செய்துவிட்டுப் போனார்கள். ஆனால் ஒன்றும் கைகொடுத்தபாடுதான் இல்லை.

வாழ்தல் வரம்...! இந்த பூமிப்பந்தில் பிறப்பு முதல் இறப்பு வரை

நிம்மதியாக வாழ்ந்தவர் எவருமில்லை. போராட்டங்கள் நிறைந்தது தானே வாழ்க்கை...! அதிலும் உயிரோடு வாழுங்காலத்தில் நேர்காணும் போராட்டங்களைக்கூட ஒருவகையில் சகித்துக்கொள்ளலாம். ஆனால் சாகும் தருவாயிலான போராட்டம் ஒரு வகையில் சாபமே.

யார் செய்த பாவமோ? எந்த உசிரின் சாபமோ? தெரியவில்லை. எல்லாம் ஒன்றாய் சேர்ந்துவந்து அந்தப் பழுத்த உடம்பிலிருந்து உயிரைப் பிரியவிடாமல் இருத்தி வருத்திக்கொண்டிருந்தது.

வாழ்வுக்கும் சாவுக்குமான நீண்டதொரு போராட்டம் அந்த என்புதோல் போர்த்திய உடம்புக்குள் சற்றும் ஓய்வின்றி சதா நிகழ்ந்துகொண்டேயிருந்தது. தயாராகக் காத்திருக்கும் காலனிடம் பிடிகொடுக்காமல், வைராக்கியத்துடன் உசிரை இறுக்கிப் பிடித்துக்கொண்டிருந்தது அந்த கிழட்டு உடம்பு. திமிறிக்கொண்டு முட்டி மோதி வெளியேறும் ஆக்ரோஷத்துடன் தொண்டைக்குழிக்குள்ளே ஊசலாடிக்கொண்டிருந்தது உயிர். வரிவரியாய் எலும்புகள் துருத்திக்கொண்டிருக்கும் நெஞ்சுக்கூடு, பலூன் போல ஊதி விரிந்து சுருங்கியபடியிருந்தது. வெளிறிப்போன கண்கள் மேலிமைகளுக்குள் எதையோ தேடியபடியிருந்தன. 'ஆ...' வெனத் திறந்து கிடந்த வாயினுள்ளே ஈரம் வறண்டு காய்ந்து வெளிறிய நாக்கு மேலும் கீழுமாய் ஏக்கத்துடன் அல்லாடிக்கொண்டிருந்தது. நிசப்தம் சூழ்ந்த அந்த குடிசைக்குள்ளே கயிற்றுக்கட்டிலில் பாதியாகக் கிடக்கும் அந்த உடலுக்குள்ளிருந்து "கெர்ர்ர்ர்... கெர்ர்ர்ர்..." என பெரும் சத்தமெழுப்பியபடி நீண்ட போராட்டத்துடன் இரைந்துகொண்டிருந்தது மூச்சுக்காற்று.

"பாவிமக...! மனசுக்குள்ள என்ன ஆசைய ரகசியமா பொத்தி வச்சிருக்காளோ? தெரியலியே... இப்படி நிம்மதியா போய் சேர முடியாம தவிக்கிறாளே... ஆங்..." துக்கம் தாளாது உடைந்தழுதாள் வயதான கிழவியொருத்தி.

"ஏ... எத்தே...! கம்முனு கெடக்க மாட்ட..." அதட்டியடக்கினாள் நடுத்தரவயது பெண்ணொருத்தி.

"அவ மனசுக்குள்ள ஏதோ ஒண்ணு கெடந்து தவிக்குதும்மா... வாழவும் விடாம சாகவும் விடாம அது இந்த சிறுக்கிமவள பாடாப் படுத்துதும்மா..." குரலுடைந்து ராகமாக ஒப்பாரி வைத்து சினுங்கினாள் அந்தக் கிழவி. அதற்குமேல் யாராலும் அணைபோட முடியவில்லை. அழுகை பொத்துக்கொண்டு வரத்தொடங்கியது.

கண்ணீர்த்துளிகள் எல்லோர் கண்களிலும் பிதுங்கி வழியத்தொடங்கின. கேவியழத் தொடங்கிய பெண்களின் தேம்பல் சத்தம், அந்தக் குடிசைவீட்டின் வெளியே திண்ணையில் அமர்ந்திருந்த பெருசுகளின் அமைதியைக் குலைத்தது. என்ன ஏதென்று எட்டிப்பார்த்த வயதான கிழவனொருவன் துண்டை உதறித் தோளில் போட்டபடி உள்ளே நுழைந்தார்.

“அடி யாருடீ இவளுக...? எத்தினி தடவெ சொல்றது, கண்ணீர் விட்டு அழுகாதீங்கடீ, கத்தி அழுகாதீங்கடீன்னு... போற உசுரு நிம்மதியா போய் சேராதுடீ போக்கத்த முண்டைகளா... ஏன்டீ மூக்காயீ...! பெரிய மனுசி நீயாவது சொல்லப்படாதா...?” என்று அதட்டி அடக்கினார். ஊர்ப் பெரியமனுசனின் அதட்டலுக்கு அடுத்த நொடியே அமுங்கிப் போனது அழுகைச்சத்தம்.

மீண்டும் அங்கு இறுதி மூச்சின் கெர்ர்ர்ர்... கெர்ர்ர்ர்ரென்ற சத்தமே வியாபித்திருந்தது.

படுத்த படுக்கையாய் கிடப்பவளின் இறுதி வழியனுப்பலுக்கான எந்தவொரு முயற்சியும் பலிக்கவில்லை.

விடியற்காலையிலேயே உணர்வற்றுக் கிடந்த அந்த உடம்பை உட்கார வைத்து, எண்ணெய் தேய்த்துக் குளிர் தண்ணீரால் குளிப்பாட்டி, துவட்டி, புதுச்சேலை மாற்றி, இரண்டு இளநீரை கொடுத்தாகியும் விட்டது. வெறுந்தரையில் எந்த விரிப்பும் விரிக்காமல் வெறுமனே படுக்கப்போட்டும் பார்த்தாகிவிட்டது. எதுவும் நடந்த பாடில்லை. நோகாமல் உயிர் பிரிவது ஊழ்வினைப் பயன். அந்த விதி வடிவாம்பாளுக்கு வாய்க்கவில்லை போலும். கிடந்து அல்லாடித் தவித்துக்கொண்டிருந்தாள்.

செருமலுடன் உள்ளே நுழைந்தார் நாட்டு வைத்தியர் வேடியப்பன். அவருடைய மருந்துப்பெட்டியை கக்கத்தில் வைத்துக்கொண்டு பின்னாலேயே வந்தான் மாயாண்டி. கால்களை நகட்டி ஒதுங்கி வழிவிட்டது பெண்கள் கூட்டம். நாடி பிடித்துப் பார்த்து, கண் இமைகளை விரித்துப் பார்த்துவிட்டு ஆழ்ந்து யோசித்த வைத்தியர், அழுதழுது முகம் வீங்கிப்போய் தன் ஆத்தாவினருகே தலைவிரிகோலமாய் உட்கார்ந்திருந்த மகள் பொன்னாத்தாளிடம், “விடுவனான்னு ஒடம்பை பிடிச்சிக்கிட்டு உசுரு கெடந்து அடம்பிடிக்குது தாயீ. என்ன வீம்போ வைராக்கியமோ

தெரியலியே...?" உதட்டைப் பிதுக்கியபடி எழுந்து வெளியே நடந்தார் வைத்தியர். வாயை முந்தானையால் பொத்திக்கொண்டு ஊளையிட்டுக் கதறியது பெண்கள் கூட்டம்.

"அய்யோ...! சொக்கநாதா...! கருணை காட்டு சாமீ... ஓம்புள்ளைய ஏத்துக்கய்யா... இது ஒனக்கே அடுக்குமா தெய்வமே...?" பீறிட்டுக் கதறியழுதாள் கிழவியொருத்தி. வைத்தியரின் பின்னாலேயே மாயாண்டியும் பொன்னாத்தாளும் நடந்து வெளியே வந்தார்கள். வைத்தியர் வெளியேறி வருவதைப் பார்த்ததும், திண்ணையில் குந்தியிருந்த ஆண்கள் கூட்டம் எழுந்து வைத்தியரைச் சூழ்ந்து நின்றது.

"உசுரு இப்ப போக வாய்ப்பில்ல மச்சான்..." ஊர்ப்பெருசிடம் உரிமையாகப் பகிர்ந்துகொண்டார் வைத்தியர்.

"அட என்ன மாப்ள இப்புடி சொல்ற...? சீக்கு ஒடம்ப இன்னும் எவ்ளோ தூரந்தான் தொவச்சுப் புழியறது...? ஏதாவது ஒரு வழி சொல்லு மாப்ள" கேட்டார் ஊர்நாட்டாமை.

"இதுக்குமேல ஒடம்பு தாங்காது மச்சான். சுத்தமா நய்ஞ்சுபோச்சு..." என்று வைத்தியர் சொன்னதைக் கேட்டு குமுறியழுதாள் பொன்னாத்தா. ஆதரவாய் அணைத்துத் தேற்றிய கணவன் மாயாண்டியின் கண்களிலும் கண்ணீர்த்துளிகள் வழிந்துகொண்டிருந்தன.

"நீ கலங்காத கண்ணு... அதுக்கு ஆண்டவன் ஒரு வழி விடாமயா போயிடுவான்...? ஏதாவது ஒரு கணக்கு இருக்கும்..." என்று தேற்றிய பெருசுவிடம்,

"அது வாழ்றப்பதான் நிம்மதியே இல்லாமல், ஒண்டிக்கட்டையா ஓடா ஒழைச்சு ஒழைச்சு தேஞ்சுச்சு. இப்ப சாகுறப்பயும் நிம்மதியில்லாம இப்படி இழுத்துக்கிட்டு பாடாய்ப் படுதே. அதுதான் மாமா எனக்கு...."அதற்குமேல் பேசமுடியாமல் தேம்பித் தேம்பியழுதாள் பொன்னாத்தா. எதுவும் சொல்ல முடியாமல் கையறு நிலையில் நின்ற ஊர்நாட்டாமை, வைத்தியரைப் பார்த்து,

"என்னய்யா மாப்ள...? ஏதாவது ஒரு வழி சொல்லுய்யா?" என்று கேட்டார். எந்தவொரு முடிவும் தெரியாத வைத்தியர், உதட்டைப் பிதுக்கியபடி தரையைப் பார்த்து குனிந்து யோசித்தார். சட்டென மண்டையில் ஏதோவொரு பொறி தட்ட வெடுக்கென நிமிர்ந்துபார்த்தார்.

“ஆங்… ஒரு வழி இருக்கு மச்சான். பாலு, காசுத் தண்ணீ, எளநீத் தண்ணீ… இது எதுவும் வேலைக்கு ஆகலேன்னா, பொறந்த மண்ணக் கரைச்சி அந்தத் தண்ணிய ஊத்துவாங்கன்னு பாடம் படிச்சிருக்கேன். கண்டிப்பா அது எடுபடும் மச்சான்”முகத்தில் ஒரு தெளிவுடன் தீர்க்கமாகக் கூறினார் வைத்தியர்.

“பொறந்த மண்ணா…? ஆனா ஆத்தா பொறந்த எடம் எதுன்னு எனக்குக் கூட தெரியாதே மாமா…” வெள்ளந்தியாய் சொன்னாள் பொன்னாத்தா.

“அட ஆமாய்யா. வடிவாம்பா பொறந்த எடம் எதுன்னு எனக்குத் தெரிஞ்சு இங்க யாருக்குமே தெரியாதேப்பா. குத்துயிரும் குலையுயிருமா ஆத்துல அடிச்சுட்டு வந்த புள்ளைத்தாச்சிய தூக்கி அடைக்கலம் தந்த அந்த ஆராயி பெரியாத்தாவுக்குக் கூட வடிவாம்பா பொறந்த எடம் தெரிஞ்சிருக்க வாய்ப்பில்லயேப்பா. மனுசி வீம்பா யார்கிட்டயும் சொல்லாம சாதிச்சுட்டாலே பாதகத்தி…” என்று வேதனைப்பட்டார் நாட்டாமை.

ஆளாளுக்கு ஏதேதோ கிசுகிசுத்துக்கொண்டனர். ஊரே திக்கற்று குழம்பிநின்ற வேளையில் சத்தமாகக் கூறினான் மாயாண்டி.

“அழகாபுரி…!”

அந்த நொடிப்பொழுது குடிசைக்குள்ளே இழுத்துக்கொண்டிருந்த வடிவாம்பாளின் உடல், ஒரு கணம் குலுங்கி மூச்சுக்காற்றை பலத்த சத்தத்துடன் உள்ளேயிழுத்து உடம்பைத் தூக்கி விறைப்பாக நின்றது. பாதி மூடிய நிலையில் மேல்நோக்கி துருத்திக்கொண்டிருந்த கருவிழிகளிரண்டும் இடவலமாக, வலஇடமாக வேகவேகமாக அலைபாய்ந்துகொண்டிருப்பது அவளது மேலிமைகளில் அப்பட்டமாகத் தெரிந்தது. மூடிய விழியோரங்களிலிருந்து பொலபொலவெனக் கண்ணீர்த்துளிகள் கசிந்து வழியத்தொடங்கின.

பெற்ற மகளுக்குக் கூட தெரியாத ரகசியம் இவனுக்கு எப்படித் தெரியும் என்று எல்லோரும் அதிர்ச்சியுடனும், ஆச்சரியத்துடனும் மாயாண்டியைப் பார்த்தார்கள். ஆனால் அது பொன்னாத்தாவுக்கு அப்படியொன்றும் அதிர்ச்சியாகவோ ஆச்சரியமாகவோ தோன்றவில்லை. மாயாண்டியைத் தீர்க்கமாகப் பார்த்த அவளது கண்களிலிருந்து கண்ணீர்த்துளிகள் தாரைதாரையாக வழிந்தோடிக் கொண்டிருந்தது. தன் தாய் வடிவாம்பாள், தன்னைவிட அதிகம்

இடுப்பில் தூக்கிச் சுமந்து திரிந்த சொந்தமல்லவா இந்த மாமன்காரன் மாயாண்டி. கடைசிக் காலம்வரை இந்த மகளை உடன்நின்று கரை சேர்ப்பான் என்று தன் கையைப் பிடித்துக் ஒப்புக்கொடுத்த அவளது அசைக்க முடியாத ஒரே சொந்தமல்லவா இந்த மாமன்காரன் மாயாண்டி. சட்டென அவனது இரு கைகளையும் பிடித்து, தன் இரு கண்களின்மீதும் ஒற்றிக்கொண்டு குலுங்கிக் குலுங்கியழுதாள்.

“மாமா...! ஏந் தெய்வத்துக்கு ஒரு வழி காமி மாமா... மோட்சம் குடு மாமா... இந்த நாதியத்த பொட்டச்சிகளுக்கு ஒன்னைய விட்டா வேற யாரு மாமா இருக்கா...?” கண்களில் அவன் கைகளை ஒற்றிக்கொண்டு கதறியபடி அவள் கெஞ்சியதை சுற்றிநின்று பார்த்துக்கொண்டிருந்த முரட்டு ஆண்களுக்குக்கூட இதயம் இளகி கண்களில் கண்ணீர்த்துளிகள் கலங்கி நின்றன.

“ஆமாய்யா மாயாண்டி... வேற வழியெதுவுந் தெரியல. கடைசி உபாயமா ஒரு எட்டு அந்த ஊருக்குப் போயி ஒருபிடி மண்ணை அள்ளிக் கொண்டாந்திரு மாயாண்டி. ஒனக்குப் புண்ணியமா போகும்” என்று ஊர்ப்பெரிசு கூறியதை சூழ்ந்துநின்ற அனைவரும் தலையாட்டி ஆமோதித்தார்கள்.

அடுத்த சில மணித்துளிகளில்... குடிசைக்கு நடுவே வெறுந்தரையில் படுத்தபடி தனது கடைசி மூச்சுக்காற்றை இழுத்துப் போராடிக் கொண்டிருந்த வடிவாம்பாளைச் சுற்றி ஊரே பெரும் சோகத்துடன் நின்றுகொண்டிருந்தது.

‘எப்பிடி கம்பீரமா திரிஞ்சவ...! இப்படி கட்டிழந்து கெடக்குறாளே...’ என்று தாளமுடியாத துக்கத்துடன் தன் தாயைப் பார்த்தபடியே விம்மியழுது கொண்டிருந்தாள் பொன்னாத்தா. வெற்றிலைக் காரைப்பல் தெரிய ஆசையாசையாய் அள்ளித் தூக்கிக் கொஞ்சிய அம்மாச்சியைப் பார்த்தபடி சுற்றியமர்ந்திருந்த பேரப்பிள்ளைகள் இரண்டும் தேம்பியழுது கொண்டிருந்தார்கள். வாய் பிளந்தபடி, வெளிறிய கண்கள் இமைகளுக்குள் மேல்நோக்கிப் பார்த்தவண்ணமிருக்க, ‘கெர்ர்ர்... கெர்ர்ர்...’ என்று மூச்சிரைத்தபடி எலும்பும் தோலுமாக உணர்வற்றுக் கிடந்தாள் வடிவாம்பாள். அவளது இடதுபக்கம் அமரந்திருந்த மாயாண்டி , அவள் கையைப் பற்றி இறுகப் பிடித்து, அவளது துடிப்பை உணர்ந்து, கண்ணீர் பொங்க, “யெக்கா...! யெக்கா...! நான் பேசுறது கேக்குதாக்கா....” குரலுடைந்து தழுதழுத்தான்.

"யெக்கா...! ஏந் தாயீ...! நீ பொறந்த ஊரு அழகாபுரிக்கு போகுறேங்க்கா... உன் மூச்சுக்காத்து பொழங்குன ஒன்னோட எடத்தைத் தேடி போறேங்க்கா.... ஓம் பாதம் பட்ட அந்த மண்ண ஒருபிடி அள்ளியாரப் போறேங்க்கா... யெக்கா...! கேக்குதாக்கா...?" குரல் விம்மி உடைந்தழுத அவனது கண்ணீர்த்துளிகள் வடிவாம்பாளின் கைகளில் பட்டு மின்னின. மறுகணமே அந்த முதிர்ந்த உடம்புக்குள்ளே மூச்சுக்காற்றின் ஒழுங்கு மாறத்தொடங்கியது. கருவிழிகள் இமைகளுக்குள் இடவலமாகப் பதறின. பாதியாய் திறந்த விழிகளின் ஓரத்திலிருந்து பொலபொலவென கண்ணீர்த்துளிகள் கசிந்து வழிந்தன. திறந்த வாயினுள்ளே வெளிறிய நாக்கு துடியாய்த் துடிதுடித்தபடி எதையோ சொல்ல முயன்று தோற்றுப்போய் அங்குமிங்குமாக அல்லாடிக்கொண்டிருந்தது. எலும்பும் தோலும் நரம்புமாய் வலுவிழந்திருந்த அவளது கைவிரல்கள் மாயாண்டியின் கரத்தினை இறுகப் பற்றிக்கொண்டன. அவள் உடம்புக்குள்ளே இதயம் இருமடங்காய் படபடத்ததை அவளது நாடித்துடிப்பு வழியாக மாயாண்டியால் உணர முடிந்தது. ஆனால் அதன் அர்த்தம் என்னவென்று அவனுக்குத் தெரிந்திருக்க வாய்ப்பில்லை.

கையில் மஞ்சள் பையோடு கிளம்பினான் மாயாண்டி. ஊரே கனத்த இதயத்தோடு விடை கொடுத்தது. கண்களில் நீரைத் தேக்கி வைத்துக்கொண்டு, தூரமாய் சென்றுகொண்டிருக்கும் மாமன்காரன் மாயாண்டியையே பார்த்து நின்றாள் பொன்னாத்தா. என்னவென்று புரிந்தும் புரியாமலும் கையசைத்து டாட்டா சொல்லி விடைகொடுத்தனர் பிள்ளைகளிரண்டும். உள்ளே வீட்டினுள்ளே வடிவாம்பாளின் உடல் மூச்சுக்காற்றை கையாள முடியாமல் குலுங்கிக்கொண்டிருந்தது...

2

மேற்குத்திசை நோக்கி ஊர்ந்து சென்றுகொண்டிருந்த பேருந்து ஒன்றினுள்ளே மஞ்சள் பையை மடியில் அழுத்திப் பிடித்தபடி, சன்னலோர இருக்கையில் அமர்ந்திருந்தான் மாயாண்டி. சலனமுற்ற அவனது மனதை செல்லமாய் வருடி ஆசுவாசப்படுத்திக் கொண்டிருந்தது மென்காற்று. வேகவேகமாக பின்னோக்கி நகர்ந்துகொண்டிருந்த மரஞ்செடி கொடிகளைப் பார்த்தபடியே பழைய நினைவுகளை அசைபோட்டபடி பயணித்துக்கொண்டிருந்தான் மாயாண்டி. நினைத்த மாத்திரத்தில் காலத்தைக் கடந்துலாவும் மாயவித்தை மனித மனத்திற்கு மட்டுமே உண்டு. அவனது நினைவுகளும் காலத் தடைகளைத் தாண்டி பின்னோக்கி நகரத் தொடங்கின.

அன்று...

வழக்கத்திற்கு மாறாக காற்றே வீசாமல் அப்பகுதியே உக்கிரமாக இருந்தது. மேகங்கள் படர்ந்து பொழுது விடிந்ததிலிருந்தே மூடுவானமாக இருந்தது. சலசலசலவென பாய்ந்தோடி வந்த காவிரியாற்றின் ஓட்டத்தில் உருண்டோடி வந்து கரையோர நாணல் புதருக்குள் கரையொதுங்கிக் கிடந்தது ஒரு பெண்ணின் உடல். சற்றருகே கரையோரத்தில் ஊர்க்கதைகளைப் பேசியபடி துணி துவைத்துக்கொண்டிருந்தது அதனையறியாத கூட்டமொன்று. சின்னஞ்சிறுசுகள் கரையோர மணல்வெளியில் ஓடியாடி பந்தை

எறிந்து விளையாடிக்கொண்டிருந்தார்கள். துணியால் சுற்றிய அந்தப் பந்து காற்றைக் கிழித்துக்கொண்டு அங்குமிங்குமாய் சீறிப் பாய்ந்துகொண்டிருந்தது. வெயில் உச்சிக்கு ஏறிக்கொண்டிருந்த அவ்வேளையில் சர்ர்ர்ரென பாய்ந்து வந்த எறிபந்து சற்றருகே துணி கும்மிக்கொண்டிருந்த ஆராயி முதுகில் 'சத்'தென்று பட்டு விழுந்தது. திடுக்கிட்டு எழுந்த அவளுக்கு கோபம் தலைக்கேறியது.

"டேய்... எடுபட்ட பயலுகளா...! வந்தேன்... குறுக்கெழும்ப ஒடைச்சுக் கையில கொடுத்துப்புடுவேன் பார்த்துக்கங்க. எவன்டா அவென் ஏம்மேல எறிஞ்சது?" என்று காது கிழியக் கத்தினாள். அவளது அதட்டலுக்குப் பயந்து மற்ற பிள்ளைகளெல்லாம் பம்மிப் பதுங்கி ஒளிந்துகொள்ள, வாயெல்லாம் பற்கள் தெரிய இளித்தபடி தன் அம்மாவை நோக்கி உரிமையோடு ஓடிவந்தான் சிறுபையன் மாயாண்டி. தவமாய் தவமிருந்து பெற்றெடுத்த தன் ஒத்தை மகனைக் கண்டதும் கோபமான அவளது முகம் சட்டென இளகித் தானாக மலர்ந்தது.

"அங்கிட்டு போயி வெளையாடணும் ராசா... பெரியவங்க எல்லாரும் வேலை செஞ்சுக்கிட்டிருக்கோம்ல... ச்செரியா...?" அவன் கன்னத்தைப் பிடித்து முத்தியபடி பந்தை திருப்பிக்கொடுக்க, தலையாட்டியபடியே பந்தை வாங்கிக்கொண்டு குடுகுடுவென ஓடினான் மாயாண்டி.

"பாத்து சூதானமா வெளையாடுங்க சாமிகளா... எட்டக்க போயிடாதிங்க..." ஓடும் தன்பிள்ளையைப் பார்த்தபடியே பெருங் குரலெடுத்து கத்திவிட்டு, மீண்டும் துணியைக் கும்மித் துவைக்கத் தொடங்கினாள் ஆராயி.

சாதித்த பெருமிதத்துடன் எறிபந்தைக் கையில் தூக்கிக்காட்டியபடியே மாயாண்டி ஓடிவருவதைக் கண்ட சகபிள்ளைகள் அனைவரும் சந்தோசக் கூச்சலிட்டபடி மீண்டும் கூடி விளையாடத் துவங்கினர். மீண்டும் பந்து காற்றைக் கிழித்துக்கொண்டு அங்குமிங்குமாக சீறிப்பாய்ந்து கொண்டிருந்தது. சிறுபிள்ளைகளின் சந்தோசக் கூச்சல் கரையோர மரங்களில் ஓய்ந்திருந்த பறவைகளைத் தொந்தரவு செய்ய, சிதறிப் பறந்த அவை பெருங்குரலெடுத்து வசைபாடியபடியே கூட்டமாக வட்டமிட்டன. குறும்புச் சிறுவனொருவன் தன் கைக்கு வந்த எறிபந்தை, ஏதுவாக நிற்கும் மாயாண்டி மீது குறிபார்த்து எறிய, சுதாரித்துக்கொண்ட மாயாண்டி சட்டென ஒதுங்கிக்கொள்ள, எறிபந்து விருட்டென சீறிப் பாய்ந்துசென்று கரையோரத்திலிருந்த நாணல்

புதருக்குள் விழுந்து மறைந்தது. ஆர்வமிகுதியால் விறுவிறுவென பந்தை எடுக்க ஓடினான் மாயாண்டி. புதருக்குள் நாணல்களை விலக்கியபடி உள்நுழைந்தான். புதருக்குள் விழுந்த பந்தைத் தேடினான். பந்தைக் காணாமல் நாணல்களை விலக்கிக்கொண்டு சுற்றிமுற்றி நகர்ந்து தேடினான். அங்கே நாணல் புதருக்கு நடுவே ஒரு பெண்ணின் உடல் நீரில் மிதந்து கொண்டிருந்தது. அதைப் பார்த்தவுடன் அதிர்ச்சியில் மிரண்டுபோன மாயாண்டி, "அய்யோ.... ஆத்தா...!" அரண்டுபோய் கத்திக் கூச்சலிட்டான். ஆங்காங்கே நின்றுகொண்டிருந்த சிறுபிள்ளைகள் எல்லாரும் சத்தம் கேட்டதும் மிரண்டுபோய் திகைத்து நிற்க, தன் மகனின் அபயக்குரல் கேட்டவுடன் சிலிர்த்து எழுந்த ஆராயி, "என்னாச்சி...? அய்யோ ஏங்கண்ணு மாயாண்டி...!" விழிகளால் மகனைத் தேடினாள். சிறுபிள்ளைகள் கூட்டத்தில் தன் மகன் மாயாண்டி காணாதிருக்க, குரல் வந்த திசையை நோக்கி அனிச்சையாய் ஓடின அவளது கால்கள்.

அலறியடித்துக்கொண்டு புதருக்குள்ளேயிருந்து ஓடோடி வந்த தன் செல்லமகனை அள்ளித் தூக்கியணைத்து முத்தியபடியே, "ஒன்னுமில்லை... ஒன்னுமில்லை...ஒன்னுமில்லை ராசா... ஆத்தா வந்திட்டேன்ல..." என்று ஆறுதல்படுத்த முயன்றவளிடம், மருண்ட பார்வைகளால் புதரை நோக்கி விரல் நீட்டி அழுதான் மாயாண்டி.

"அங்க... அங்க... ஒரு அக்கா..." வார்த்தை வராமல் தொண்டை கம்மியது அவனுக்கு. சுற்றியிருந்த சனம் என்னமோ ஏதோவென்று பதறியபடி புதருக்குள் ஓடி, உள்ளே சென்று பார்த்தபோது, அங்கே நாணல் புதருக்குள் ஒரு பெண்ணின் உடல் தலைகுப்புற மிதந்துகொண்டிருந்தது. ஒரு கணம் அங்கிருந்த அனைவரும் பதறித் திகைத்து செய்வதறியாது அப்படியே உறைந்துபோய் நின்றனர்.

பின்விளைவுகளைப் பற்றி துளியும் யோசிக்காமல் ஓடிச்சென்று உதவும் குணம் இன்னும் கிராமத்து வெள்ளந்தி மனிதர்களுக்கே வாய்த்திருக்கிறது.

"யே... என்னப்பா பார்த்துக்கிட்டு நிக்கிறீங்க...? நாலஞ்சு பேரு ஓடிப்போயி தூக்குங்கப்பா..." என்று கத்தினாள் கிழவியொருத்தி. உடனே நாலைந்து பேர் நீருக்குள் இறங்கி குப்புறக்கிடந்த பெண்ணின் உடலை தூக்கினார்கள். முடியவில்லை. 'பொணம் கனக்கும்னு தெரியும். அதுக்காக இம்புட்டு கனமா?' என்று நினைத்துக்கொண்டு

17

மீண்டும் வலுகூட்டித் தூக்க முயன்றனர். அப்போதும் முடியவில்லை. உடல் நகர மறுத்தது. குழம்பிப்போன அவர்கள் ஒருவரையொருவர் பார்த்துக்கொண்டனர். என்ன ஏதென்று புரியாமல் அவர்களிலொருவன் பிணத்தைக் கூர்ந்து கவனித்தான். மயங்கிக்கிடந்த அந்த உடலின் வலதுகை அங்கிருந்த நாணல் தாள்களை தண்ணீருக்குள் கொத்தாக இறுக்கிப் பிடித்திருந்தது.

"யே... இங்கப் பாருய்யா... புள்ள நாணல் தட்டைய இறுக்கமா பிடிச்சிருக்குது..." என்று கத்திய அவன், வலுவாகப் பிடித்திருந்த அந்த கைவிரல்களை பெருமுயற்சித்து பிடிதளர்த்தினான்.

"யாத்தீ... எம்புட்டு நேரமா உசிருக்குப் போராடிக்கிட்டு இருந்துச்சோ புள்ள... தெய்வமே...!"

"அய்யோ... பாவமே... யாரு பெத்த புள்ளையோ தெரியலியே?"

ஊரே பரிதாபம் கொண்டு நின்றுகொண்டிருக்கையில் நாணல் புதருக்குள்ளேயிருந்து அந்த உடலை தூக்கிக்கொண்டு வந்து தரையில் போட்டார்கள் இளந்தாரிகள். சேதி கேட்டு ஆங்காங்கேயிருந்து ஓடோடிவந்த ஊர்சனம் கூடிநின்று தங்களுக்குள் கிசுகிசுத்துக்கொண்டது.

"மவராசி... கண்ணுக்கு லட்சணமா இருக்குறாளே பாவிமக... எங்கெ.... என்ன கொடும நேர்த்துச்சோ...?" புலம்பித் தவித்தாள் ஆராயி. அந்நேரம் அங்கு வந்துசேர்ந்த நாட்டுவைத்தியர் அந்தப் பெண்ணுடலின் அருகில் சென்றமர்ந்து நாடிபிடித்துப் பார்த்தார். கூட்டமே அதிர்ச்சியில் பேயறைந்ததுபோல் உறைந்துபோய் நின்றுகொண்டிருந்தது.

"யெம்மா...! உசுரு இருக்குதும்மா... உள்ளுக்குள்ள ரெட்ட உசுருக துடிக்குதும்மா..."என்றவாறே அந்தப் பெண்ணின் கண்ணிமைகளை விரித்துப் பார்த்தாய்ந்தார் வைத்தியர். சட்டென ஏதோ முடிவெடுத்த அவர், "யே... யெப்பா...! தூங்குங்கப்பா... தூக்குங்கப்பா... குடிசைக்கிப் போயிறலாம்..." என்றபடியே எழுந்து நடந்தார். நாலைந்து பேர் பதறியபடி அந்த உடலை தூக்கிக்கொண்டு, வெக்குவெக்கென்று, முன்னே சென்ற வைத்தியரின் பின்னால் வேகவேகமாகத் தூக்கிச்சென்றனர். ஊரே என்னமோ ஏதோவென்று கிசுகிசுத்தபடி அவர்கள் பின்னால் ஓட்டமும் நடையுமாகச் சென்றது. அதுவரை மேகக்கூட்டங்களுக்கிடையே ஒளிந்திருந்த சூரியன் லேசாக எட்டிப்பார்க்கத் தொடங்கியது.

சன்னலினூடாக வண்டிப்பாட்டையளவிற்கு கீழ்வெயில் ஊடுருவிய வைத்தியரின் வீட்டு முன்னால் ஊர்சனமே கால்கடுக்க காத்துநின்றது. உணர்ச்சியற்றுக்கிடந்த அந்த இளம்பெண்ணின் உடம்புக்குள்ளே தானறிந்த அத்தனை வித்தைகளையும் பயன்படுத்தி உயிரை மீட்டுக்கொணர பெரும்பாடு பட்டுக்கொண்டிருந்தார் வைத்தியர். ஆராயி தன்மகன் மாயாண்டியை இறுகப் பிடித்தபடி பதைபதைத்து நின்றுகொண்டிருந்தாள்.

நீண்ட காத்திருப்புக்குப் பின் வைத்தியரின் மருந்துகளில் ஏதோவொன்று வேலைசெய்யத் தொடங்கியது. உணர்வற்றுக்கிடந்த அந்தப் பெண் மெல்ல கண்விழித்தாள். அவளது கண்களிரண்டும் செக்கச்செவேலென சிவந்திருந்தன. சுற்றிமுற்றிலும் அதிர்ச்சியோடும் குழப்பத்தோடும் பார்த்தாள். அத்தனைபேரும் வெள்ளந்தியான கிராமத்து மனிதர்கள்.

'என்னது…? இந்த பாழாய்ப்போன ஒலகத்தில இன்னமுமா நான் உசுரோட இருக்குறேன்…?' என்று அவள் மனம் பதைபதைத்தது. துளியும் யோசிக்காமல் துடித்தெழுந்தாள். சனக்கூட்டத்தைத் விலக்கித் தள்ளிவிட்டு ஓலமிட்டு அழுதுகொண்டே ஓடத்தொடங்கினாள். இதைச் சற்றும் எதிர்பார்க்காமல் திகைப்படைந்து குழம்பி நின்றது சனக்கூட்டம்.

"யே…யேய்…! யாராவது போய் வெரசா பிடிங்கப்பா… ஓடுங்கப்பா…?" என்று வைத்தியர் ஓங்கிக் கத்த, ஏழெட்டு இளந்தாரிகள் துள்ளிக்கொண்டு வேகவேகமாக ஓடிப்போய் அவளைத் தடுத்து நிறுத்தி வலுக்கட்டாயமாக இழுத்து வந்தனர்.

"என்னெய விடுங்க…. நான் சாகணும்… நான் சாகணும்… இந்த ஒலகத்துல நான் வாழ விரும்பல… என்னெய விடுங்க… என்னெய விட்டுடுங்க…" சிலும்பி முரண்டுபிடித்துத் திமிறிக் கதறிய அவளைக் கைத்தாங்கலாக இழுத்துவந்து வைத்தியரிடம் சேர்த்தார்கள் இளந்தாரிகள்.

"தாயீ…! செத்த பொறாத்தா. வானத்துல இருக்கிற அந்த தேவதையே வந்து பூமியில எறங்கின மாதிரி அம்புட்டு அழுசமா இருக்கிற. உனக்கென்னத்தா கொறெ…? இந்த வயசுல இப்புடி சாகத் துடிக்கலாமா கண்ணு…? நீ யாரு…? எந்த ஊரு…? வெவரஞ் சொன்னாத்தானே ஏதாவது எங்களால முடிஞ்ச உதவிய செய்ய முடியும்." வைத்தியர் ஆசுவாசப்படுத்த எவ்வளவோ முயன்றுபார்த்தும்

அது பலனளிக்கவில்லை.

“என்னெய விடுங்க... நான் சாகணும்... நான் சாகணும்...”

கதறியழுதபடியே சாகத்துடித்தாள் அவள்.

“ஏந்தாயீ...! வயித்துல ஒரு உசுர வச்சுக்கிட்டு இப்புடி நாண்டுக்கிட்டு சாகிறேங்கிறியே... இது உனக்கே அடுக்குமா தாயீ...?” என்று ஆதரவாய் சொல்லியவாறே வாஞ்சையோடு நெருங்கிவந்த ஆராயியைப் பார்த்து, சட்டென சப்தநாடியும் அடங்கிப்போனவளாய், முகத்தில் அதிர்ச்சி ரேகை பரவ உற்றுநோக்கினாள் அவள். முகம் உணர்ச்சிக் கலவையில் துடியாய்த் துடிதுடித்தது.

“நெசமாவா...?!” அவள் குரல் உடைந்து நா குழறி வார்த்தைகள் வெளிவர மறுத்து நின்றன. அவளது கைவிரல்கள் அடிவயிற்றைத் தடவின.

“நெசமாத்தான் சொல்றீயாம்மா? ஏன் வயித்துக்குள்ள ஒரு உசுரு வளருதாம்மா...?” சந்தோசமும், அழுகையுமாக இரண்டும் கலந்த உணர்வுடன் அவள் கேட்டாள். கண்களில் நீர் தாரைதாரையாகக் கொட்டியபடியிருந்தது. அவள் அப்படிக் கேட்டதைக் கண்ட ஊர்சனம் அனைவருக்கும் ஒரே அதிர்ச்சி...!

“அடிப் பாவிமவளே...! வயித்துல கர்ப்பம் தரிச்சது கூடவா தெரியாம இருக்குறா வயசுப்புள்ள...?!” பெண்கள் வாய்மேல் கைவைத்துக்கொண்டு கிசுகிசுத்தார்கள்.

“ஆமா தாயீ...! ரெண்டு உசுரா இருக்கிற நீயி, இப்புடி சாமிக்கே அடுக்காம சாகுறேங்கிறியே தாயீ....” ஆராயி கண்ணீர் வழிய சொன்னாள்.

வடிவாம்பாளுக்கு மண்டையே வெடித்துவிடும் போலிருந்தது. முந்தைய நினைவுகள் மூளையைக் குடையத் தொடங்கின. சற்றே நிதானமாகி கண்களை மூடி யோசித்தாள். நடந்த அத்தனையும் கண்முன்னே வந்துபோயின. கண்ணீர்த்துளிகள் பொலபொலவெனக் கொட்டத்தொடங்கின.

“இல்ல“ இல்ல...”

தன்னிலை உணர்ந்து நிதானமடைந்த வடிவாம்பாள்

ஆவேசத்துடன் கண்ணீரைத் துடைத்துக்கொண்டாள்.

“நான் சாகமாட்டேன்... இனிமே நான் சாகமாட்டேன்....” அந்த வீராதிவீரனோட வித்தெ சொமக்குற இந்த வடிவாம்பா இனிமே ஒருபோதும் சாகமாட்டா...” தீர்மானமாகச் சொன்னாள். கண்ணீர் பொலபொலவென கொட்ட வானத்தை நோக்கி இரு கைகளை விரித்தபடியே,

“ஏ... நீலியாத்தா...! என் வயித்துல பாலெ வார்த்திட்டடி ஏஞ்சாமீ... ஏங் கொலம் வேரோட சாய்ஞ்சிடுச்சேன்னு இந்த சிறுக்கி மக பதெபதெச்சேன். பட்ட மரத்த துளிர்க்க வச்சி இந்த பொட்டச்சிக்கி ஒரு வழிய காட்டிப்புட்டெ ஆத்தா....” கைகுவித்து கண்ணீர் மல்க வணங்கி நின்றாள். ஊரே ஒன்றும் புரியாமல் வேடிக்கைபார்த்தபடி நின்றுகொண்டிருந்தது.

“ஏந்தாயீ...! நீ யாரு...? ஓவ் வூரு யென்னாது...? வெவரஞ் சொன்னா நாங்க யெல்லாரும் ஒத்தாசை பண்ணுவோம். ஒன்னெ ஓஞ் சொந்தபந்தங்களோட சேர்த்துடுவோம். சொல்லு தாயீ...? நீ யாரு...?” ஊர்ப்பெரியவர் விசாரித்தார். இதைக் கேட்டதும் வடிவாம்பாளின் மனம் படபடபடவென துடித்து அலறியது. ஊர்சனத்தைப் பார்த்து கைகுவித்தாள்.

“வேணாம்யா... என்னெய எதுவும் கேட்காதீங்க. எனக்கு ஒட்டு ஒறவுன்னு ஒரு நாதியும் இல்ல. என் உசுர காப்பாத்திக் குடுத்ததற்கு உங்களுக்கு கோடானுகோடி நன்றிய்யா. நான் போறேன்...” என்று அந்த இடத்தைவிட்டுக் கிளம்பத்தொடங்கினாள்.

“செத்தெ பொறு ஆத்தா... வாயும் வயிறுமா இருக்குற நீ எங்கடீயம்மா போவே.? இங்க ஒனக்கு யாரைத் தெரியும்...?” ஆராயி இடைமறித்தாள். பதில் சொல்லமுடியாமல் தவித்து நின்றாள் வடிவாம்பாள்.

“அய்யா... இந்த மவராசிக்கி நம்புன எடத்துல ஏதோவொரு கொடுமை நடந்திருக்கு போலப்பா... அதான் பாவிமக வாய்விட்டு சொல்லவும் முடியாம, எங்க போறதுன்னுந் தெரியாம, கெடந்து தவியாத் தவிக்கிறா பாவம்....” மிகச் சரியாக கணித்துக்கூறினார் ஊர்ப்பெருசுகளில் ஒருவர். இந்த வார்த்தைகள் காதில் விழுந்ததும் குலுங்கிக்குலுங்கிக் கதறத்தொடங்கினாள் வடிவாம்பாள். ஊரே கலங்கி நின்றது.

“தாயீ...! இங்க பாரும்மா. நீ எங்கயும் போகவேணாந் தாயீ.

புள்ளத்தாச்சிய பரிதவிக்கவிட்ட பாவம் எங்களுக்கு வேணாம். நீயி என்னோட வூட்டுக்கு வா தாயீ… இந்த ஒண்டிக்கட்டைக்கி ஒத்தாசையா நீயும் ஒரு ஓரமாக இருந்துட்டுப் போ கண்ணு….”அருகில் வந்து அவளது கையை ஆதரவாய்ப் பிடித்தாள் ஆராயி. தயங்கி நின்றாள் வடிவாம்பாள்.

“என்ன தாயி பாக்குற…? ஒன்னயப் பத்தி நீயா எதுவுஞ் சொல்லுறவரைக்கும் இங்க யாரும் எதுவுங் கேட்க மாட்டோம். இது எங்க குலசாமி மேல சத்தியம். போதுமா…? நம்பி வா தாயீ…” ஆராயி அவள் கையில் ஓங்கியடித்துச் சத்தியம் செய்தாள்.

“ஆமாக்கா… வாக்கா நம்ப வூட்டுக்கு போவலாம்…” ஓடிவந்து அவள் கையைப்பிடித்து இழுத்தான் சிறுபையன் மாயாண்டி. மனமிரங்கிய வடிவாம்பாள் எதுவும் பேசாமல் அவர்களோடு சென்றாள். கூடிப் பேசிவிட்டு ஊர் கலைந்தது.

3

நாளும் பொழுதும் பாராமல் புழுங்கிப் புழுங்கியழுதபடி அந்தக் குடிசை வீட்டினுள்ளேயே சோர்ந்து முடங்கிக்கிடந்தாள் வடிவாம்பாள். உடம்பிலுள்ள சத்துக்கள் அனைத்தையும் கண்ணீராய் உருக்கி வடித்துத் தீர்த்துக்கொண்டிருந்தாள் அவள். அவளை ஆற்றுப்படுத்த முடியாமல் அலைபாய்ந்து தவித்தபடியிருந்தாள் ஆராயி. ஊரிலுள்ள பெண்களும் அவ்வப்போது வந்து தேற்றிப்பார்த்தார்கள். பலனில்லை.

"அந்தப் புள்ள மனசுக்குள்ளார எதையோ நெனைச்சு நெனைச்சு ஆத்தமாட்டாம அல்லாடுறா ஆராயி..." என்று கிழடுகளும் முயற்சித்துவிட்டு வெளியேறினார்கள். வழி தெரியாமல் தவித்து நின்றாள் ஆராயி.

வருந்திப் புழுங்கி ஓடாய்த் தேய்ந்துகொண்டிருந்த வடிவாம்பாள், ஒரு நாள் அந்திசாயும் பொழுதில் மயங்கி விழுந்தாள். பதறியோடிப்போய் வைத்தியரைக் கூட்டிக்கொண்டு வந்தாள் ஆராயி. வைத்தியர் வந்து பரிசோதித்துவிட்டு,

"ஒடம்புல ஒன்னுமேயில்ல ஆராயி. இப்படியே இருந்தா வயித்துக்குள்ளார இருக்குற கரு தங்காது பாத்துக்க..." என்று எச்சரித்துவிட்டுச் சென்றார். பதைபதைத்துப்போன ஆராயி ஒரு நாட்டுக்கோழியைப் பிடித்து அடித்து கொதிக்க வைத்து, சுடு சோற்றில் கோழிக்குழம்பை ஊற்றிப் பிசைந்தெடுத்து வந்தாள்.

“தாயீ...! நடந்ததெ நெனெச்சு இப்புடிப் புழுங்கிச் சாகுறதுக்கா, போற ஒன் உசுரெப் புடுச்சு நிறுத்தி, ஆண்டவன் எங்கயோ கெடக்கிற ஏங்கிட்ட வந்து ஒப்படைச்சிருக்கிறான். மனசெ தேத்திக்க தாயீ. ஒனக்காக இல்லேன்னாலும் உள்ளெ வளருற ஒம் புள்ளைக்காகவாவது ஒருவாயி சாப்புடு தாயீ...” என்று ஊட்டத்தொடங்கினாள். மறுப்பேதும் சொல்லாமல் வாயைத்திறந்து வாங்கி உண்ணத்தொடங்கினாள் வடிவாம்பாள்.

“அம்புட்டுத்தென்... செவுரு இருந்தாத்தான கண்ணு சித்திரம் வரைய முடியும்?”

ஆறுதலாய் பேசியபடியே தாயின் வாஞ்சையோடு ஊட்டிக் கொண்டிருந்த ஆராயியைக் கண்கலங்கியபடி பார்த்தாள். தன் தாய் மரகதம்மாளை உணர்ந்த அவளது கண்களிலிருந்து தாரைதாரையாகக் கொட்டிக்கொண்டிருந்தன கண்ணீர்த்துளிகள்.

அன்றிலிருந்து தன்னினும் மேலாக அவளை கவனித்துக்கொண்டாள் ஆராயி. இயல்பு திரும்பி, அந்த வாழ்க்கைக்குத் தன்னைத் தகவமைத்துக்கொண்டாள் வடிவாம்பாள். அவர்கள் உறவு ஆழமாய் வேரூன்றி வளர்ந்தது. அதனினும் வேகமாய் அவள் வயிற்றினுள்ளே கரு வளர்ந்தது. அவளுக்கு ஒத்தாசையாய் எப்போதுமே கூடவே உடனிருந்தான் சிறுபிள்ளை மாயாண்டி.

“அக்கா...!”

“அக்கா...!” என அட்டை மாதிரி ஒட்டிக்கொண்டு, எந்நேரமும் தமக்கையே கதியென்று சதா அவள் பின்னாலேயே சுற்றித்திரிந்து வளர்ந்தான் மாயாண்டி.

எப்பேர்ப்பட்ட மனத்துயரையும் ஆற்றுப்படுத்தி மறக்கடிக்கும் அருமருந்து காலம்...! கடந்துபோன வாழ்க்கையைக் கொஞ்சம் கொஞ்சமாக மறந்து, மாயாண்டியுடன் பொழுதைக்கழித்து தன்னை மறந்திருந்த பிள்ளைத்தாச்சிக்கு, ஒரு நல்லநாள் பார்த்து ஊரைக்கூட்டி சீமந்தம் நடத்தி வளைபூட்டினாள் ஆராயி. ஊரே உற்ற சொந்தமாய் கூடிநின்று அறுசுவை சோறு சமைத்துப்போட்டு அவளை மகிழ்வூட்டியது. ‘எங்கிருந்தோ வந்த ஊர் பேர் தெரியாத இந்த சிறுக்கிமகளுக்கு அடைக்கலம் தந்து, இப்படி எந்தவொரு பிரதிபலனையும் எதிர்பார்க்காம பாசத்தைப் பொழியும் இந்த ஊர்சனத்துக்கு என்ன கைமாறு செய்யப் போகிறேனோ...?’ மனம்

பூரித்து ஊர்சனத்தைப் பார்த்து, குழந்தையைப் போல் கண்கலங்கி, உடைந்தழுது கைகுவித்தாள் வடிவாம்பாள்.

“கலங்காத தாயீ...! எனக்கு ஒரு பொட்டப்புள்ள இருந்தா இதெல்லாம் செஞ்சு அழகுபார்க்க மாட்டேனா...?” என்று கலங்கிய அவளது கண்களை துடைத்துவிட்டாள் ஆராயி. வந்திருந்த பெண்களெல்லோரையும் பார்த்து கையெடுத்துக் கும்பிட்டு கண்ணீரால் நன்றி செலுத்தியபடியிருந்தாள் வடிவாம்பாள்.

“அட நீயென்னாத்தா...? வேத்து மனுசியாட்டம்...” பெரிய மனுசியொருத்தி வெற்றிலைக் காரைப்பல் தெரிய புன்னகைத்தபடி, “சந்தோசமா இரு கண்ணு.... நாங்கல்லாம் இருக்கோம்ல...” விரல்களால் அவள் முகத்தைச் சுற்றி காற்றிலேயே திருஷ்டி கழித்து தன் நெற்றியில் அழுத்தி சொடக்கெடுத்தாள். ஊரே வாழ்த்திவிட்டு விடைபெற்றது.

நாளொரு மேனியும் பொழுதொரு வண்ணமுமாக கரு வளர்ந்து நிறைசூலியாய் நின்றாள் வடிவாம்பாள். உற்ற துணையாய் எந்நேரமும் “அக்கா...! அக்கா...!” என்று பாசம் வைத்துத் திரிந்தான் மாயாண்டி. முப்பொழுதும் அக்காவுடனும், தான் வளர்க்கும் நாய்க்குட்டியுடனும் கொஞ்சி விளையாடுவதுதான் அவனுக்குப் பொழுதுபோக்கே...

தாயையும் மகனையும் விஞ்சுமளவிற்கு அவர்கள்மீது பாசமழை பொழிந்தாள் வடிவாம்பாள். ஆத்தா ஆராயி வாரச்சந்தைக்குச் செல்லும் நாட்களில்கூட, தம்பி மாயாண்டியைப் பிரிய மனமின்றி ஆடு மேய்க்கச்செல்லும் தம்பியோடு உடன்சென்று அந்தப் பொட்டல்காட்டு மரத்தடிகளில் கொஞ்சி விளையாடி மகிழ்ந்து திளைத்தாள்.

வெய்யில் உக்கிரமாய் தகித்துக்கொண்டிருந்த அந்தக் கள்ளிக்காட்டில் அன்றைக்கும் தன்னுடன் வந்து, இந்த வேகாத வெயிலில் நாள்முழுக்க உடனிருந்த அக்காவுக்காக ஆசையாசையாய் கள்ளிப்பழம் பறித்துப் பரிசளிக்க விரும்பி, கள்ளிப் புதருக்குள் கனி பறிக்கச் சென்றான் மாயாண்டி. கள்ளிப்பழம் பறித்துக்கொண்டிருந்தவன் காலில் ஏதோவொன்று கடிக்க,

“ஆ...! ஆத்தா...! ” என்று பதறித்துடித்து காலை உதறினான். கருநாகம் ஒன்று படமெடுத்து நின்றது. திக்கென்று நெஞ்சையடைத்தது அவனுக்கு.

“அய்யோ... யெக்கா...! யெக்கா...!” கதறிக்கொண்டே தூரத்தில்

மரத்தடியில் அமர்ந்திருந்த வடிவாம்பாளை நோக்கி பின்னங்கால் பிடரியிலடிக்க ஓடிவந்தான். எல்லை தாண்டிய ஆட்டு மந்தையை அதட்டியோட்டச் சென்றவன், இப்படி பதறியடித்து அலறிக்கொண்டே ஓடிவருவதைக் கண்ட வடிவாம்பாள், திடுக்கிட்டு எழுந்து அவனை நோக்கி வந்தாள்.

“தம்பீ மாயி...! என்னாச்சு...?”

“அய்யோ...! யெக்கா...! என்னெ...என்னெய... பாம்பு கடிச்சிப்புடுச்சுக்கோவ்...” படபடத்தபடி கடிபட்ட இடத்தை காட்டித் துடிதுடித்தான்.

“அய்யோ ஆத்தீ...! நான் என்ன பண்ணுவேன்...?”

அவளுக்கு கையும் ஓடவில்லை, காலும் ஓடவில்லை.

“அய்யோ...! அம்மா...! வலிக்குதே...” நிற்கத் திராணியின்றி சோர்ந்து அமர்ந்தான் மாயாண்டி. பதறித் துடித்தவள், அருகில் கிடந்த வேலாமுள்ளை எடுத்து கடிபட்ட இடத்தில் கீறிக் கவ்வினாள். அலறித் துடித்தான் பையன். கடிபட்ட இடத்திலிருந்து ரத்தத்தை உறிஞ்சியெடுத்து வெளியே துப்பினாள்.

“அக்கா...! அக்கா...!” கதறித் துள்ளினான் சிறுபையன்.

“அம்புட்டுத்தான்... அம்புட்டுத்தான்... ஒன்னும் இல்ல ராசா...”

மீண்டும் மீண்டும் கடிவாயிலிருந்து குருதியை உறிஞ்சித் துப்பலானாள். மாயாண்டிக்குக் கண்கள் சொருகின. தலை சுற்றியது.

“அக்....கா...! என்னமோ பண்ணுதுக்கா...” நா வறண்டு குழறியபடியே மயங்கிச் சரிந்தான். அதிர்ச்சியடைந்த வடிவாம்பாள் கத்தினாள். துடிதுடித்தாள்.

“அய்யோ...! சாமீ...! மாயீ...! எந்திரி சாமீ.... எந்திரி சாமீ...” பெருங்குரலெடுத்துக் கத்தியபடி குலுக்கினாள். குலுங்கிய அவனுடல் உணர்ச்சியற்று எதிர்வினையின்றி அப்படியே சரிந்து கிடந்தது.

“அய்யோ...! அய்யோ...! யாராவது ஓடியாங்களே... ஏஞ்சாமீ மாயீ...!” பெருங்குரலெடுத்துக் கூச்சலிட்டாள். சுற்றிமுற்றி நாலாபுறமும் ஓடி, “காப்பாத்துங்க... காப்பாத்துங்க... யாராவது இருக்கீங்களா...? அய்யோ ஓடியாங்க சாமிகளா...!” கண்ணீர் பொங்கக் கத்திக் கூவியழைத்தாள். கண்ணுக்கெட்டிய தூரம்வரை ஒரு நாதியையும் காணவில்லை.

“மாயீ...! மாயீ...! அய்யோ ஏஞ்சாமீ மாயீ...!” ஓடிவந்து மாயாண்டியை உலுக்கியெழுப்பிப் பார்த்தாள். கண்கள் சொருகி மயங்கிக்கிடந்த அவனது வாயிலிருந்து நுரைதள்ள ஆரம்பித்தது. அதைக் கண்டதும் உடைந்துபோனவள், “ஆங்...” என்று ஆங்காரமாய் அடிவயிற்றிலிருந்து ஓலமிட்டுக்கொண்டே அவனை அள்ளித் தூக்கிக்கொண்டு ஓட்டமெடுத்தாள்.

“மாயீ...! மாயீ...! ஏங்கண்ணு...! ஒண்ணுாயில்லெ ராசா... அக்கா இருக்கேன்... எந்திரி... எந்திரிடா ஏஞ்சாமீ... எந்திரிடா ராசா...” அழுதபடியே தம்பியைத் தூக்கிக்கொண்டு பதைபதைப்புடன் ஓடினாள். வாயில் நுரை பொங்கிவழிந்தபடி தலை துவண்டு மயங்கிக்கிடந்தவனை, நிறைமாத வயிறு அழுந்தத் தூக்கமுடியாமல் தூக்கிக்கொண்டு ஓடினாள்.

“காப்பாத்துங்க... காப்பாத்துங்க... யாராவது ஓடியாங்கய்யா...” உதவிகேட்டுக் கூவியபடியே ஓடோடி வந்தாள். குரைத்தபடியே பின்னாலேயே ஓடிவந்தது மாயாண்டியின் செல்ல நாய்க்குட்டி.

வெயில் தகித்துக்கொண்டிருந்தது. கண்ணுக்கெட்டிய தூரம்வரை யாரையும் காணவில்லை.

“காப்பாத்துங்க... காப்பாத்துங்க... அய்யா... யாராவது ஓடியாங்களே...” கத்திக்கொண்டே பெருஞ்சிரமப்பட்டு ஓடிவந்தவளுக்கு அடிவயிறு வலியெடுத்தது. மூச்சிறைத்தது. வியர்த்து விறுவிறுத்தது. ஓட்டம் சிறிதுசிறிதாக தளர்ந்தது. உடல் கனத்தது.

“யாராவது ஓடியாங்களே... ஏஞ்சாமியக் காப்பாத்துங்களே... அய்யோ மாயீ...!” குரலுடைந்து கத்திக்கொண்டே ஊரை நோக்கி பெரும்சிரமப்பட்டு ஓடியவந்தவள், கால் இடறித் தலைகுப்புற தரையில் விழுந்தாள்.

“ஆ... அம்மா...!” மொத்தென கட்டாந்தரைமீது விழுந்து அதிர்ந்தது வயிறு. துடிதுடித்தாள். அடிவயிற்றில் உயிர்வலி எடுத்தது. புரண்டு திரும்பி எழ முயன்றாள். உடல் ஒத்துழைக்கவில்லை.

“ஆ... அம்....மா...!” கதறித் துடித்தாள். பாவாடை நனைந்து பிசுபிசுத்த நீர் வெளியேறிப் பரவிக்கொண்டிருந்தது. அடிவயிற்றை அழுத்திப்பிடித்து அலறினாள். அவளது அபயக்குரல் எட்டிய தூரம்வரை பொட்டல்காடு யாருமின்றி தகித்துக்கொண்டிருந்தது.

“ஆ...! அம்... மா...! காப்... பாத்... துங்க...” உயிர்துடிக்கக்

கத்தியழைத்தாள். ஓடிவர யாருமில்லை. உச்சிவெயில் வாட்டியெடுத்தது. வாயில் நுரை ததும்ப சற்றருகே உணர்வற்றுக்கிடந்தான் மாயாண்டி. உதவிக்கு யாருமின்றி நாய்க்குட்டி சுற்றிச் சுற்றிவந்து குரைத்துக்கொண்டிருந்தது.

"ஆவ்...! ஆ...! காப்...பாத்துங்க..." உதவிக்கு வர யாருமின்றி உயிர் வலிக்கக் கத்திக்கொண்டேயிருந்தாள் வடிவு. பனிக்குட நீரோடு இளஞ்சிவப்பாய் குருதி கலந்து கால்களினிடையே பரவிக்கொண்டிருந்தது. மோப்பம் பிடித்து ஓடோடிவந்த தெருநாய்கள் துடிதுடித்துக்கொண்டிருந்த அவளது கால்களைச் சுற்றிச்சுற்றி வந்தன. வாயில் எச்சிலூற மெதுமெதுவாக பதுங்கிப் பதுங்கி நெருங்கிவர முயன்றன. அவைகளை நெருங்கவிடாமல் ஆக்ரோஷமாய் துள்ளித் துள்ளிப் பாய்ந்து குரைத்தபடி தடுத்துக்கொண்டிருந்தது சின்னஞ்சிறு நாய்குட்டி. குட்டிநாயின் மிரட்டலுக்குப் பயந்து சற்றே பின்வாங்கி நகர்ந்த தெருநாய்கள், சற்றே விலகிப் போக்குக் காட்டிச் சென்றுவிட்டு, மீண்டும் மீண்டும் பதுங்கிப் பதுங்கி நெருங்கின. குட்டிநாயின் தடுப்பையும் மீறி ஒன்றிரண்டு தெருநாய்கள் நெருங்கி வந்து பனிக்குட குருதிநீரை நக்கத்துவங்க, கால்களால் உதைத்து உதறி விரட்டியவாறும், கைகளால் அடித்து விரட்டியவாறும் "காப்... பாத்... துங்க..." என்று குரலுடைந்து துடிதுடித்தபடியிருந்தாள் வடிவாம்பாள்.

சளைக்காமல் நெருங்கிவந்த தெருநாய்களை, உருவில் சின்னஞ்சிறிய குட்டிநாய், தன் பலம்கொண்ட வரை தடுத்துக்கொண்டிருக்க, சற்றருகே வாயில் நுரைபொங்கக் கண்கள் சொருகிச் சுருண்டு கிடந்தான் மாயாண்டி.

தனது இறப்பு நெருங்கிக்கொண்டிருப்பதை உணர்ந்த வடிவாம்பாள் வீறுகொண்டு, தன் பலத்தையெல்லாம் கூட்டி உரத்தக் கத்தினாள்.

"ஆவ்... அம்மா...! காப்பாத்துங்க..."

சந்தைக்குப் போய்விட்டு தன் பிள்ளைகளைத் தேடி வந்துகொண்டிருந்த ஆராயி, தூரத்தில் ஏதோ அலறல் குரல் கேட்டதும் உள்ளுக்குள் கெதக்கென்றது. எட்டி வைத்து வேகமாக நடையைக் கூட்டினாள்.

தூரத்தில் நாய்க்கூட்டத்தைப் பார்த்த அவளுக்கு அடிவயிற்றில் திக்கென்றது.

"அய்யோ...! ஆத்தீ...! " பதறியடித்துக்கொண்டு ஓடத்தொடங்கினாள்.

“ஓடியாங்க... ஓடியாங்க... ஏ...பாவிகளா...! ஓடியாங்கடீ... ” தூரத்தில் காட்டுவேலை பார்த்துக்கொண்டிருந்த சனத்தைக் கூவியழைத்தபடியே ஓடினாள். அருகே நெருங்க நெருங்க, அங்கே வடிவாம்பாளும் மாயாண்டியும் கிடப்பதைக் கண்டு வாயிலும் வயிற்றிலும் அடித்துக்கொண்டு, “அய்யோ...! சாமிகளா...! என்னாச்சு...? அய்யோ மாரியாத்தா...!” என்று அலறிக்கொண்டே ஓடிவந்தாள். ஆங்காங்கே தூரத்திலிருந்து சத்தம்கேட்டு ஓடோடி வந்தது ஊர்சனம்.

கட்டாந்தரையில் அசைவின்றிச் சுருண்டுகிடந்த மகனையும், தெருநாய்கள் சூழக் கிடந்த வடிவாம்பாளையும் பார்த்து அதிர்ச்சியடைந்தவள், அலறல் கூட்டி பாய்ந்துவந்து தெருநாய்களை விரட்டினாள். தெருநாய்கள் மிரண்டு ஒதுங்கி விலகியோடின.

“ஆத்தா...! வடிவூ...! என்னடீயாச்சு ஆத்தா...?” அடிவயிற்றைப் பிடித்துக்கொண்டு அலறித் துடித்துக்கொண்டிருந்த வடிவாம்பாளை அள்ளியணைத்தாள்.

“அய்யோ...! அய்யோ...! ஓடியாங்கப்பா... எல்லாரும் ஓடியாங்கப்பா... ஏங்கொலமே சாய்ஞ்சி கெடக்கே... அய்யோ...!” கதறியபடி சற்றருகே உணர்ச்சியற்றுக் கிடக்கும் மகனை நோக்கினாள்.

“யய்யா சாமீ...! மாயி...! என்னடா சாமி ஆச்சு உனக்கு...?” வடிவாம்பாளை ஒரு கையால் அணைத்தபடியே, சற்றருகில் சுருண்டுகிடக்கும் மகனைப் பார்த்துக் கதறினாள். தூரத்தில் நின்றபடி நோட்டமிட்டுக்கொண்டிருந்த தெருநாய்களைப் பார்த்துக் ‘வள்... வள்’ளெனக் குரைத்துக்கொண்டிருந்தது சின்னஞ்சிறு நாய்க்குட்டி.

“யே... யேய்...! வாங்கப்பா... தூக்குங்கப்பா...” ஓடோடிவந்த ஊர்சனம் வடிவாம்பாளையும், மாயாண்டியையும் தூக்கிக்கொண்டு ஓடியது. தலை தொங்கிப்போய் மாயாண்டியின் வாயிலிருந்து நுரைநுரையாய் வழிந்துகொண்டிருந்ததைப் பார்த்து, “ஆ...ங்...” என்று அடிவயிற்றிலிருந்து ஓலமிட்டபடி ஓடினாள் ஆராயி.

“ஏ... சமயபுரத்தா...! ஏம்புள்ளைகளெ காப்பாத்திக் குடும்மா... இந்த நாதியத்தவளுக்கு மடிப்பிச்சை போடு தாயீ. என்னோட ஆயுசு வரைக்கும் அலகு குத்தி வாரேன்... மகமாயீ...!” வானத்தை நோக்கி முந்தானையை விரித்து வேண்டியபடியே பின்னாலேயே ஓடினாள் ஆராயி.

4

"ஆ...ங்...
மண்ண கொளச்சி வச்சு
மலமேல வூடு கட்டி
கண்ணு மணியைப் போல
காத்துநின்னேன் ஏங் கொலத்தை.
பொன்னு வைர மணியும்
பூலோக செல்வங்களும்
ஏம் பொண்ணுக்கு ஈடாகுமா?
புள்ளைக்கி ஈடாகுமா?
சாமி ஒன்னைத்தானே
மலை போல நம்பியிருந்தேன்
இப்ப பூமி பொளந்திருச்சே
பூதங் கௌம்பிருச்சே... ஆங்..."

கால்நீட்டி அமர்ந்துகொண்டு கண்ணீர் ததும்ப ஒப்பாரி பாடி ஓலமிட்டுக்கொண்டிருந்தாள் ஆராயி. அழுதழுது தொண்டை வறண்டு குரலுடைந்து போயிருந்தது அவளுக்கு. கூடியமர்ந்து தேற்றிக்கொண்டிருந்தது பெண்கள்கூட்டம்.

"அய்யோ...! நான் என்ன பண்ணுவேன்...? யாருக்கு யென்ன பாவம் செஞ்சேன்...? என்னெய ஏன் இப்புடி சோதிக்கிற மகமாயீ...?" மாரிலும் வயிற்றிலும் அடித்துக்கொண்டு கதறினாள் ஆராயி.

பரபரப்பாக இயங்கிக்கொண்டிருந்தார் நாட்டுவைத்தியர். ஒருபுறம் விஷக்கடிக்கு பச்சிலைகளை அரைத்து மாயாண்டியின் வாயில் ஊற்றியபடி வைத்தியம் பார்த்துக்கொண்டிருந்தார். மறுபுறம் குடிசையினுள்ளே விண்ணதிரக் கூப்பாடு போட்டுத் துடிதுடித்துக்கொண்டிருந்த வடிவாம்பாளைச் சுற்றிப் பழுத்த கிழவிகள் சூழ்ந்துகொண்டு பரபரத்தபடி இயங்கிக்கொண்டிருந்தனர். வீட்டுக்கூரையின் மேலே காக்கைக்கூட்டம் கரைந்தபடி வானில் வட்டமிட்டுக்கொண்டிருந்தது. நடப்பவற்றைப் பார்க்கத் திராணியின்றி முகம் சிவந்து மேற்கே நகர்ந்துகொண்டிருந்தது சூரியன்.

உணர்வற்றுக் கிடந்த மாயாண்டியின் கண்களை விரித்துக் கூர்நோக்கி ஆராய்ந்தார் வைத்தியர். கைபிடித்து நாடிபிடித்து மனக்கணக்குப் போட்டார். சனமே திக்திக்கென்று அவரைப் பார்த்து நின்றது. வைத்தியர் முகம் மலர்ந்தார். ஆராயியிடம் வந்தார்.

“நீ கும்புட்ட தெய்வம் ஒன்னெய கைவிடலை ஆராயீ. ஓம்மவனுக்கு ஆயுசு கெட்டி. பயப்படுறதுக்கு ஒண்ணுமில்ல. உசுருக்கு ஒரு ஆவத்தும் இல்லை. வெசம் நருவுசா முறுஞ்சு போயிருச்சு. இன்னும் கொஞ்சநேரத்துல கண்ணு முழிச்சுடுவான் ஓம்புள்ளெ மாயாண்டி” என்று சிரித்தார்.

வானை நோக்கிப் படாரென கைகளை அடித்துக் கும்பிட்டு,

“என் வவுத்துல பாலெ வார்த்துட்டெடீ ஏந்தாயீ சமயபுரத்தா...! ஒனக்குக் கோடி புண்ணியமா போகும்” என்று ஆராயி கண்ணீரோடு வேண்டிக் கொண்டிருந்தபோதே, குடிசைக்குள்ளேயிருந்து பெண்ணொருத்தி பதட்டமாக ஓடிவந்தாள்.

“மாமா...! மாமா...! அத்தெ ஒன்னெய வெரசா உள்ளெ கூப்புடுது.” என்று பதைபதைத்தாள். விருட்டெடன குடிசைக்குள்ளே ஓடினார் வைத்தியர். மீண்டும் அந்த இடத்தில் பதற்றம் தொற்றிக்கொண்டது. என்னாகுமோ? ஏதாகுமோ? என்று சனமே காத்துநின்றது.

வீட்டுக்குள்ளேயிருந்து வடிவாம்பாளின் கதறல் சத்தம் மட்டும் நீண்டநேரமாகக் கேட்டபடியிருந்தது.

“அய்யோ...! யாரு பெத்த பிள்ளையோ தெரியலியே... இப்புடி இங்கெ வந்து சீப்புடுதே...” ஆராயியின் அருகில் நின்றுகொண்டிருந்த கிழவியொருத்தி ஓலமிட்டாள். சனமே கலங்கி நின்றது. பதற்றத்துடன் குடிசைக்குள்ளேயிருந்து வெளியே ஓடிவந்தார் நாட்டுவைத்தியர்.

“ஏய்… ஏலேய் காத்தமுத்து…! வெரசா மாட்டெப் பூட்டுடா… ஒடனே டவுனாஸ்பத்திரிக்கிப் போயாவணும். ஓடு… ஓடு…” என்று கத்திக்கொண்டே கூட்டத்தில் உட்கார்ந்திருந்த காத்தமுத்துவைத் துரிதப்படுத்த, உக்காந்திருந்த எல்லோரும் திடுக்கிட்டு எழுந்து வைத்தியரைச் சூழ்ந்துகொண்டனர்.

“என்னாச்சு…? என்னாச்சு மாமா ஏம்புள்ளெக்கி…?” பதறிக் கேட்டாள் ஆராயி.

“வயித்துக்குள்ளெ புள்ளெ எடம்மாறிக் கெடக்குது ஆராயி. தாம்சம் பண்ணாம வெரசா டவுனாஸ்பத்திரிக்கிப் போயாகணும். இல்லேன்னா ரெண்டு உசுருக்கும் உத்திரவாதம் இல்லெ…” சொல்லிவிட்டு கணநேரம்கூட நிற்காமல் மீண்டும் குடிசைக்குள்ளே பதற்றத்துடன் ஓடினார் வைத்தியர்.

“யாத்தீ…! ஏம்பொண்ணு வடிவூ…!” நெஞ்சைப் பிடித்துக்கொண்டு சரிந்தாள் ஆராயி. சுற்றி நின்ற பெண்கள் கீழே விழாமல் அவளைத் தாங்கிப்பிடித்தனர்.

“அய்யோ…! சாமீ…! நான் யென்ன பண்ணுவேன்…?”

துக்கம் தாளாமல் கதறியழுதாள் ஆராயி. கண்ணீரோடு கலங்கி நின்றது ஊர்சனம். பொழுது சாய்ந்து கொண்டிருந்தது. அன்னம் தண்ணீரில்லாமல் சோகத்தைத் தேக்கி வைத்துக்கொண்டு ஊர்சனமே காத்துக்கிடந்தது. உள்ளேயும் வெளியேயும் அலைபாய்ந்தபடியே பதற்றத்தோடு மாட்டுவண்டியை எதிர்நோக்கிக் காத்துகொண்டிருந்தார் நாட்டுவைத்தியர். உயிர்வலிக்கக் கத்திக்கொண்டேயிருந்தாள் வடிவாம்பாள். குரலுடைந்து ஒப்பாரி வைத்துக்கொண்டிருந்த ஆராயியைத் தேற்றிக்கொண்டிருந்தார்கள் பெண்கள்.

கூச்சல் குழப்பத்திற்கிடையே மயக்கம் தெளிந்து கண்விழித்தான் மாயாண்டி. அருகேயிருந்த வைத்தியரின் உதவியாளன் ஓடிவந்து வைத்தியரிடம் தகவல் சொன்னான். ஓடோடிப்போய் மாயாண்டியைப் பரிசோதித்துவிட்டு முகம் மலர்ந்து கட்டியணைத்துக்கொண்டார் வைத்தியர்.

“ஒண்ணுமில்லடா ராசா…! நீயி நூறு வருசம் நல்லா இருப்படா ஏங்கண்ணு…” கண்ணீரோடு ஆசீர்வதித்தார். மலங்க மலங்க சுற்றிமுற்றி நோக்கிய சிறுபிள்ளை மாயாண்டி, சற்றருகே ஒப்பாரி வைத்துக்கொண்டிருந்த தாயை நோக்கினான்.

"ஆத்தா...!" நாவரள அழைத்தான். ஆசைமகனின் பிஞ்சுக்குரல் கேட்டதும், தாயின் கண்கள் அனிச்சையாய்த் திரும்பின. செல்லமகன் உயிர்மீண்டு எழுந்து அமர்ந்திருப்பதைக் கண்டாள்.

"ஏஞ்சாமீ மாயீ...!" குமரியைப் போல் துள்ளியெழுந்து ஓடினாள். "செத்த நேரத்துல ஏவ் வயித்துல புளியக் கரைச்சிட்டியே கண்ணு... ஏஞ்சாமீ...!" என்றவாறே சூரைபிடித்த கால்களால் நொண்டியபடி ஓடினாள். ஓடோடி வந்து தாவிக் கட்டியணைத்துக்கொண்டான் மாயாண்டி. செல்லமகனை அள்ளியணைத்து மொச்... மொச்சென்று முகமெங்கும் முத்திக்கொஞ்சினாள். நாய்க்குட்டி ஓடோடிவந்து குழைந்தபடியே அவர்கள் காலைச் சுற்றிக்கொண்டேயிருந்தது. சுற்றிநின்ற சனத்திற்குப் பாதிமூச்சு வந்தது.

"இந்தா.... வண்டி வந்துருச்சுப்பா..." கூட்டத்தில் யாரோவொருவர் சுட்டிக்காட்ட, சனமனைத்தும் மாட்டுவண்டி வரும் திசையை நோக்கித் திரும்பியது. தூரத்தில் ஓட்டமும் நடையுமாக நெருங்கி வந்துகொண்டிருந்தது மாட்டுவண்டி. எல்லோரும் பரபரத்தனர். மாயாண்டியைத் தூக்கிக் கக்கத்தில் உட்கார வைத்துக்கொண்டு கூட்டத்திற்கு முன்னே ஓடினாள் ஆராயி. என்ன நடக்கிறது என்று தெரியாமல் மலங்க மலங்க விழித்துக்கொண்டிருந்தான் மாயாண்டி. குடிசைக்குள்ளே அக்காவின் காதையடைக்கும் அலறல்சத்தம் கேட்டு அவனது குலைநடுங்கியது. கண்மூடித் திறப்பதற்குள் குடிசைக்குள்ளேயிருந்து வடிவாம்பாளைத் தூக்கிக்கொண்டு வந்து மாட்டுவண்டியில் ஏற்றினர் இளந்தாரிகள். அலறித் துடித்துக் கொண்டிருந்த மகளைப் பார்த்து,

"அய்யோ...! ஏம்பொண்ணே வடிவூ...!" என்று அழுதபடி மருத்துவச்சியோடு வண்டிக்குள் ஏறிக்கொண்டாள் ஆராயி. வடிவாம்பாளின் தலையைத் தூக்கித் தன் மடியில் வைத்துக்கொண்டு, ஆதரவாய் அவள் விரல்களைப் பற்றிக்கொண்டாள்.

"அம்புட்டுத்தான்... ஒண்ணுமில்லெ ராசாத்தீ..." என்று ஆறுதல் சொன்ன அவள் கண்களிலிருந்து அடக்கமுடியாமல் கண்ணீர்த்துளிகள் பீறிட்டு வழிந்துகொண்டிருந்தன. அருகில் அமர்ந்திருந்த மாயாண்டி, அலறித் துடித்துக்கொண்டிருந்த அக்காவை அதிர்ச்சியோடு பார்த்துக் கலங்கினான்.

"அக்கா...! அக்கா...! என்னக்கா ஆச்சு...?" என்று அழைத்தழுதான். மாட்டுவண்டி அருகிலிருந்த நகரத்தை நோக்கி விரையத் தொடங்கியது.

“கொஞ்சம் பொறுத்துக்க தாயி. எல்லாஞ் சரியாப் போயிரும். மகமாயீ...! ஏம்புள்ளெயெ ஏன் இப்புடிச் சோதிக்கிறே...?” துள்ளித் துடித்த கால்களை அழுத்திப் பிடித்தபடி கால்மாட்டில் அமர்ந்திருந்த மருத்துவச்சி கண்ணீர் மல்கத் தழுதழுத்தாள்.

“யெக்கா...! ஏந்தங்கத்துக்கு என்னதாங்க்கா ஆச்சு...? கெடந்து துடியாய்த் துடிக்கிறாளே பாவிமக...” என்று ஆராயி மருத்துவச்சியிடம் கேட்டாள்.

“ஆயிரம் உசுருகள அலுங்காம குலுங்காம பத்திரமா இந்த மண்ணு மேலெ இழுத்துவிட்ட கையித்தா இதுகரெண்டும். இப்ப அந்த ஆண்டவனெ கையேந்தி நிக்கிற கையாலாகாத பாவியா நிக்கிறேன் நானு. என்னெய மன்னிச்சுடுடீ யாத்தா ஆராயி...” தன் இயலாமையை கண்ணீராய்க் கக்கினாள் மருத்துவச்சி.

“அய்யோ...! என்னக்கா நீயே இப்புடி கையெ விரிக்கிறியே...?! நான் என்ன பண்ணுவேன்...? ஏவ் வூட்டுக்கு வந்த லெச்சுமியெ எப்புடி காப்பாத்துவேன்...? யே... யாத்தா... சமயபுரத்தா...!” நீட்டியழுதாள் ஆராயி. வலி தாங்கமுடியாமல் துள்ளித் துடிதுடித்துக் கொண்டிருந்தாள் வடிவாம்பாள்.

“காத்தமுத்து...! மாட்டெ அடிச்சு வெரசா ஓட்டுய்யா... தாம்சிக்கிற ஒவ்வொரு கணமும் ஆவத்துய்யா... ஆவத்து” வடிவாம்பாளின் நிலையறிந்து பரபரத்தாள் மருத்துவச்சி. காத்தமுத்து மாடுகளை அதட்டியோட்ட, நகரத்தை நோக்கி விரைந்தோடியது மாட்டுவண்டி.

டவுனாஸ்பத்திரி வந்தடைந்ததும் மருத்துவப் பணியாட்கள் ஓடிவந்து, துடிதுடித்துக்கொண்டிருந்த வடிவாம்பாளைத் தூக்கிக்கொண்டு உள்ளே ஓடினார்கள். பின்னாலேயே பதறியடித்துக்கொண்டே ஆராயி, மருத்துவச்சி, மாயாண்டி மூவரும் ஓடினார்கள். பரபரத்த பணியாட்கள் அவசரப்பிரிவு அறைக்குள் வடிவாம்பாளைத் தூக்கிச்சென்று கண்ணாடிக்கதவைத் தாழிட்டுக்கொண்டனர். கண்ணாடிக்கதவுகளின் ஊடாக கலங்கியபடி மூவரும் உள்நோக்கினர். உள்ளே செவிலியர்களும் மருத்துவர்களும் மாறி மாறி வந்து பரிசோதித்துக் கொண்டிருந்தனர். ஊர்சனமும் அடுத்தடுத்து அங்கு வந்துசேர்ந்தது.

அறைக்குள்ளே வலியோடு போராடிக்கொண்டிருந்தாள் வடிவாம்பாள். பெரிய டாக்டர் வந்து பரிசோதித்துப் பார்த்துவிட்டு ஏதேதோ

ஆலோசனைகள் சொல்ல, மற்ற மருத்துவர்களும் செவிலியர்களும் துரிதமாக இயங்கினர். வேகவேகமாக வெளியே வந்தார் பெரிய டாக்டர்.

“யாருய்யா கொண்டு வந்தது…?” கூட்டத்தைப் பார்த்துக் கோபம்பொங்க அதட்டிக் கேட்டார். நாட்டுவைத்தியர் ஓடிவந்து முன்னால் நின்றார்.

“அறிவு இருக்காய்யா ஒங்களுக்கு…? காட்டாய்ங்கங்கிறது சரியாத்தான்யா இருக்கு. என்ன…? ஊர்க்காட்டுக்குள்ள கன்னாபின்னான்னு ஏதேதோ நாட்டுவைத்தியம் பார்த்துட்டு, அங்க முடியலைன்னு கடைசி நேரத்துல இங்கே கொண்டுவந்து, எங்க தலையில் கட்டிவிட்ருக்கீங்களா…?” கோபம் பொங்கக் கேட்டார்.

“என்னாச்சு டாக்டரய்யா…?” என்று வெள்ளந்தியாகக் கேட்டார் நாட்டுவைத்தியர்.

“ஆங்… வெரிவெரி க்ரிட்டிகல் கண்டிசன். ரொம்ப ரொம்ப லேட்டா கொண்டு வந்திருக்கீங்க. எங்களால எதுவும் செய்ய முடியாது” பெரிய டாக்டர் கைவிரித்தார். எல்லோரும் ஓவென்று அழத்தொடங்கினர்.

“சைலன்ஸ்…” பெரிய டாக்டரின் கட்டளைக்கு ஊரே அடங்கி நின்றது.

“எவ்வளவு சொன்னாலும் உங்களுக்கெல்லாம் அறிவே வராது. தாயையும் பிள்ளையையும் காப்பாத்த முடியாது. ம்… தூக்கிட்டுப் போங்க…” என்று கத்தினார்.

“டாக்டரய்யா…! அப்புடிச் சொல்லிக் கைய விரிச்சிடாதீங்க அய்யா. எங்களுக்கு ஒங்கள விட்டா யாருய்யா கெதி…?” அருகில் வந்து கெஞ்சினாள் ஆராயி.

“அதெல்லாம் நேரத்துக்கு வந்துட்டு பேசவேண்டிய வசனம்மா. நெலம கையெ மீறிப் போயிருச்சு. ம்… தூக்கிட்டு கெளம்புங்க…” என்றவாறே அடியெடுத்து வைத்து நகர்ந்த பெரிய டாக்டரின் கால்களைக் கட்டிக்கொண்டு,

“அய்யா…! சாமீ…! நீங்க அப்புடிச் சொல்லக்கூடாதுய்யா. உங்களத்தான் தெய்வமா நம்பி வந்திருக்கோம் சாமீ. எப்புடியாவது எம்புள்ளையெ காப்பாத்திக் கொடுத்துரு ஏம் மவராசா…” கெஞ்சினாள் ஆராயி.

“யெம்மா...! விடும்மா காலெ...” கால்களை விடுவிக்க முயன்றார் டாக்டர்.

“படிப்பறிவு இல்லாத கூமுட்டைக சாமீ நாங்க. பெரிய மனசு வச்சு, எங்க தப்பெ மன்னிச்சிரு சாமி. எப்பாடு பட்டாவது எம்புள்ளய காப்பாத்திக் குடுத்திரு சாமீ... ஒனக்கு கோயில் கட்டி கும்புடுறேன்... கருணை காட்டு சாமீ...! அய்யா...!” கால்களைக் கட்டிக்கொண்டு கதறியழுதாள் ஆராயி. சுற்றிலும் நின்றுகொண்டிருந்த சனமனைத்தும் கைகுவித்து நின்றது.

மனம் இளகினார் பெரிய டாக்டர்.

“யெம்மா...! பெரியமனுசி நீயென்னோட காலெ பிடிக்கலாமா...? விடும்மா. சரி... என்னால முடிஞ்சளவுக்கு முயற்சி பண்றேன். அதுக்கும் மேல எல்லாம் ஆண்டவன் கையிலதான் இருக்கு” என்று கூறி கால்களை விடுவித்துக்கொண்டு, அருகிலிருந்த டாக்டரிடம் ஏதோ ஆங்கிலத்தில் சொல்லிவிட்டு உள்ளே போனார். உடனே மற்ற டாக்டர்களனைவரும் தன் குழுவினருடன் அறுவை சிகிச்சைக்கான ஆயத்தப் பணிகளில் மும்முரமானார்கள்.

செவிலியர் ஒருவர் ஆராயியிடம் வந்து, சில காகிதங்களில் கைரேகை வாங்கிக்கொண்டு போனார். ஆண்டவனை முணுமுணுத்து வேண்டியபடியே, படபடக்க வெளியே காத்துநின்றார்கள் ஊர்மக்கள்.

இறுதி நிமிடங்களை நெருங்கிக்கொண்டிருப்பதை உள்ளுணர்ந்து கொண்ட வடிவாம்பாள், தன் மூக்குத்தி, தோடுகளைக் கழட்டிக் கொண்டிருந்த செவிலிப்பெண்ணிடம் ஏதோ சொல்ல, அந்தப் பெண் வெளியே வந்து நகைகளை ஆராயியிடம் ஒப்படைத்துவிட்டு,

“அம்மா...! ஒங்களெ அந்தப் பொண்ணு பாக்கணுமாம். நீங்க மட்டும் உள்ள வாங்க...” என்று ஆராயியை மட்டும் உள்ளேயழைத்தாள். சிறிதும் தாமதிக்காமல் மாயாண்டியின் கையைப் பிடித்துக்கொண்டு அழுதுகொண்டே உள்ளேயோடினாள் ஆராயி. உள்ளே அறுவை சிகிச்சைக்குத் தயாராகவிருந்த வடிவாம்பாள் வலி தாங்கமுடியாமல் துடிதுடித்துக் கொண்டிருந்தாள்.

‘ஆத்தா...! ஏந்தாயீ... வடிவூ...!” கதறிக்கொண்டே ஓடோடி வந்துநின்றாள் ஆராயி. செவிலிபெண் ‘உஷ்...!’ என்று வாய்மீது விரல் வைத்து சைகை காட்டினாள்.

“ஆத்தா…! மாயீ…!” இருவரையும் பார்த்துக் குரலுடைந்தழுதாள் வடிவாம்பாள். ஆத்தாளின் கையை இறுகப்பிடித்தாள்.

“ஆத்தா…! எனக்கு என்ன ஆனாலும் கவலையில்லை. ஆனா என் வயித்துக்குள்ள இருக்குற கருவுக்கு மட்டும் எதுவும் ஆயிரக்கூடாது ஆத்தா…!”

வலிதாங்கமாட்டாமல் பற்களைக் கடித்துக்கொண்டு அவள் சொல்லும்போது, கண்ணீர்த்துளிகள் பொலபொலவெனக் கொட்டத்தொடங்கின. பதறிப்போனாள் ஆராயி.

“அப்படியெல்லாம் சொல்லாத தாயி. ஒனக்கும் ஓம்புள்ளெக்கும் ஒண்ணும் ஆவாது கண்ணு. அந்தச் சமயபுரம் மாரியாத்தா துணையிருப்பா…” கைகளை இறுக்கிப் பிடித்துக்கொண்டு அழுதாள்.

“இல்லத்தா. ஒருவேளை… ஒருவேளை நான் செத்து, ஏம்புள்ளெ பொழைச்சதுன்னா…” என்று தழுதழுத்தபடி அவள் சொன்னபோது, பதறிக்கொண்டு அவளது வாயைப் பொத்தினாள் ஆராயி.

“அப்படியெல்லாம் எதுவும் ஆகாது தாயி”

“ஒருவேளை… அப்படி நடந்தா… அப்பன் பேரு தெரியாத அனாதன்னு யாரும் சொல்லிடக் கூடாது ஆத்தா. அதுக்காகத்தான் ஒன்னைய இப்ப கூப்பிட்டுவுட்டேன் ஆத்தா…”

“என்ன தாயி சொல்ற…?”

“இத்தன நாளா ஏம்மனசுக்குள்ள போட்டுப் பூட்டிவச்சிருந்த ரகசியத்தை இப்ப சொல்றேன் ஆத்தா… கவனமா கேட்டுக்க. வயித்திலயிருக்கிற ஏம்பிள்ளையோட அப்பன் பேரு காளையன்…! சண்டிவீரக் காளையன்…! அழகாபுரி சண்டிவீரக் காளையன்…!” என்று வடிவாம்பாள் மூச்சையடக்கிச் சொல்லியபோது அவளது கண்களிரண்டிலும் மின்னல் பளிச்சிட்டது. முகத்திலொரு கம்பீரம் தென்பட்டது.

பெரிய டாக்டர் ஆபரேசனுக்குத் தயாராகி அந்த அறைக்குள்ளே வர, செவிலியர்கள் ஆராயியைப் பிடித்திழுத்தனர்.

“ஆத்தா வடிவூ…! ஒனக்கு ஒண்ணும் ஆவாது தாயி. அந்த மகமாயி ஒனக்குத் துணையிருப்பா கண்ணு…” என்று கத்திய ஆராயியை வெளியே தள்ளிவிட்டு கதவுகளைச் சாத்திக்கொண்டனர் செவிலியர்கள்.

அக்காவின் நிலைகண்டு அழுதுகொண்டிருந்த மாயாண்டியைப் பிடித்துக்கொண்டு வெளியே வந்த ஆராயி ஓவென ஓலமிட்டுச் சரிந்தாள். பதறியோடிப்போய் சனம் தாங்கிப் பிடித்தது. அழுகையை அடக்கமுடியாமல் கதறியழுதாள் ஆராயி.

“ஏ... சமயபுரம் மாரியாத்தா...! ஆயிரங் கண்ணு உடையவளே...! ஒரு கண்ணையாவது தெறந்துப் பாத்து ஏம்பிள்ளைகளைக் காப்பாத்துடீ ஏந்தாயீ...!” என்று வேண்டியழுதாள். உள்ளே மயங்கிய நிலையிலிருந்த வடிவாம்பாளுக்குச் சிகிச்சை ஆரம்பமானது.

“மாம்பழம்... மாம்பழம்... சேலத்து மல்கோவா மாம்பழம்... அண்ணே...! மஞ்சப்பை யண்ணே...! பத்துரூவா தான்னே... வேணுமாண்ணே...?” என்று சன்னல் வழியாக வியாபாரியொருவன் கூவியழைத்தபோதுதான் சுயநினைவுக்கு வந்தான் மாயாண்டி. சுற்றிமுற்றிப் பார்த்தான். அவன் வந்த பேருந்து, சேலம் பேருந்து நிலையத்தில் நின்றுகொண்டிருந்தது...

5

பரபரப்பாக இயங்கிக்கொண்டிருந்தது சேலம் பேருந்துநிலையம். பேருந்திலிருந்து கீழே இறங்கினான் மாயாண்டி. யார்யாரிடமோ விசாரித்து ஒருவழியாக அழகாபுரி செல்லும் டவுன்பஸ்ஸைக் கண்டுபிடித்தான்.

"அண்ணே...! இந்த பஸ்சு அழகாபுரி போவுங்களாண்ணே...?" என்று நடத்துனரிடம் கேட்டான்.

"அழகாபுரியா...? இந்த பஸ்சு அந்த வழியா போகாதுய்யா. வேற பாதையில போகுது. அந்த பஸ்சு வர இன்னும் ரெண்டு மணிநேரம் ஆவும்" என்று நடத்துனர் பதிலளித்தார். அதைக்கேட்டு அவ்விடம் விட்டு நகர முற்பட்ட அவனை, உள்ளேயிருந்த கிழவனொருவர் கூப்பிட்டு நிறுத்தினார்.

"ஏ தம்பீ...! அரசனூரு பிரிவுகிட்ட எறங்கி, அப்புடியே ஒத்தையடிப் பாதையில ரெண்டு மைலு தூரம் நடந்துபோனா அழகாபுரி வந்துரும்யா. அதுக்குப்போயி ரெண்டு மணிநேரம் இந்த வேகாத வெயிலுல ஒக்காந்து காத்துக்கிட்டு இருப்பியா...? வா... வந்து ஏறிக்கப்பா..." என்று உள்ளே அழைத்தார். தலையசைத்து ஆமோதித்து, டவுன்பஸ்சுக்குள்ளே ஏறி ஓரிடம் தேர்ந்து அமர்ந்துகொண்டான் மாயாண்டி.

"ஒக்காருப்பா. எடம் வந்தா நாஞ் சொல்றேன்" என்று அவர் சொல்ல, "ரொம்ப நன்றிய்யா" என்று தலையாட்டிக்கொண்டே, கிடைத்த சன்னலோர இருக்கையில் இடம்மாறி அமர்ந்துகொண்டான்.

பிடிமண்

பசி வயிற்றைக் கிள்ளியது. வெயில் வாட்டியெடுத்தது. இஞ்சிமரப்பா, கடலைமிட்டாய், வெள்ளரிப்பிஞ்சு, வறுத்தகடலை என ஒவ்வொரு வியாபாரியாக டவுன்பஸ்சுக்குள் ஏறி கூவிக்கூவி விற்றுவிட்டுப் போனார்கள். அவர்களில் வறுகடலை விற்றுக்கொண்டு வந்த சிறுவன் பார்ப்பதற்குப் பரிதாபமாகத் தோன்ற, ஒரு பொட்டலத்தை வாங்கிக் கொறிக்கத் தொடங்கினான் மாயாண்டி. உச்சிவெயில் வாட்டியெடுத்தது. பசியடங்க ஒவ்வொன்றாக எடுத்துப் பொறுமையாகக் கொறித்துத் தின்றபடியே நேரத்தைக் கடத்திக்கொண்டிருந்தான். அந்தப் பொட்டலம் தீர்வதற்குள் காற்றும்கூடப் புக இடமின்றி நிறைந்து வழிந்தது டவுன்பஸ்.

ஓட்டுநர் ஏறியமர்ந்து வண்டியைக் கிளப்பினார். மெதுவாக நகர ஆரம்பித்தது டவுன்பஸ். திடீரென "டம்... டம்... டம்..." என்று சத்தம். சத்தம்கேட்டு சுதாரித்த நடத்துனர், காதையடைக்கும்படி விசிலூத, கிறீச்... சென வண்டியை நிறுத்தினார் ஓட்டுநர். திடுக்கிட்டு எல்லோரும் வெளியே எட்டிப்பார்த்தனர். வயதான கிழவியொருத்தி பேருந்தை நிறுத்தச்சொல்லி அடித்துக்கொண்டே ஓடிவந்துகொண்டிருந்தாள்.

"ஏய்... கெழவி...! இந்நேரம் வரைக்கும் எங்கெ போயிருந்த...? ஏறு ஏறு. விழுந்து கிழுந்து தொலைச்சிரப் போற" என்று திட்டிக்கொண்டே அவளைக் கைபிடித்து ஏற்றிவிட்டார் நடத்துனர்.

"செரி காளை...! செரி காளை...! பெரியமனுசி வேகாத வெயிலுல மூச்சுவாங்க ஓடியாறேன் காளை. கோவிச்சுக்காதய்யா..." என்று வாயெல்லாம் வெற்றிலைக் காரைப்பல் தெரிய இளித்துக்கொண்டே ஏறினாள் கிழவி.

"வண்டி ஏற்கனவே பத்து நிமிசம் லேட்டு. சீக்கிரம் ஏறு கெழவி..." என்று அவளை ஏற்றிவிட்டு நடத்துனர் விசிலூத, வண்டி கிளம்பியது. கிழவி கூட்டத்திற்குள் லாகவமாகப் புகுந்து புகுந்து தனக்குத் தோதான இடம்தேடி வாகாக நின்றுகொண்டாள். வியர்க்க விறுவிறுக்க மூச்சுவாங்கியபடி நின்றுகொண்டிருந்த அந்தக் கிழவி, முன்னால் இருக்கையில் அமர்ந்திருந்த மாயாண்டியைப் பார்த்தாள். இதுவரை பார்த்திராத புதிய முகமாகத் தெரிந்தது.

"யெய்யா...! காளை...! கொஞ்சம் எந்திரிச்சி இடம் குடுக்கிறியா காளை. பெரியமனுசிக்கிக் காலு வலிக்குதுய்யா. நீ மவராசனாக் இருப்ப..." என்று கெஞ்சினாள்.

அது ஏனோ... கூட்டம் நிறைந்த பேருந்துப் பயணத்தில் மட்டும் எந்தவொரு பெண்ணும் இன்னொரு பெண்ணிடம் உதவி கேட்பதே இல்லை...?!

மறுபேச்சின்றி எழுந்து இடம்கொடுத்தான் மாயாண்டி.

“நீ நல்லாயிருப்ப காளை...” என்று வாழ்த்திவிட்டு இருக்கையில் அமர்ந்துகொண்டாள் கிழவி. அவளது காதில் தொங்கும் தண்டட்டிக் கம்மல், வயதைக் காட்டும் முகச் சுருக்கம், கறுப்புத் தோல் நிறம், வெற்றிலைக் காரைப்பல், இழுத்துச் செருகிக்கட்டிய அந்தப் பருத்திச்சேலை இவையனைத்தும் தன் அக்கா வடிவாம்பாளை நினைவுபடுத்தியது அவனுக்கு. வடிவாம்பாளின் வெண்கலக் குரல் காதுகளுக்குள் கேட்கத் தொடங்கியது. மூளை நரம்புகளுக்கிடையே முந்தைய நினைவுகள் வந்துபோகத் தொடங்கின.

“பார்த்து... பார்த்து சூதானமா தூக்கி வெளையாடு கண்ணு மாயி... பிள்ளைக்கிக் தலை சுத்தும்ல...” அக்கா வடிவாம்பாளின் பெண்குழந்தையை, கிறுகிறுவென வாசலில் சுற்றி விளையாடிக் கொண்டிருந்த மாயாண்டியை எச்சரித்தாள் ஆராயி. அதையெல்லாம் காதில் வாங்கிக்கொள்ளாமல் குதூகலமாகச் சுழற்றிச் சுழற்றி விளையாடிக்கொண்டிருந்தான் மாயாண்டி. சிரித்துச் சிரித்து மாமனோடு விளையாடிக்கொண்டிருந்தாள் குட்டிப்பெண் பொன்னாத்தாள். செல்லமகள் பொன்னாத்தா மாமன்காரன் மாயாண்டியோடு ஒட்டிக்கொண்டு ஆடியோடி விளையாடுவதை ரசித்துப் பார்த்துப்பார்த்துப் பூரித்துப்போனாள் வடிவாம்பாள். ஆனாலும் அவளுக்கு ரொம்ப நாட்களாக மனக்குறையொன்று நெஞ்சுக்குள் ரணமாய் அரித்துக்கொண்டிருந்தது. தன் மகளது இடதுகால் சற்று ஊனமாகி விந்தி விந்தி நடப்பதைக்கண்டு விம்மினாள்.

“ஏம்புள்ளைக்கு இப்புடி பீச்சாங்காலைக் கொறை வச்சிட்டாளேயாத்தா அந்த மகமாயி...” என்று மனம் புழுங்கினாள்.

“அப்படியெல்லாம் சொல்லாத தாயி. ஒங்க ரெண்டு பேத்தையும் இன்னிக்கி உசுரோட திரும்பப் பாக்குறேன்னா, அதுக்கு அந்தச் சமயபுரம் மகமாயிதான் காரணம்.

ஒட்டுமொத்த சனமே சேர்ந்துநின்னு அழுது வேண்டுனது, அவ காதுல கேட்டதுனாலதான் தாயும் சேயும் சேதாரமில்லாம எனக்குக் கெடைச்சுருக்கீங்க. ஒரு நாளா... இரண்டு நாளா... மூணு நாளா

அத்தனைபேரும் உண்ணாம கொள்ளாம தவியாத் தவிச்சுப்போயி, அந்த ஆஸ்பத்திரிக்கி முன்னாடி நின்னுகிட்டு இருந்தோம்டி யாத்தா. ஒரு பக்கட்டு நீயி உசிருக்கு போராடிக்கிட்டிருந்த. மறு பக்கட்டு கண்ணாடிப் பொட்டிக்குள்ளார இந்தப் பச்சப்புள்ள உசுருக்குப் போராடிக்கிட்டிருந்துச்சு. அந்த மகமாயிதான் டாக்டரு ரூவத்தில எறங்கி வந்து, போற ரெண்டு உசுருகளையும் நோகாம மீட்டுக் கொடுத்தா... கண்ணீர்விட்டாள் ஆராயி.

"ஆனா... ஏம்புள்ளைய ஊனமா படைச்சிட்டாளே யாத்தா. என்ன இருந்தாலும் பொட்டப்புள்ள... எப்படி நான் கரை சேர்ப்பேன்...?" என்று கலங்கினாள் வடிவு.

"அதெல்லாம் எதையும் நெனைச்சுக் கலங்காதே தாயி. தலைக்கு வந்தது தலைப்பாகையோடு போச்சு. நீங்க ரெண்டு பேரும் உசுரோட வந்ததே எனக்குப் போதும். மரத்த நட்டவன் தண்ணி ஊத்தாமயா போயிருவான்... அததுக்கு ஒரு கணக்கு இருக்கும்" என்று மகளை மடியில் சாய்த்துத் தலைகோதியபடி தேற்றினாள். ஆனாலும் வடிவாம்பாளுக்கு மனம் ஆறவேயில்லை. உறுத்தலாகவே இருந்தது. விந்தி விந்தி ஓடி விளையாடும் மகளைப் பார்த்துக் கண்கலங்கினாள்.

மாமன்காரன் மாயாண்டியைத் துரத்தி விளையாடிய பொன்னாத்தா, திடீரெனக் கால்தடுக்கிக் கீழே விழ, பதறியடித்துக்கொண்டு தூக்க ஓடினாள் வடிவு. அதற்குள் அவளைத் தூக்கித் தேற்றினான் மாயாண்டி. முத்திக் கொஞ்சினான். அழுகையை நிறுத்தவேயில்லை பொன்னாத்தா.

"ஊரு கண்ணே ஏம் பேத்தி மேலதான் இருந்துருக்கு..." என்றபடியே வந்து, விழுந்த இடத்திலிருந்த மண்ணையள்ளி அழுதுகொண்டிருந்த பெயர்த்திக்கு திருஷ்டி சுற்றினாள் ஆராயி.

"ஊரு கண்ணு ஒறவு கண்ணு
நாய் கண்ணு நோய் கண்ணு
நல்ல கண்ணு நொள்ள கண்ணு
கண்ட கண்ணு முண்ட கண்ணு
கொள்ளி கண்ணு கள்ளி கண்ணு
கரிச்சு கொட்டும் எல்லா கண்ணும்
கண்ட பிணி தொலையட்டும்
கடுகு போல வெடிக்கட்டும்

த்தூ... த்தூ... த்தூ...'' என்று திருஷ்டி சுற்றிய ஆராயியை ரசித்துப் பார்த்துக்கொண்டிருந்தனர் மூவரும்.

“தம்பீ...! ஏய் தம்பி...!'' உலுக்கினார் நடத்துநர். சுயநினைவு வந்து திரும்பினான் மாயாண்டி.

“என்னய்யா பகல்லயே கனவு கண்டுகிட்டு இருக்க...? டிக்கெட்ட எடுய்யா...'' என்று கேட்டார்.

“அண்ணே...! நான் அழகாபுரி போவணும். அரசனூர் பிரிவு ஒண்ணு குடுங்க... எடந் தெரியாது. வந்தா சொல்லுங்கண்ணே. என்னய எறக்கி விட்ருங்கண்ணே...'' காசு கொடுத்துப் பயணச்சீட்டு வாங்கிக்கொண்டான். நகர்ந்துசென்ற நடத்துநரை கிழவி கத்தினாள்.

“காளை...! மீதி நாலணா தராமப் போறியேப்பா...'' என்று இளித்தாள்.

“ஆங்... இத மட்டும் வக்கணையா கேளு... ஆனா நேரத்துக்கு மட்டும் வந்துராத...'' முகத்தைச் சுளித்துத் திட்டிக்கொண்டே பைக்குள் துழாவினார் நடத்துநர். நாலணா சில்லறை இல்லை. உடனே ஒரு எட்டணாவை மாயாண்டியிடம் கொடுத்து, “இந்தா... இந்த எட்டணாவ ரெண்டு பேரும் பிரிச்சு எடுத்துக்கங்க...'' என்று நகர்ந்தான்.

“ஆத்தீ... இந்தத் தம்பி யாருன்னே எனக்குத் தெரியாதே... சாமி சாமி...! நீயே நாலணாவக் கொடுத்திரு காளை...'' என்று கிழவி கெஞ்சினாள்.

“அய்யய்யய்யய்யே... ஒன்னோட பெரிய ரோதனையால்ல போச்சு. சில்லறை இருந்தா தர மாட்டேனா? இவரும் அரசனூரு பிரிவுலதான் இறங்குறாரு. வாங்கிக்க...'' என்று சொல்லிவிட்டு நகர்ந்துபோய் தன் வேலையைத் தொடர்ந்தார் நடத்துனர். வேறு வழியின்றி சந்தேகத்தோடு மாயாண்டியை உற்றுநோக்கினாள் கிழவி.

“நீயும் அரசனூரு பிரிவுல தான் எறங்குறியா காளை...?'' ஒருமுறை கேட்டு ஊர்சிதப்படுத்திக்கொண்டாள்.

“ஆமாத்தா... அரசனூரு பிரிவு...'' என்று அவன் சொன்ன பின்புதான் நிம்மதிப் பெருமூச்சு விட்டாள்.

புழுதியைக் கிளப்பிக்கொண்டு சென்றுகொண்டிருந்தது டவுன்பஸ். அடுத்தடுத்த ஊர்களில் சனம் இறங்கியேற, பொட்டல் பிரதேசத்துக்குள்

ஊர்ந்து சென்றுகொண்டிருந்தது பேருந்து. மாயாண்டி இருக்கிறானா என்று அடிக்கடி திரும்பிப் பார்த்தபடியிருந்தாள் கிழவி. இடையில் நிறுத்தமொன்றில் இடம் கிடைத்து, மாயாண்டி தனக்குப் பின்னிருக்கையில் அமர்ந்தபின்தான் நிம்மதியாக இருந்தது கிழவிக்கு.

"ஏங்காளெ…! நாலணா சில்லறை ஏதும் இருக்குதான்னு ஒஞ் சட்டைப் பையிக்குள்ளார துழாவிப் பாரு…"

இளித்தபடி கேட்டாள். சட்டைப்பைக்குள் துழாவிப்பார்த்தான் மாயாண்டி.

"சில்லறையில்ல ஆத்தா. பரவால்ல… இந்தா நீயே வச்சுக்கோ ஆத்தா" என்று எட்டணாவை எடுத்துக்கொடுத்தான்.

"பொண்டாட்டி பிள்ளைகளோட நீயி நூறு வருஷம் நல்லாயிருக்கணும் காளை…" என்று வாழ்த்தியபடி எட்டணாவை வாங்கித் தன் சுருக்குப்பையில் போட்டு இறுக்கி இடுப்பில் செருகிக்கொண்டாள் கிழவி. மாயாண்டிக்கு பொண்டாட்டி, பிள்ளைகளின் நினைவு வந்தது. அவர்களது உருவம் கண்முன்னே வந்துபோயின. முன்பு நடந்தவற்றை நோக்கி நினைவு பயணப்படத் தொடங்கியது…

6

பருவமெய்திய மங்கை பொன்னாத்தாவுக்கு, மாமனாக முன்நிற்கவைத்து, மாயாண்டியைக் குடிசு கட்டி முறை செய்வித்தாள் ஆராயி. பூரிப்புடன் மகளைப் பார்த்துப் பெருமிதம் கொண்டாள் வடிவாம்பாள்.

பொன்னாத்தாளின் நாணம் கலந்த பார்வை மாயாண்டியைக் கிளர்ச்சியுறச் செய்தது. அவளது உடல் வனப்பு கவனத்தை ஈர்த்தது. அதுநாள்வரை "மாமா...! மாமா...!" என்று கூடவே சுற்றித்திரிந்தவள், தற்போது நாணிக்கோணி ஆசையாசையாய்ப் பார்க்கும் காந்தப்பார்வை அவனை ஏதேதோ செய்தது. மனதுக்குள் ஆசைவளர்க்க ஆரம்பித்தான்.

நாளொரு மேனியும் பொழுதொரு வண்ணமுமாக வளர்ந்து ஆளாகி நின்ற பொன்னாத்தாவுக்கு நல்ல வரன் தேடி நாயாய் அலைந்தாள் வடிவாம்பாள். நல்ல வசதியான இடமாகப் பார்த்துப் பார்த்து ஓய்ந்துபோனாள் அவள். வந்து பார்த்த மாப்பிள்ளை வீட்டாரும் அவளது ஊனத்தைப் பார்த்து விலகி ஒதுங்கிச்சென்றனர். இது தொடரத் தொடர அது வடிவாம்பாளுக்குப் பெரிய மன அழுத்தமாக மாறியது. புழுங்கியழுதாள். செய்வதறியாது திகைத்தாள்.

"ஏத்தா...! நல்ல மாப்புள்ள, நல்ல மாப்புள்ளன்னு ஊரூரா இந்தச் சீமையெல்லாந் தேடியலையிறியே. ஓங்கண்ணுக்கு ஏம்புள்ள

மாயாண்டியெல்லாம் ஒரு ஆளா தெரியலையாக்கும்...?" ஒருநாள் வாய்விட்டே கேட்டுவிட்டாள் ஆராயி கிழவி. பதறிப்போனாள் வடிவாம்பாள்.

"என்ன பேச்சுப் பேசுற ஆத்தா நீயி...? ஒனக்கென்ன புத்திகித்தி பேதலிச்சுப் போயிருச்சா...?" சட்டெனக் கோபமாகக் கத்திவிட்டு விருட்டென அவ்விடத்திலிருந்து எழுந்து நடந்தாள் வடிவாம்பாள். இதையெல்லாம் மறைந்திருந்து பார்த்துக்கொண்டிருந்த மாயாண்டி மனமுடைந்து போனான். குட்டை, குண்டு, முந்திக்கொண்டு நிற்கும் தொந்தி, கருகருவென்றிருக்கும் தோல்நிறம், எந்த எண்ணெய்க்கும் படியாத சுருட்டை முடி, அழுக்குக்கறை படிந்த தெத்துப் பற்கள். தன்னையே உற்றுநோக்கி நொந்து கொண்டான். தானொரு அழகில்லாத பட்டிக்காட்டான் என்பது அவனுக்கு அப்போதுதான் உறைத்தது. சரிவர சாப்பிடாமல், வெளியேயும் சொல்லமுடியாமல் புழுங்கித் தவித்தான். ஒருநாள் இரவு சாப்பிடாமல் படுத்துக்கிடந்தவனை எழுப்பி வடிவாம்பாள் சாப்பிட வற்புறுத்தியபோது, பொறுக்கமாட்டாமல் கேட்டேவிட்டான்.

"ஏக்கா...! நான் அழகா இல்லன்னு தானே என்னய ஒதுக்கிப் பாக்குற...? ஊரெல்லாம் நல்ல மாப்பிள்ளையைத் தேடி அலையிறியே. பொன்னாத்தாளெ என்னெயவிட நல்லா எவனாலக்கா பாத்துக்க முடியும்...?" கண்ணீரோடு கேட்டேவிட்டான். வடிவாம்பாளுக்கோ அதிர்ச்சி! தன் தம்பியின் மனதில் இப்படியொரு ஆசையிருப்பதை அறிந்து அதிர்ந்துபோனாள். கண்ணீர்த்துளிகள் பொலபொலவெனக் கொட்டத் தொடங்கின.

"அய்யா...! சாமி...! என்னய்யா இப்புடிக் கேட்டுப்புட்ட...? ஓம்மனசுல இப்புடியொரு ஆசை இருக்குறது தெரிஞ்சிருந்தா, நான் ஏங்கண்ணு வெளியே நாயா திரியிறேன். அன்னிக்கு ஆத்தா கேட்டப்ப கூட, ஒன்னைய ஏம் பெத்தப்புள்ளையா நெனச்சதுனாலதான் நான் அப்புடிச் சொன்னேஞ் சாமி. ஏம்மக பொன்னாத்தாவுக்கு ஒன்னையவிட ஒரு மவராசன் கெடைப்பானா சாமி...?! தப்பு செஞ்சிருந்தா அக்காவ மன்னிச்சிரு கண்ணு...! மன்னிச்சிருய்யா..." என்று கைகுவித்து நின்ற அவளைக் கட்டியணைத்துக்கொண்டான் மாயாண்டி. இருவரும் கட்டிக்கொண்டு கதறியழுததை அடுப்படியிலிருந்த ஆராயியும், வாசல் நிலைப்படியருகே மறைந்துநின்று கேட்டுக்கொண்டிருந்த பொன்னாத்தாவும் கண்ணீர்பொங்க பார்த்துப் பூரித்தனர்.

“அரசனூரு பிரிவு எறங்குங்க...” நடத்துனர் கத்திக்கொண்டே விசிலூதினார். வண்டி நின்றது.

“காளை...! எறங்கு காளை... ஊரு வந்திருச்சு...” மாயாண்டியை உலுக்கியெழுப்பினாள் கிழவி. இருவரும் கீழே இறங்கியவுடன் புழுதிபறக்க புறப்பட்டுப் போனது டவுன்பஸ்.

சுற்றிமுற்றிப் பார்த்தான் மாயாண்டி. கண்ணுக்கெட்டிய தூரம்வரை பொட்டல் வெளியாகத்தான் காட்சியளித்தது. தடம் தெரியாமல் தயங்கி நின்றான் மாயாண்டி. இடுப்பில் கூடையை வைத்துக்கொண்டு, தன் வழியே ஊரை நோக்கி நடை தொடங்கிய கிழவி, சற்றே திரும்பிப் பார்த்தாள். திக்குத் தெரியாமல் தயங்கி நின்றுகொண்டிருந்தான் மாயாண்டி.

“ஏ...! என்னய்யா காள முழிச்சுக்கிட்டு நின்னுக்கிட்டிருக்க...? நீயி எங்க போவணும்...?” நின்று கேட்டாள் கிழவி.

“அழகாபுரி போவணும் ஆத்தா” பதிலளித்தான் அவன்.

“அழகாபுரியா...?! நானும் அந்த ஊருதான். அங்கதான் போறேன். ஏம் பின்னாடியே வா காளை. இன்னும் ரெண்டு மைல் தூரம் இந்த மண்பாதையிலயே நடந்து போவணும்... வா....” என்று அவள் அழைக்க, மறுபேச்சின்றி அவளோடு நடக்கலானான் மாயாண்டி.

வெயில் சுட்டுப் பொசுக்கும் அந்த மண்பாதையில் இருவரும் எட்டு வைத்து நடக்கலானார்கள். சுற்றிமுற்றிலும் அனல் தகிக்கும் பொட்டல்காடு வெளியாய் தகிக்க, ஆங்காங்கே கருவேல மரங்கள் மட்டுமே தென்பட்டன. சிறிது தூரம் நடந்துசென்ற அந்தக் கிழவி ஐயத்தோடு திரும்பினாள்.

“ஆமா... அழகாபுரியில நீயி யாரு வூட்டுக்குப் போகுறெ காளை?” என்று தன் மனதில் பட்டதைக் கேட்டாள்.

“வடிவாம்பாள்...!” என்றான் மாயாண்டி. சற்றே யோசித்த அவள்,

“அங்க அப்படி யாரும் இல்லையே காளெ... விலாசம் மாறிப்போயி ஏதும் வர்றியா?” என்று சந்தேகத்துடன் கேட்டாள்.

“ஆத்தா...! முப்பது வருசத்துக்கு முன்னாடி காணாமப் போன வடிவாம்பாளோட மருமகன் நானு... அது வீட்டைத் தேடித்தான் போறேன்” என்று சொன்னான் அவன். இதைக்கேட்டதும் குலை

நடுங்கியது அவளுக்கு. திடுக்கிட்டு நின்று ஒருகணம் அவனையே உற்றுப்பார்த்தாள். இதயத்துடிப்பு இருமடங்கானது.

"யாரு...?! வடிவாம்பாளா...?! வடிவு உசிரோட இருக்குறாளா...?! என்னோட வடிவு இன்னமும் உசுரோடத்தான் இருக்கிறாளா...?!" கூடையைக் கீழே போட்டுவிட்டு அவனைப் பிடித்து உலுக்கினாள். அவள் கண்களில் மின்னல் தெறித்தது. தலைக்குள் இடியிடித்தது. கண்களிலிருந்து பொலபொலவென நீர்மாரி பொழியத் தொடங்கியது.

7

கொட்டும் மழையில் காவிரியாறு கரைபுரண்டு ஓடிக்கொண்டிருந்தது. "ஊ... ஊ... ஊ..." என்ற சத்தத்துடன் புயல்போல் வீசிக்கொண்டிருந்தது காற்று. காதைப் பிளக்கும் இடிச்சத்தத்தில் பூமியதிர்ந்தது. பளிச் பளிச்சென வெட்டிய மின்னல் வெளிச்சத்தில் சுற்றியிருந்த மரம்,செடி, கொடிகளெல்லாம் காற்றின் வேகத்துக்கு ஈடுகொடுக்கமுடியாமல் தலைசாய்ந்து அல்லாடிக்கொண்டிருந்தன.

கரைமீது ஓங்கியுயர்ந்து வளர்ந்திருந்ததொரு பெருமரத்தின் அடித்தூரில் தன் கையில் பிடித்திருந்த கயிற்றை நாலைந்து சுற்றுகள் சுற்றி உருவாஞ்சுருக்கு போட்டார் அப்பன் சங்கன். அதேநேரம் அந்தக் கயிற்றின் மறுமுனையை ஒரு சைக்கிள் டியூபோடு இறுக்கமாகக் கட்டினான் சற்றருகே நின்றுகொண்டிருந்த மகன் காளையன். கயிறு மரத்தில் நன்றாக இறுகக் கட்டப்பட்டுள்ளதாவென திரும்பத் திரும்ப தன் பலம்கொண்ட மட்டும் இழுத்துப் பார்த்து உறுதிசெய்துகொண்டிருந்தார் சங்கன். இப்போது அந்தக் கயிற்றோடு இணைக்கப்பட்டிருந்த சைக்கிள் டியூபை இரண்டு சுற்று சுற்றி, அதைத் தன் தலைமேல் நுழைத்து, கொஞ்சம் கொஞ்சமாக உடம்பை நெளித்து, அதைத் தன் இடுப்புக்குக் கொண்டுவந்தான் காளையன். சங்கன் ஒரு சாக்குப்பையைக் கொடுக்க, தன் இடுப்பிலிருக்கும் டியூபை தனக்கு வாகாக சரிசெய்துகொண்டு, தனக்கு முன்னால் ஆக்ரோசமாக ஓடிக்கொண்டிருக்கும் ஆற்றுத்தண்ணீருக்குள் இறங்கினான் காளையன்.

உள்ளே இறங்க, இறங்க ஆர்ப்பரித்து ஓடிக்கொண்டிருக்கும்

பிடிமண்

ஆற்றுத்தண்ணீர் அவனைப் பலமாக தன்போக்குக்கு இழுக்கத் தொடங்கியது. சமாளித்துக்கொண்டு கவனமாகத் தண்ணீருக்குள் கால்களை எடுத்துவைத்து மெதுமெதுவாக ஆற்றுக்குள் நகரத் தொடங்கினான் காளையன். ஒருமுனை மரத்தோடும், மறுமுனை மகனோடும் இணைக்கப்பட்டிருந்த அந்தக் கயிறை கவனமாகப் பிடித்துக்கொண்டு கரையில் நின்றபடி, ஆற்றுத்தண்ணீருக்குள் இறங்கிக்கொண்டிருக்கும் மகனையே பார்த்துக்கொண்டிருந்தார் சங்கன். ச்சோவெனக் கொட்டிக்கொண்டிருந்தது மழை.

சடசடவெனப் பெருமழையடிக்க, தலைவழியே வழிந்துவரும் மழைத்தண்ணீரைத் துடைத்தபடி, மின்னல் வெளிச்சத்தில் தூரத்தில் ஆற்றுக்குள்ளே நடந்துபோய்க்கொண்டிருக்கும் மகனையே பதைபதைப்புடன் பார்த்துக்கொண்டிருந்தார் சங்கன். கொஞ்சம் கொஞ்சமாக ஆற்றுக்குள் சென்றுவிட்ட காளையன், இப்போது ஆற்றுத் தண்ணீரின் இழுவைக்குத் தாக்குப்பிடிக்க முடியாமல், தோதான இடத்தைத் தேர்ந்து, மூக்கைப் பிடித்துக்கொண்டு ஆற்றுக்குள் மூழ்கினான். சலசலசலவெனப் பேரிரைச்சலுடன் தறிகெட்டு ஓடிக்கொண்டிருந்தது காவிரியாறு.

மழைத் தண்ணீர் முகத்தில் படாதவாறு நெற்றிப் புருவத்தின்மீது ஒரு கையை வைத்தபடி, கண்களைச் சுருக்கி, தூரத்தில் தன் மகன் ஆற்றுக்குள் மூழ்கிய அந்த இடத்தையே உற்றுப் பார்த்துக் கொண்டிருந்தார் சங்கன். இருட்டில் எதுவுமே தெளிவாகத் தெரியவில்லை. தனது கைகளால் கவனமாக அந்தக் கயிற்றைப் பிடித்துக்கொண்டிருந்தார்.

ஆர்ப்பரித்து ஓடிக்கொண்டிருக்கும் ஆற்றுத் தண்ணீருக்குள் மூழ்கியபடியே தலைகீழாக அடிப்பகுதிக்கு வேகவேகமாகப் பாய்ந்தான் காளையன். ஆற்றின் வேகம் அவனை மூர்க்கமாகத் தன்போக்கில் இழுத்துச்செல்ல முயன்றது. அதற்கு ஈடுகொடுக்கமுடியாமல் அதன் திசையிலேயே செல்லத் துவங்கிய அவன், சட்டென ஓரிடத்தில் ஆற்றின் திசைக்கு எதிராகத் திரும்பி நின்றான். வழுக்கிக்கொண்டு போன தரைமணலில் கால்களால் முட்டுக்கொடுக்கப் பெரும்பாடுபட்டு முயன்றுகொண்டிருந்தான். இடுப்பில் மாட்டப்பட்டிருந்த டியூபும், கயிறும் அவனை கட்டுப்படுத்திக்கொண்டிருந்தன. ஆற்றின் போக்குக்குத் தக்கபடி அசைந்துகொண்டிருந்த கயிறு, ஒருகட்டத்தில் விண்ணென விறைப்பாகி நிலைகொண்டது. தளர்வாக இருந்த அந்தக் கயிறு சடக்கென

50

ஜீவிதன்

விறைப்பானவுடன், காளையன் தண்ணீருக்குள் மூழ்கிவிட்டான் என்பதைப் புரிந்துகொண்டு, தனது இரண்டு கைகளாலும் அந்தக் கயிற்றை அழுத்திப் பிடித்துக்கொண்டார் கரையிலிருந்த சங்கன். மின்னல் வெளிச்சத்தில் பேரிரைச்சலுடன் ஓடிக்கொண்டிருந்த ஆற்றையே மிகவும் கவனமாகப் பார்த்துக்கொண்டிருந்தார்.

ஆற்றுத் தண்ணீருக்குள் மூழ்கியபடியே, ஓரிடத்தில் தரைமணலில் இரண்டு கால்களாலும் முட்டுக்கொடுத்து நங்கூரமாய் நின்றுகொண்டான் காளையன். கண்ணிமைக்கும் நேரத்தில் இடுப்பில் செருகியிருந்த கோணிச்சாக்கை எடுத்தான். ஆற்றின் பாய்திசைக்கு எதிராக சாக்குப்பையைத் தரையில் வைத்தான். அதன் வாயைப் பிளந்தான். தண்ணீர் அதற்குள் வேகமாக நுழைந்து இழுத்தது. சாக்குப்பையை ஒரு கையால் லாகவமாகப் பிடித்துக்கொண்டு, விறுவிறுவென்று மறு கையால் ஆற்று மணலை அந்தச் சாக்குப்பைக்குள் பறித்துப்போடத் தொடங்கினான். தண்ணீருக்குள் போன தனது மகனின் ஒவ்வொரு அசைவையும் கயிற்றின் வழியாக உணர்ந்துகொண்டிருந்தார் சங்கன்.

இப்போது மழை இன்னும் பேரிரைச்சலுடன் பெய்துகொண்டிருந்தது. சற்றுநேரத்தில் அந்தக் கயிறு குலுங்க, தனக்கான உத்தரவு வந்துவிட்டதை உணர்ந்துகொண்ட சங்கன், கண்ணிமைக்கும் நேரத்தில் அந்தக் கயிற்றைப் பிடித்துத் தன் கைகளுக்குள் ஒன்றிரண்டு சுற்று சுற்றிக்கொண்டார். பின்னால் ஆற்றின் கரைப் பக்கமாகத் திரும்பிக்கொண்டார். நன்றாகக் குனிந்து அந்தக் கயிறை முதுகிற்கு மேலே தூக்கிப்பிடித்து, கைகளை உச்சந்தலைமீது வைத்துக்கொண்டார். தலையை நன்றாகக் குனிந்து, மூச்சை இழுத்துப் பிடித்துக்கொண்டு விறுவிறுவெனப் பலமாக இழுத்துக்கொண்டு ஓடி கரையில் ஏறி, அதே வேகத்தில் மறுபக்கம் இறங்கினார்.

அதே நேரம் ஆற்றுக்குமேலே தலையை எட்டிப்பார்த்தான் காளையன். அதுவரை தண்ணீருக்குள் அடக்கிவைத்திருந்த மூச்சுக்காற்றை வாயைப் பிளந்து ஒரே மூச்சில் வெளிவிட்டான். கயிறு கரையை நோக்கி அவனை இழுத்தது. அதன் போக்கிலேயே ஒரு கையால் நீந்தத் தொடங்கினான் காளையன். அவனது இன்னொரு கை, தண்ணீருக்குள் மணல் நிரப்பப்பட்ட அந்தச் சாக்குப்பையை இறுகப் பிடித்திருந்தது. கரையின் மறுபுறம் சரசரவென்று முழுப் பலங்கொண்டு கயிறை இழுத்தபடியே சங்கன் ஓடியதால், கயிற்றின் இழுவைக்கேற்ப நீந்தியபடியே வேகவேகமாக கரையை நெருங்கினான் காளையன்.

நீந்தி நீந்தி கரைக்கு மிக அருகில் வந்துவிட்ட அவன், கரையிலிருந்த ஒரு மரத்தை எட்டிப்பிடித்து கரையில் ஏறினான். அதேவேகத்தில் மணல் சாக்கை கரையில் இழுத்துப் போட்டுவிட்டு, மறுகணமே இடுப்புக் கயிறைப் பிடித்துப் பலமாகச் சுண்டினான்.

கரையின் மறுபுறம் இழுத்துக்கொண்டே ஓடிய சங்கனின் கைப்பிடிக்குள்ளிருந்த கயிறு அதிர்ந்து சுண்டியிழுத்தது. உடனே கயிறைத் தளர்த்தி, தன் பிடியிலிருந்து விடுவித்துவிட்டு ஓட்டத்தைக் குறைத்து மெல்லமெல்ல நடந்து ஓரிடத்தில் நின்று தன்னை ஆசுவாசப்படுத்திக்கொண்டார் சங்கன். கண்ணிமைக்கும் நேரத்தில் எல்லாம் நடந்தேறியது. சாக்குப்பை நிறைய ஆற்றுமணலோடு கரையேறிவிட்ட மகன் காளையனிடம் வேகவேகமாக ஓடினார் சங்கன். மழை இன்னும் விட்டபாடில்லை.

காளையன் தன் இடுப்பிலிருந்த சைக்கிள் டியூபைத் தளர்த்தி, லாகவமாகத் தன் உடம்பை நெளித்து மேலேற்றி, தலைவழியாக அதனை விடுவித்துக்கொண்டிருந்தான். கரை உச்சியை அடைந்த சங்கன், தன் மகனிடம் ஓடோடி வந்தார். அங்கே கிடத்தியிருந்த மணல் மூட்டையைத் தூக்கி நான்கைந்து முறை குலுக்கி தரையில் வைத்தார். அதன் வாயைச் சுருக்கி மடித்து குரல்வளையைப் பிடிப்பது மாதிரி இறுக்கிப் பிடித்தார். அதற்குள் மரத்தில் கட்டியிருந்த கயிற்றைக் கழற்றி, அதன் ஒரு நுனியைப் பிடித்து கைகளால் தளர்வாகச் சுற்றிக்கொண்டு வந்தான் காளையன். கரைக்கு வெளியே சங்கன் போட்டுவிட்டு வந்த கயிறு, அவன் சுற்றலுக்கு ஏற்ப சாரைப்பாம்பு போல வளைந்து நெளிந்தபடி அவனை நோக்கி வந்துகொண்டிருந்தது. சங்கன் ஏற்கனவே தன் இடுப்பில் செருகியிருந்த நரம்புக் கயிறொன்றை உருவி, அந்தச் சாக்குப்பையைக் கட்டி முடிச்சுப்போட்டார். முழுவதுமாகச் சுற்றிவிட்ட காளையன், அந்தக் கயிற்றின் இறுதி முனையாக இருந்த சைக்கிள் டியூபைப் பிடித்து, மொத்தக் கயிற்றையும் கட்டித் தோளில் போட்டுக் கொண்டு அப்பனை நெருங்கினான். அதற்குள்ளாக மணல் மூட்டையை நன்றாகக் கட்டிவிட்ட சங்கன், அதைத் தூக்கித் தோளில் போட்டுக்கொள்ள, இருவரும் கரையின் மறுபுறம் மெதுமெதுவாக இறங்கினார்கள். டம்டம் டமாரென்று இடிச் சத்தத்துடன் பொழிந்துகொண்டிருந்தது பெருமழை.

கரையைவிட்டு இறங்கிய அவர்கள், அங்கே நிறுத்தி வைத்திருந்த சைக்கிளை நோக்கிச் சென்றார்கள். மழையில் யாருமின்றி

அனாதையாக நின்றுகொண்டிருந்தது அந்த சைக்கிள். அதன் கேரியரில் ஏற்கனவே நான்கைந்து மணல் மூட்டைகள் இருந்தன. அதன்மீது தாம் கொண்டுவந்த அந்த மணல் மூட்டையையும் சொத்தென வைத்தார் சங்கன். சைக்கிள் கேரியரின் வால் பகுதியில் கட்டப்பட்டிருந்த ஒரு டியூபின் மறுமுனையை இழுத்து, அந்த மணல் மூட்டைகளின் மீது வைத்து அழுத்தி, முன்னால் இழுத்து சைக்கிள் சீட்டின் அடிப்பகுதியில் மாட்டினான் காளையன். சைக்கிளை நன்றாகப் பிடித்துக்கொண்டு, அதன் ஸ்டாண்டை காளையன் தன் காலால் தட்டிவிட்டு பின்னால் உதைக்க, சைக்கிளின் பின்சக்கரம் முன்னால் நகர்ந்து, தரையில் சொத்தென்று நின்றது. காளையன் சைக்கிளைக் கொஞ்சமாய் சாய்த்து, வலதுகாலைத் தூக்கிப்போட்டு பெடலில் கால்வைத்து, தனக்குத் தகுந்தபடி நிமிர்த்தினான். அவனது இடது கால் தரையில் அழுத்தமாக ஊன்றியிருந்தது. கைகளிரண்டும் ஹேண்ட்பாரை இறுகப் பிடித்திருந்தது. இடது கையை விலக்கி அப்பனுக்கு வழிவிட, சங்கன் ஹேண்ட்பாருக்கும் காளையனுக்கும் இடையில் நுழைந்து சைக்கிள் கம்பியில் ஒருபக்கமாகத் திரும்பி லாகவமாகக் குந்திக்கொண்டார். அவர் சரியாக அமர்ந்தவுடன், இரண்டு கைகளாலும் ஹேண்ட்பாரை இறுக்கமாகப் பிடித்து, காளையன் முழுபலம் கொண்டு பெடலைக் காலால் அழுத்தினான். வண்டி நகரத் தொடங்கியது. சிறிய தடுமாற்றத்திற்குப் பின் நேர்த்தியாகப் போகத் தொடங்கியது சைக்கிள். தரையெல்லாம் சொதசொதவென சகதியாயிருக்க, அந்த அடைமழையிலும் கவனமாக சைக்கிளைச் செலுத்திக் கொண்டிருந்தான் காளையன்.

காவேரி ஆற்றிலிருந்து ஒரு காத தூரத்தில் அமைந்திருந்த தன் வீட்டை நோக்கி அந்த ஒற்றையடிப்பாதையில் சைக்கிள் சென்றுகொண்டிருந்தது. அதேநேரம் அந்தப் பாதையோரத்திலிருந்த மரத்தின் பின்னால் மறைந்துகொண்டு அந்தக் கும்மிருட்டிலும் முரட்டு உருவங்களிரண்டு அவர்களைக் கண்கொட்டாமல் நோட்டமிட்டுக் கொண்டிருந்தன. மழையில் நனைந்துவிடாமலிருக்க, கோணிப்பைகளை அந்த உருவங்கள் தலையில் போட்டபடி, கவனமாக அவர்களின் செய்கைகளைப் பார்த்துக்கொண்டிருக்க, இதையறியாமல் அப்பனும் மகனும் சைக்கிளில் போய்க்கொண்டிருந்தார்கள். மழை ச்சோவெனப் பெய்துகொண்டேயிருந்தது.

8

பொழுது புலர்ந்தது. பளிச்சென்றிருந்த வானத்தில் பறவைகள் சத்தமிட்டபடி பறந்து சென்றுகொண்டிருந்தன. இப்போது மழை முழுமையாய் விட்டு வானம் வெளி வாங்கியிருந்தது. சூரிய ஒளி சுள்ளென்று அடித்துக்கொண்டிருந்தது. அந்தச் சுற்றுவட்டாரப் பகுதிகளெங்கும் மழைத் தண்ணீர் ஆங்காங்கே தேங்கியிருந்தது. வாழையும் நெற்பயிர்களும் திரும்பிய பக்கமெல்லாம் விளைந்திருந்தன.

ஊருக்கு ஒதுக்குப்புறமாக இருக்கும் தனது வீட்டின் முன்னால் இருந்த அகன்ற களத்தில், சங்கன் மாட்டுவண்டியைப் பூட்டிக்கொண்டிருந்தார். அவரது மனைவி மங்கம்மா மணல் மூட்டைகளில் இருந்த ஈர மணலைக் கொட்டி, கால்களால் பரப்பி உலர்த்திக் கொண்டிருந்தாள். அப்படி உலர்ந்த மணலை மண்வெட்டியால் அரித்து ஒரு இரும்புச்சட்டியில் போட்டு, அது நிரம்பியவுடன் அந்த இரும்புச்சட்டியைத் தூக்கிக்கொண்டுபோய் மாட்டு வண்டியில் கொட்டினான் காளையன்.

அதிகாலை கோழி கூப்பிடவே எழுந்து, எல்லோரும் இந்த வேலையைச் செய்துகொண்டிருந்தார்கள். எல்லாம் தயாரானவுடன் தொழுவத்தில் வைக்கோல் தின்றுகொண்டிருந்த வண்டி மாடுகளைப் பிடித்துவந்து தொட்டியிலிருந்த தவிட்டுத் தண்ணீரைக் காட்டிக் குடிக்க வைத்தார் சங்கன். இரு மாடுகளும் நன்றாக மண்டிக்

குடித்துக்கொண்டிருந்தன. தன் வேலை முடிந்தவுடன் வாசலில் கொடியில் காய்ந்துகொண்டிருந்த துண்டை எடுத்து, தோளில் போட்டுக்கொண்டு கேணிமேட்டுக்கு நடந்தான் காளையன். ஆடைகளைக் களைந்துவிட்டு, கால் டவுசரோடு தொட்டித் தண்ணீரை மோண்டு தலைமேல் ஊற்றிக் குளிக்க ஆரம்பித்தான். அப்பன் சங்கன் மாட்டுவண்டியைப் பூட்டிக்கொண்டிருந்தார்.

எல்லாம் தயாராகி வண்டி புறப்பட இருந்த அந்த வேளையில் எதிர்பாராதவிதமாக அங்கு போலீஸ் ஜீப் ஒன்று வேகவேகமாக வந்து நின்றது. எல்லோரும் திடுக்கிட்டு நின்ற வேளையில் ஜீப்பிலிருந்து இறங்கிய போலீஸ் இன்ஸ்பெக்டர் வண்டியில் மாடுகளைப் பூட்டிக்கொண்டிருந்த சங்கனை இழுத்துக் கீழே போட்டு ஓங்கி இடுப்பில் உதைத்துத் தள்ளினார். துள்ளிக்கொண்டு விழுந்து துடிதுடித்தார் சங்கன்.

“ஏன்டா... ஆத்து மணலையா கொள்ளையடிக்கிறீங்க...?” பூட்ஸ் காலால் மிதித்துக்கொண்டேயிருந்தார் இன்ஸ்பெக்டர். வலி தாங்கமுடியாமல் புழுவாய்த் துடித்து நெளிந்தார் சங்கன். திடுக்கிட்டு ஓடோடிவந்து தடுக்க முயன்ற காளையனை இரண்டு காக்கிச்சட்டைகள் பிடித்துக்கொண்டனர்.

“அடிக்காதீங்கய்யா... அவரை அடிக்காதீங்கய்யா...” திமிறித் துடித்தான் அவன். மூர்க்கத்துடன் தாக்கிக்கொண்டிருந்தார் இன்ஸ்பெக்டர். பதறியடித்துக்கொண்டு ஓடிவந்த மங்கம்மாவுக்கும் கன்னத்தில் அறை விழுந்தது. அலறியபடி சுருண்டு விழுந்தாள் அவள். சட்டெனக் கோபம்கொண்ட காளையன் திமிறிக்கொண்டு பாய்ந்தான். இன்ஸ்பெக்டரைத் தள்ளினான். தடுமாறிய இன்ஸ்பெக்டர் சுதாரித்து நின்று, பற்களை நறநறவெனக் கடித்துக்கொண்டு,

“என்னையவே அடிக்கிறியாடா ஒண்ணுமில்லாத பயலே...” கண்களில் கோபம் தெறிக்க ஓங்கி காளையனை முகத்தில் குத்தினார். நிலைதடுமாறி விழுந்தான் காளையன். பொலபொலவென மூக்கு வழியாகவும் வாய் வழியாகவும் குருதி கொட்டியது. நிலைகுலைந்தவன் நிதானிப்பதற்குள் இரண்டு போலீஸ்காரர்கள் ஓடிவந்து காளையனைத் திமிறாமல் பிடித்துக்கொண்டனர். இன்ஸ்பெக்டர் மீண்டும் மீண்டும் அவன் முகத்தில் குத்தினார்.

“யாத்தீ... ஏம் புள்ளெ...” கதறினாள் மங்கம்மா. இன்னொரு புறம் போலீஸ்காரர்கள் இருவர் வயதான சங்கனை இடைவிடாது

அடித்துக்கொண்டே இருந்தனர். துடியாய்த் துடித்தபடியிருந்தார் சங்கன். பெண்பிள்ளைகள் பயத்தில் கத்தினார்கள்.

கோபம் குறைந்த இன்ஸ்பெக்டர் காளையனைப் பிடித்து இழுத்து வந்து ஜீப்பிற்குள் தள்ளினார். சங்கனையும் பிடித்து வந்து ஜீப்பிற்குள் தள்ளினர் போலீஸ்காரர்கள். கண்மூடித் திறப்பதற்குள் சங்கனையும் காளையனையும் கைது செய்து ஏற்றிக்கொண்டு போலீஸ் ஜீப் புழுதி பறக்க விரைந்தது. பின்னாலேயே அழுதுகொண்டு ஓடிய மங்கம்மாவும் பெண்பிள்ளைகள் மூவரும் ஒருகட்டத்தில் சோர்ந்து தடுமாறி நின்றனர். புழுதி பறக்க தூரத்தில் சென்றுகொண்டிருந்த ஜீப்பையே கண்ணீர் கொட்டப் பார்த்துக்கொண்டிருந்தனர். ஓவென அழுதபடியே செய்வதறியாது திகைத்து நின்ற மங்கம்மாவுக்குச் சட்டென ஒரு யோசனை தோன்ற, சற்றும் தாமதிக்காமல் ஊருக்குள் ஓடினாள். பூனைக்குட்டிகளைப் போல பெண்பிள்ளைகள் மூவரும் அவள் பின்னாலேயே அழுதுகொண்டே ஓடினர்.

கரைபுரண்டு ஓடிய காவிரியாற்றங் கரையில் பசுமை படர்ந்துகிடந்த அந்தக் கிராமத்தில் பழமை மாறாத நிலையில் குடிசைவீடுகளும் ஓட்டு வீடுகளும் அடர்ந்து வகைபிரிந்த தெருக்களாகக் காட்சியளித்தன. அந்தக் கிராமத்தின் மத்தியில் கோயிலுக்கருகே பழங்காலத்து அரண்மனை போன்ற பங்களாவொன்று ‘நான்தான் இந்தக் கிராமத்திற்கே தலைவன்’ என்பதுபோல் கம்பீரமாய் நிமிர்ந்து நின்றுகொண்டிருந்தது. வீட்டின் முன்னே பரந்து விரிந்திருந்த நெல் காயப்போடும் சிமெண்ட் களத்தில் வேலையாட்கள் ஊர்க்கதை பேசியபடி நெல்மணிகளைக் கால்களால் பரப்பி உலர்த்திக் கொண்டிருந்தார்கள். வலுவான சுற்றுச்சுவரின் அகன்ற முன்வாயில் வழியாக அந்தக் காலத்து அம்பாசிடர் காரொன்று உள்ளே நுழைந்தது. அந்தக் காரின் சத்தத்தைக் கேட்டவுடன் வேலையாட்கள் அனைவரும் கப்சிப்பென வேலையில் மும்முரமானார்கள். காருக்குள் முன்னிருக்கையில் அமர்ந்திருந்தார் தலைவர் ராமலிங்கம். ஊரின் பெரிய தலைக்கட்டு. பஞ்சாயத்துத் தலைவர். பரம்பரைப் பண்ணையார். ஊர்நாட்டாமை கூட அவரை அண்டித்தான் இருக்குமளவிற்குச் சுற்றுவட்டாரத்தில் செல்வாக்கு மிகுந்தவர்.

பட்டென்று கதவைத் திறந்து காரிலிருந்து இறங்கினார் தலைவர்.

“டேய்... மணி...!” கோபமாகக் கத்தினார். அவரது கண்களிரண்டும் செக்கச் செவேலெனச் சிவந்திருந்தன. கத்திக்கொண்டே விறுவிறுவென

வீட்டு வாசலுக்கு நடந்தார். சத்தம் கேட்டதும் முதலாளி தன்னைக் கூப்பிடுவதை உள்ளுணர்ந்து வீட்டினுள்ளே அறையொன்றில் உறங்கிக்கொண்டிருந்த கொழுத்த நாயொன்று சட்டெனக் கண்விழித்து, உடம்பு குலுக்கி வேகவேகமாய் வெளியே ஓடிவந்தது. வீட்டுக்குள்ளிருந்து தன்னை நோக்கி ஓடி வந்துகொண்டிருந்த அந்த நாயைக் கண்டதும் வெறிகொண்ட தலைவர், வெகுண்டெழுந்து இன்னும் சற்று வேகங்கூட்டி நடந்துபோய் அதை எட்டி உதைத்தார். "வள்ள்ள்ள்..." என்று கத்தியபடியே துள்ளித் தூர விழுந்தது நாய். சற்றும் நிற்காமல் விறுவிறுவென வீட்டுக்குள் நுழைந்தார் தலைவர். என்ன ஏதென்று புரியாமல் எல்லோரும் அதிர்ச்சியுடன் பார்த்துக் கொண்டிருந்தனர். நாயைப் பராமரித்து வந்த வேலையாள் மூக்கையன் ஓடோடிப்போய் நாயைத் தூக்கி அணைத்துக்கொண்டு மண்ணைத் தட்டி விட்டுக்கொண்டிருந்தான். உள்ளேயிருந்து வேட்டைத் துப்பாக்கியுடன் வேகவேகமாக வெளியே வந்த தலைவர், கோபம் தலைக்கேறி நாயைக் குறிபார்த்துச் சுட்டார். சதை கிழித்து குண்டு துளைத்து குருதி பீறிட, தள்ளி துள்ளி விழுந்து துடிதுடித்து இறந்தது நாய். திடுக்கிட்டு எல்லோரும் பயந்து நின்றனர். குலைநடுங்க அதிர்ச்சியுடன் பார்த்தனர்.

"ஜாதி நாயின்னு பாசங்காட்டி வீட்டுக்குள்ளே வச்சுப் பெருமையா வளர்த்தா, தராதரம் இல்லாம தடடுக்கெட்டுப் போயி ரோட்டுல திரியிற தெருநாயிங்க கூட கூடுறியா? தரங்கெட்ட நாயே..." செத்துக்கிடந்த நாயைப் பார்த்து அனல் தெறிக்கக் கத்தினார். சுற்றியிருந்த எல்லோரும் பயந்தபடி பார்த்து நின்றனர்.

"என்ன தான் நாயக் குளுப்பாட்டி நடுவூட்டுல வச்சாலும், அது வாலை ஆட்டிக்கிட்டு பீய்யெத் திங்கத்தான போகுது பாரு. நாயே...! நாயே...! நன்றி கெட்ட நாயே...!" ஆத்திரம் தாளாமல் கத்தியவர், இறந்து கிடந்த நாயைத் தூக்கச் சென்ற மூக்கையனைச் சுட, குண்டு அவன் கையில் துளைத்து குருதி பீறிட்டது. வலியால் கத்தியபடி துள்ளிக்கொண்டு தூர விழுந்தான் அவன்.

"நாயே...! நீயி ஒழுங்காப் பார்த்திருந்தா அது எப்படிடா இப்பிடி தரம் கெட்டுப் போகும்? ஈனசாதிப் பயலே... சாவுடா..." திரும்ப அவனைச் சுட துப்பாக்கியைத் தூக்கிக் குறிபார்த்தார். கதறியபடி அவரை நோக்கி ஓடிவந்து காலைப்பிடித்துக் கதறியழுது கெஞ்சினான் மூக்கையன்.

“பண்ணைக்காரரே…! என்னைய மன்னிச்சுப்புடு சாமீ… எனக்குத் தெரியாம நடந்துபுடுச்சு சாமி… புள்ளைகுட்டிக்காரன்… எரக்கங் காட்டு சாமீ…” காலைப் பிடித்துக்கொண்டு கதறியழுது துடித்தான். அவனை எட்டி உதைத்தார் தலைவர்.

“பொழைச்சுப் போ நாயே… இதுதான் முதலுங் கடைசியுமா இருக்கணும். என் கண்ணு முன்னாடி நிக்காத, ஓடிப்போயிரு ஆமா…” கோபாவேசத்துடன் கத்தினார். தூர விழுந்த மூக்கையன் மறுபேச்சின்றி, கூனிக் குறுகி ஒதுங்கினான்.

“அய்யா…! தலைவரய்யா…! காப்பாத்துங்கய்யா…” அதேநேரம் சங்கனின் மனைவி மங்கம்மாவும், அவளது பெண்மக்களும் நெஞ்சில் அடித்துக்கொண்டு ஓலமிட்டபடி ஓடிவந்தார்கள். இதை ஏற்கனவே எதிர்பார்த்திருந்த தலைவர், அவர்கள் கத்திக் கூப்பாடு போட்டுக்கொண்டு ஓடிவருவதைப் பார்த்து உள்ளூர ரசித்து மகிழ்ந்து நின்றார். என்ன நடந்திருக்கும் என்பதை அவரால் யூகிக்க முடிந்தது. ஆனால் எதையுமே வெளியில் காட்டிக்கொள்ளாமல் கம்பீரமாய் நின்றார்.

“ஏ…. கழுதைகளா…! ஏன் இப்புடி கத்திக் கூப்பாடு போட்டுக்கிட்டு வாரீங்க…? என்ன எழவா வுழுந்துபோச்சு…?” அதட்டி அவர்கள் அழுகையை நிறுத்தினார்.

“அய்யா…! ஏம் புருசனையும் மவனையும் போலீஸ் புடிச்சிட்டு போகுதுய்யா… நீங்கதாய்யா காப்பாத்தணும்…” அழுதுகொண்டே சொன்னாள் மங்கம்மா.

“என்ன நடந்துச்சு? ஒப்பாரி வைக்காம விவரமா சொல்லு கழுதை. ஒரு எழவும் புரியல…” நாற்காலியில் கால்மேல் கால்போட்டு உட்கார்ந்தபடி கேட்டார் தலைவர். நடந்தவற்றை அழுதுகொண்டே கூறிமுடித்தாள் மங்கம்மா. பரம்பரைப் பண்ணையாருக்கே உரிய அத்தனை மிடுக்குடன் அசட்டையாகக் கேட்டுக்கொண்டிருந்தார் அவர்.

“போலீஸ்காரங்க அடிச்சே கொன்னுப் போட்ருவாங்கய்யா. அவுங்கள நீங்கதான் சாமீ காப்பாத்தணும்…” கையெடுத்துக் கும்பிட்டாள் மங்கம்மா. அவளது கதறலைப் பார்த்து கவனம் சிதைந்து திரும்பிய சக வேலையாட்களைப் பார்த்து, காதில் கேட்க முடியாத ஒரு கெட்ட வார்த்தையைச் சொல்லித் திட்டிவிட்டு, “இங்க என்ன

எழவா விழுந்திருச்சு? வக்கனெயா வாயெப் பொளந்துகிட்டு வேடிக்கை பார்க்குறீங்க? வந்தேன், தோலை உருச்சுப்புடுவேன் உரிச்சு! பொத்திக்கிட்டு பொழைப்பெப் பாருங்கடா போக்கத்த கழுதைகளா...'' என்று கத்த, அதட்டலுக்குப் பயந்து மீண்டும் பணியில் மும்முரமாகினர் வேலையாட்கள்.

பணிவோடு தன்பின்னால் நின்றுகொண்டிருந்த தன் உதவியாளன் ஆறுமுகத்தைப் பார்த்து,

“அந்த இன்ஸ்பெக்டருக்கு போனெப் போடு'' என்று கட்டளையிட்டார். கூடத்தின் சன்னலருகே இருந்த தொலைபேசியைக் காதில் வைத்து எண்களைச் சுழற்றினான் அவன். காதுகளில் கவனம் குவித்த அவன், சட்டெனத் தலைநிமிர்த்தி,

“ந்தா.... அய்யா பேசுறாராம்...'' தொலைபேசியைத் தூக்கிக்கொண்டு வந்து கூடத்தின் முன்பகுதியில் அமர்ந்திருந்த தலைவரிடம் நீட்டினான். அதை வாங்கிக் காதில் வைத்துத் தலையை நிமிர்த்திக் கொண்டு,

“ஆங்... என்னய்யா... ஏவ் ஊருக்குள்ளேயே வந்து ஆளுங்கள புடிச்சிட்டுப் போயிருக்க. என்னா சங்கதி?'' மிடுக்குடன் கேட்டார். அங்கிருந்து வந்த பதில்மொழிக்கு “ம்... ம்... ம்...'' என்று மட்டும் எதிர்வினையாற்றிக் கொண்டிருந்தார். மங்கம்மாவும் பெண்பிள்ளைகளும் அமைதியாகக் கூர்ந்து பார்த்துக்கொண்டிருந்தனர்.

“ம்... செரி செரி... பார்த்து செஞ்சுக்கலாம். நான் வர்ற வரைக்கும் அவங்க மேல கைய வெச்சுரக்கூடாது பார்த்துக்க... என்ன புரிஞ்சுதா...?'' குறிப்பாய்ப் பேசிவிட்டு, தொலைபேசியை வைத்தார். “என்னங்கய்யா... விட்ருவாங்கல்ல...? எதுவுஞ் செஞ்சிட மாட்டாங்கல்ல...?'' படபடத்தபடி செல்வி கேட்டவுடன், தலைவர் நையாண்டியாக “பின்ன... அரசாங்கத்துக்குத் தெரியாம மணல திருடுனா போலீஸ் வந்து பிடிச்சுக்கிட்டுப் போய் உள்ளெத் தள்ளி நொங்கு நொங்குன்னு நொங்கத்தான் செய்வாய்ங்கெ. வந்து மாலை போட்டு கொஞ்சிப்புட்டா போவாய்ங்க...?'' என்று நக்கலாகச் சிரித்தார். அதிர்ந்து வெறித்துப்பார்த்தாள் மங்கம்மா.

“அய்யா அய்யா...! நீங்க அப்புடிச் சொல்லக்கூடாதுய்யா. எங்களுக்கு உங்கள விட்டா வேற நாதி ஏது? நீங்கதான் சாமி எங்களெ கரை சேர்க்கணும்'' அவரது கால்களைப் பிடித்துக் கதறினாள். சுற்றியிருந்த

வேலையாட்கள் அனைவரும் பார்த்துக் கலங்கி நின்றனர்.

“நான் சொல்றபடி கேட்டு ஓம் புருசங்காரன் எனக்கு வேலை செஞ்சிருந்தா இப்ப அவசர ஆத்திரத்துக்கு ஓதவ மனசு வரும். சண்டியராட்டம் முரண்டு பிடிச்சுத் திரிஞ்சா இப்படித்தான் அடிபட்டுச் சாகவேண்டி வரும். இதே வேலைய எங்கிட்ட பார்த்திருந்தா இப்படி நடக்கவிட்டிருப்பேனா...? எல்லாம் பட்டாத்தான் புத்தி வரும் கழுதைகளுக்கு...” என்று கடுகடுத்தார்.

“அய்யா... நீங்க என்ன சொன்னாலும் நான் கட்டுப்படச் சொல்றேங்கய்யா. எப்புடியாவது இப்போதைக்கி காப்பாத்தி விட்டு எனக்கு ஒரு வழி காட்டுங்கய்யா” என்று கெஞ்சினாள் மங்கம்மா.

சிறிது யோசித்த அவர் ஒரு முடிவெடுத்தவராய், “டேய் ஆறுமுகம்...! வண்டியை எடுறா...” என்றபடியே எழுந்து அம்பாசிடர் காரை நோக்கி நடந்தார். ஆறுமுகம் ஓடிப்போய் வண்டியை இயக்க, தலைவர் காரின் முன் சீட்டில் அமர்ந்துகொண்டு கதவைச் சாத்திக் கொள்ள, வண்டி புறப்பட்டது. பின்னாலேயே தன் பெண்மக்களுடன் ஓடினாள் மங்கம்மா.

“கொள்ளையில போறவன்... இவன் மட்டும் வண்டி வண்டியா மண்ணு அள்ளி விப்பானாம். ஊரை அடிச்சு ஒலையில போட்டுக்குவானாம். ஆனா இந்த எடுபட்டவன மீறி ஏழைபாழைக வயித்துப் பொழைப்புக்கு மணலு அள்ளி வித்தா இப்புடி ஆளுகளெ வச்சு அடிச்சு மெரட்டுவானாம். எளைச்சவன் கெடைச்சா ஏறி மேய்றாய்ங்கெ பாரு... கலிகாலம்டீ யாத்தா...” நெல்மணிகளைக் காலால் பரத்தியபடியே முணுமுணுத்தாள் கிழவியொருத்தி. அது அங்கிருந்த அனைவரின் மன ஓட்டத்தின் பிரதிபலிப்பாக இருந்தது.

“ஏய்... யத்தே...! வாயெ வச்சுக்கிட்டு ச்சும்மா இருக்கமாட்டே. வந்தோமா... பொழப்பப் பார்த்தோமா... போனோமான்னு இருக்கணும். அடுத்த வேளை கூழுக்கே சிங்கியடிக்கிற நமக்கெதுக்கு ஊரு வம்பு...” அவள் சொந்தபந்தத்தில் ஒருத்தி அதட்டியடக்கினாள். ‘அதுதான் சரி’யென்று வாயை மூடிக்கொண்டு வேலையில் மும்முரமானார்கள் அனைவரும்.

9

காவல் நிலையத்தில் கம்பியறைக்குள்ளே நாலைந்து காக்கிச்சட்டைகள் காளையனையும் சங்கனையும் வெறிகொண்டு துவைத்துப் பிழிந்து கொண்டிருந்தார்கள். வலி தாங்க மாட்டாமல் சங்கன் துடித்து நெளிந்து கொண்டிருந்தார். உடல் கந்தலாய்க் கிழிந்து குருதி வழிந்துகொண்டிருந்தது. அதே அறையில் சற்றருகில் இன்னும் ஆவேசத்துடன் காளையனை நாலைந்து போலீஸ்காரர்கள் லத்தியால் அடித்துக்கொண்டிருந்தனர். துளிகூடக் கத்தாமல் பற்களைக் கடித்துக்கொண்டு வைராக்கியமாகக் கிடந்தான் காளையன்.

"அய்யா...! அய்யா...! ஏம் புள்ளையெ விட்டுருங்கய்யா... கொன்னுப் போடாதீக சாமீ... உங்க காலுலெ விழுறேன்... அய்யா...! சாமி...!" கதறித்துடித்த சங்கனின் அலறல் சத்தம் காவல் நிலையத்தையும் தாண்டி அந்த வெளியெங்கும் அதிர்ந்துகொண்டிருந்தது.

காவல் நிலையத்தின் முன் வேகவேகமாய் வந்து நின்றது அம்பாசிடர் கார். துண்டை உதறித் தோளில் போட்டுக்கொண்டு விறுவிறுவென உள்ளே நுழைந்தார் தலைவர். ஜெயிலுக்குள்ளே அப்பனும் மகனும் அடிவாங்கிக் கொண்டிருப்பதையும், கதறுவதையும் கேட்டு உள்ளூர மகிழ்ந்தபடியே வந்து நாற்காலியில் அமர்ந்தார். கால்மேல் கால்போட்டு தோரணையாய்ச் சாய்ந்துகொண்டு, அவர்கள் அடி வாங்குவதை ரசித்துப் பார்த்துக்கொண்டிருந்தார். சங்கனின் அலறல்

சத்தம் மட்டுமே காவல் நிலையம் எங்கும் வியாபித்திருந்தது. எவ்வளவு அடித்தாலும் கல்லுளி மங்கனைப்போல் கத்தாமல் கிடந்த காளையனைப் பார்த்துக் கோபம் தலைக்கேறியது தலைவருக்கு. காரை நிறுத்திவிட்டு வந்து தனது எசமானின் பின்னால் பவ்யமாக நின்ற ஆறுமுகத்திடம்,

“பயலுக்கு அடி பத்தல போலருக்குதே... போயி இன்ஸ்பெக்டர்ட்ட இன்னும் கொஞ்சம் வலுவா குத்தச் சொல்லுடா...” என்று அனுப்பிவைத்தார். மெதுவாகப் போய், வியர்க்க விறுவிறுக்க காளையனைச் சாத்திக்கொண்டிருந்த இன்ஸ்பெக்டரின் காதில் ஏதோ கிசுகிசுத்தான். உடனே திரும்பி தலைவர் வந்திருப்பதைப் பார்த்த இன்ஸ்பெக்டர், பதறிப்போய் அவரிடம் ஓடினார்.

சிறைக்குள்ளேயிருந்து கம்பிகள் வழியே தலைவரைப் பார்த்து விட்ட சங்கன், “தலைவரய்யா...! காப்பாத்துங்கய்யா... எங்கள கொன்னுப்புடுவாங்க போல இருக்குய்யா...” என்று கெஞ்சிக் கைகுவித்தார். வியர்வைத் துளிகளால் சொதசொதவென உடல் முழுவதும் குளித்ததுபோல் நனைந்திருந்த இன்ஸ்பெக்டர், தலைவரைப் பார்த்து வணங்கியபடி பணிவுடன் அருகில் வந்தார்.

“என்னைய்யா இன்ஸ்பெக்டரு...! என்ன சொல்றாய்ங்க அப்பனும் மவனும்...? வழிக்கு வந்துடுவாய்ங்களா...?” என்று நக்கலாகச் சிரித்தார் தலைவர். இன்ஸ்பெக்டர் வந்து தனது நாற்காலியில் பெருமூச்சு விட்டபடியே அமர்ந்தார்.

“வசமா சிக்கிக்கிட்டாய்ங்க. இனி நம்ம தோதுக்கு வரலேன்னா, இன்னும் நாலஞ்சு கேச சேர்த்துப் போட்டு அப்பனையும் மவனையும் வெளியவே வர முடியாத மாதிரி களி திங்க வைச்சிட மாட்டேனா...? என்னாங்கடா...?” என்று சொல்லிவிட்டு சிறைக்குள்ளே கிடந்த அப்பனையும் மகனையும் பார்த்துக் கிண்டலாகக் கேட்டபடியே மெலிதாகச் சிரித்தார் இன்ஸ்பெக்டர். உள்ளே இருந்தபடி இதைக் கேட்டுக்கொண்டிருந்த சங்கனுக்குக் கோபம் தலைக்கேறியது.

‘அடப்பாவிகளா...! எல்லாரும் கூட்டுசேர்ந்துதான் எங்க தலையில மண்ணை அள்ளிப் போடப் பார்க்குறீங்களா...?! மானங்கெட்டவய்ங்களா...!’ மனம் எரிமலையாய்க் குமுறியது. அதேநேரம் புத்தி சூழ்நிலையை எச்சரித்தது.

‘இப்போதிருக்கும் நிலையில் மகனைக் காப்பாற்றியாக வேண்டும்.

வீரத்தைவிட விவேகம்தான் இப்போது முக்கியம். நத்தை போல் உடம்பைக் குறுக்கி, குற்றுயிரும் குலையுயிருமாய் சுருண்டு கிடக்கும் மகனை எப்படியாவது வெளியில் கொண்டுபோய்விட வேண்டும்' என்று அவரது உள்ளுணர்வு உந்தித் தள்ளியது.

“அந்தக் கெழவனெ இழுத்துட்டு வாங்கய்யா...” என்று இன்ஸ்பெக்டர் கட்டளையிட, இரண்டு காக்கிச்சட்டைகள் சிறைக்கதவைத் திறந்து சங்கனைக் கைத்தாங்கலாக அழைத்து வந்தார்கள். உடம்பெல்லாம் காயம்பட்டு ரத்தம் வழிந்தபடி நிற்கமாட்டாமல் நின்றார் சங்கன்.

“என்னய்யா...? பதிலக் காணோம்...” இன்ஸ்பெக்டர் சங்கனை முறைத்தார்.

“அய்யா... இனிமே இந்தமாதிரி தப்புத்தண்டா செய்ய மாட்டேனுங்க. இனிமே வேற பொழப்பெ பாத்துக்குறேனுங்க. பெரிய மனசு பண்ணி எங்கள விட்டுருங்கய்யா...” என்று சங்கன் கைகுவித்தார். இதைக் கேட்டதும் திடுக்கிட்டுத் தலைவர் திகைத்தார்.

“கிழிஞ்சுது போ. ஒன்னைய மணலு அள்ள வேண்டாம்னு சொல்லுறதுக்கா நானு இவ்வளவு மெனக்கெட்டேன். ஏய்யா...? மணலு அள்ளு... தாராளமா அள்ளு... ஆனா அதை நம்ம பண்ணையாருக்காக அள்ளு...” என்று புன்னகைத்தபடியே இன்ஸ்பெக்டர் எதிரில் அமர்ந்திருந்த தலைவரைப் பார்க்க, அவர் பெருமிதமாகப் புன்னகைத்தபடி கால்மேல் கால்போட்டு அமர்ந்திருந்தார்.

சற்றும் யோசிக்கவில்லை சங்கன். அவருடைய எண்ணமெல்லாம் எப்படியாவது தன் மகனை இங்கேயிருந்து வெளியில் கொண்டு போய்விட வேண்டும் என்பதிலேயே உறுதியாக இருந்தது.

‘கேட்க நாதியில்லாத சனமுன்னு பிள்ளைய கொன்னுகூட போட்டுருவாய்ங்கெ ஈரமில்லாதவய்ங்கெ...’ என்று மனம் பதைபதைத்தது. பெற்ற மகனின் உயிருக்கு முன்னால் வேறு எந்த நிபந்தனைகளும் பெரிதாகத் தோன்றவில்லை அவருக்கு.

“செரிங்கய்யா... நீங்க சொல்றபடியே செய்யிறேன்” என்று கைகுவித்துக் கும்பிட்டார் சங்கன். தலைவர் நிமிர்ந்து உட்கார்ந்தார். வந்த வேலை சுலபமாக முடிந்துவிட்ட திருப்தி அவர் முகத்தில் தென்பட்டது.

“இதைத் தானடா நான் முன்னாடியே சொன்னேன். அப்பவே ஒழுங்கா கேட்டிருந்தா இந்த அளவுக்கு சேதாரம் ஆயிருக்குமா...?” சங்கனைப் பார்த்துக் கத்தினார்.

“அதெப்புடி அவ்வளவு சொலபமா மண்டையில ஒறைக்கும் திமிரு புடுச்சவிங்களுக்கு...? மயிலே மயிலேன்னா இறகு போடுமா...? இழுத்து வச்சு நாமதான் புடுங்கணும்யா...” பற்களை நறநறவெனக் கடித்தபடி கோபாவேசத்தோடு சங்கனைப் பார்த்தார் இன்சு.

“அறியாத பாவி... தெரியாம செஞ்சுப்புட்டேன். பெரிய மனசு பண்ணி மன்னிச்சுருங்கய்யா... இனிமே இப்புடிச் செய்ய மாட்டேனுங்க” பயந்து குறுகினார் சங்கன்.

“சரி சரி... விடுய்யா...” இன்ஸ்பெக்டரை மேலும் பேசவிடாமல் தடுத்துவிட்டு, ஆறுமுகத்திடமிருந்த பத்திரத்தை வாங்கி மேசையில் போட்டார்.

“இதுல கையெழுத்துப் போட்டுட்டு கெளம்பு” என்று அதிகாரமாகக் கத்தினார். மேசையை நெருங்கி வந்து, என்னவென்று புரியாமல் அந்தப் பத்திரத்தைக் கூர்ந்து பார்த்தார் சங்கன். என்னவென்று புரியாமல் யோசித்தார். அவர் யோசிப்பதைப் பார்த்த தலைவர்,

“யோவ்...! நானென்ன ஓஞ்சொத்தையா எழுதி வாங்கப் போறேன். இல்லே... எனக்கு எழுதிக் குடுக்கிற அளவுக்கு ஓங்கிட்ட சொத்துபத்துதான் இருக்குதா...? ஒன்னுமில்லாத பய... என்னமோ இம்புட்டு யோசிக்கிறே...? அந்தப் பத்திரம் வேற ஒண்ணுமில்லே... இனிமே காலாகாலத்துக்கும் நீயி எனக்குத்தான் ஆத்துமண்ணு அள்ளிக் கொடுக்கணும்ங்கிற உத்தரவாதப் பத்தரம். அம்புட்டுத்தான்... ம்... போடு போடு...” தலைவர் ஈவிரக்கமின்றிச் சிரித்தார். சங்கன் யோசித்துத் தயங்கி நின்றார்.

“என்னய்யா யோசிக்கிற...? வாங்குனது பத்தலயா...? ஒழுங்கா போடுறியா... இல்லெ... அப்பனையும் மவனையும் காலத்துக்கும் வெளியவே வரமுடியாதபடி நாலஞ்சு கேசப் போட்டு உள்ள தள்ளட்டுமா? உசுரோட ரெண்டு பேரும் வெளிய போயிற மாட்டீங்க, பாத்துக்க...” மிரட்டினார் இன்ஸ்பெக்டர். பதறிப்போனார் சங்கன்.

“அய்யா...! அய்யா...! அதெல்லாம் ஒண்ணுமில்லீங்க... இந்தாப் போட்டுடுறேங்க...” மேசைக்கு அருகே பதட்டமாக முன்னர்ந்து வந்தார். போலீஸ்காரனொருவன் அவனிடம் பேனாவை நீட்ட,

"அய்யா...! கையெழுத்துப் போட வராதுங்க..." என்று அதை வாங்காமல் தயங்கி நின்றார்.

"டேய்...! கைநாட்டுக் கழுதையா நீயி...?" நக்கலாகச் சிரித்தபடியே இன்ஸ்பெக்டர் மேசையில் ஒரு ஓரத்திலிருந்த மைபெட்டியை எடுத்து அவனருகில் போட, அதில் கை நனைத்து பத்திரத்தில் அழுத்திப் பதித்தார் சங்கன். அரும்பாடு பட்டு வாழும் உழைப்பாளியின் ரத்தத்தைத் துளிகூட இரக்கமின்றி உறிஞ்சுகிற ஒரு அதிகார வர்க்கத்தின் ஆணவச் சிரிப்பு அங்கே சூழ்ந்திருந்தது. கண்ணீர் வழிய கைநாட்டு வைத்துமுடித்தார் சங்கன்.

"ம்... சரிய்யா... சாயங்காலமா வந்து என்னையப் பாரு.."

வந்த வேலை முடிந்த திருப்தியுடன் வெளியேறினார் தலைவர். பல்லைக்காட்டி ஆமோதித்தபடியே ஓடோடி வந்து வழியனுப்பி வைத்தார் இன்ஸ்பெக்டர்.

தலைவருடைய அம்பாசிடர் கார் காவல் நிலையத்தை விட்டு விருட்டெனக் கிளம்பி வெளியேறிக் கடந்த அதேவேளையில் ஓட்டமும் நடையுமாக தன் பெண்பிள்ளைகளோடு உள்நுழைந்தாள் மங்கம்மா. தலைவரின் கார் கடந்து வெளியேறிச் செல்வதைக் கண்டதும் 'என்னாச்சோ? ஏதாச்சோ?' என்று பதற்றத்துடன் உள்ளேயோடினாள்.

உள்ளேயிருந்து குற்றுயிரும் குலையுயிருமாக காளையனை கைத்தாங்கலாக வெளியே அழைத்து வந்துகொண்டிருந்தார் சங்கன். அவனது உடலெங்கும் பாளம் பாளமாக சதை கிழிந்து குருதி வழிந்துகொண்டிருந்தது. நடக்கக்கூட முடியாமல் கெந்திக் கெந்தி அப்பனின் தோள்களைத் தாங்கிப் பிடித்துக்கொண்டு மெதுமெதுவாக வந்துகொண்டிருந்தான் காளையன்.

மகனைப் பார்த்தவுடன் பதறினாள் மங்கம்மா.

"அய்யோ...! ராசா...! என்னாச்சு...?"

ஓடோடிப்போய்த் தாங்கிப் பிடித்தாள். பெண்பிள்ளைகள் மூவரும் அழுதபடியே ஓடிவந்தன.

"காளையா...! ராசா...!" அவனைத் தாங்கிப் பிடித்து உலுக்கி எழுப்பினாள் மங்கம்மா. தலை துவண்டு அரை மயக்கத்திலிருந்தான் காளையன். "அய்யோ...! மகமாயீ...! நானு யென்ன பண்ணுவேன்...?

கொள்ளையிலெ போறவய்ங்கெ...! நல்லாயிருப்பாய்ங்களா...? அவெய்ங்கெ நாசமாப் போவணும். பொண்டாட்டி புள்ளைக புழுபுழுத்துச் சாவணும். அவெங் குலமே வெளங்காமப் போவணும்.'' ஆங்காரமாகச் சபித்துக்கொண்டிருந்த அவளிடம்,

''ஏ... ஏய்...! தட்டுக்கெட்டவளே...! இங்கெ எதுவும் பேசவேணாம். இப்ப வீரத்தை விட விவேகந்தான் முக்கியம். முதல்ல இங்கயிருந்து கௌம்பணும்... போ... போய் வண்டியப் பூட்டு...'' அதட்டியனுப்பினார் சங்கன். அவரது கண்களில் கோபம் கொப்பளித்தது.

இயலாமையின் வெளிப்பாடாக தம்மின் வலியோரிடம் காட்டிய பயத்தை, தம்மின் மெலியோரிடம் கோபமாக மடைமாற்றிக் காட்டுவதுதானே மனித இயல்பு...!

மறுமொழி பேசாமல் வண்டியில் மாடுகளைப் பூட்ட ஓடினாள் மங்கம்மா.

பிள்ளைகள் மூவரும் அரைமயக்கத்திலிருந்த காளையனைப் பார்த்துப் பார்த்துத் தேம்பியழுதனர்.

''காளையா...! ஏ காளையா...! கண்ணெத் தொறந்து பாருய்யா காளையா...!'' கன்னத்தைத் தட்டித் தட்டி மயக்கம் தெளிவிக்க முயன்றார் சங்கன். கண்விழிக்க முயன்றும் முடியாமல் தலை தொங்கித் துவண்டு நின்றான் காளையன்.

மகனின் நிலையைப் பார்த்து சங்கனின் கண்களிலிருந்து கண்ணீர்த்துளிகள் பொலபொலவெனக் கொட்டத் தொடங்கின.

''ஒண்ணும் இல்ல ராசா...! ஒனக்கு ஒன்னும் ஆவாதுய்யா. வீரபாண்டித்துரை வம்சமுடா நீயி. ஒனக்கு ஒன்னும் ஆவாது...'' மகனை இறுகக் கட்டியணைத்தவாறு ஆகாயத்தைப் பார்த்தார். அவரது கலங்கிய பார்வைக்குள்ளே குலதெய்வங்களெல்லாம் வந்து போயின.

மங்கம்மா மாடுகளைப் பூட்டி வண்டியை முன்னே நகர்த்தி வந்து நிறுத்தி விட்டு வேகவேகமாகப் பையனைத் தூக்க ஓடினாள். மயங்கிக் கிடந்தவனை அப்பனும் ஆத்தாளுமாக இருவரும் சேர்ந்து கைத்தாங்கலாகப் பிடித்துவந்து மாட்டுவண்டியில் தூக்கிப்போட்டு, பெண்மக்களையும் ஏற்றிக்கொண்டு கிளம்பினர். மங்கம்மா சாட்டையை வீசியபடி வண்டியை முடுக்கினாள். மகனைத் தன் மடியில் கிடத்தி, அவனையே உற்று நோக்கியபடி வந்து

கொண்டிருந்தார் சங்கன். அவருடைய அந்தத் தளர்ந்த உடம்பிலும்கூட ரத்தக் காயங்கள் விரவியிருந்தன. தடிப்பு தடிப்புகளாக ஆங்காங்கே கன்னிப் போயிருந்தன. அந்த உடம்பிலிருந்த கொஞ்ச நஞ்சக் குருதியும் வழிந்து காய்ந்திருந்தது.

“டவுனு ஆஸ்பத்திரிக்கு வண்டிய விடட்டுமா மாமா...?” கேட்டவாறே வண்டியைச் செலுத்தினாள் மங்கம்மா.

“இல்லயில்ல... வூட்டுக்கு விடு...” தீர்க்கமாகச் சொன்னார் சங்கன். மாட்டுவண்டி கிராமத்தை நோக்கி ஓடியது. வானம் இடி இடித்தது. மேகக் கூட்டங்கள் கூடிக் கருத்தன. கண்கள் கலங்க தன் மகனையே வெறித்துப் பார்த்தபடி ஏதோ ஆழ்ந்த யோசனையில் வந்து கொண்டிருந்தார் சங்கன். அவரது மனசு இறுகிப்போயிருந்தது.

“எந்த சாமி புண்ணியமோ...? இத்தோட போச்சு. தக்க சமயத்தில அந்தப் தலைவரய்யா மட்டும் வராட்டி, என்ன ஆயிருக்கும்...? அடிச்சே கொன்னுகூட போட்டுருப்பாய்ங்கெ ஈவிரக்கமில்லாத அரக்கய்ங்கெ...” என்று தலைவர் புராணம் பாட ஆரம்பித்தாள் மங்கம்மா. இதைக் கேட்ட மறுகணமே வெடுக்கெனச் சிலிர்த்துச் சீறினார் சங்கன்.

“ஏய்...! வாய மூடுடீ வெக்கங்கெட்டவளே...!” என்று கத்தி அதட்டினார். என்னவென்று புரியாமல் அதிர்ந்து திரும்பினாள் மங்கம்மா. அனல் தெறிக்க வெறித்துப் பார்த்த சங்கனின் முகம் கோபத்தில் இரண்டு மடங்காக ஊதியிருந்தது.

“அந்த கண்டா....லி மவன் தான்டீ இதுக்கெல்லாம் காரணம். நெஞ்சுக்குள்ளயே வஞ்சம் வச்சு சமயம் பார்த்துக் கழுத்தறுத்துட்டான் தே.....பய....” என்று பற்களை நறநறவெனக் கடித்தார்.

“என்னா மாமா சொல்ற...?!” மங்கம்மா நம்ப முடியாமல் அதிர்ச்சியோடு சங்கனைப் பார்த்தாள். கோபம் கொப்பளிக்க அவளையே பார்த்த சங்கனின் கண்களிலிருந்து அணைபோட முடியாமல் பொலபொலவெனக் கண்ணீர்த்துளிகள் கொட்டிக்கொண்டிருந்தன. வானமும் அவர்கூடச் சேர்ந்து துணைக்கு அழத்தொடங்கியது.

மழையில் நனைந்தபடி மாடுகளை வேகமாக முடுக்கிவிட்டாள் மங்கம்மா. பொத்துக்கொண்டு ஊற்றத் தொடங்கியது வானம். வண்டிமாடுகள் சீறிப்பாய்ந்தோடின. பளிச் பளிச்சென மின்னல் வெட்டியது.

'டம்டம்டமார்...' எனக் காதைக் கிழிக்கும் பேரிரைச்சலுடன் இடி முழங்கியது.

"அர்ச்சுனா...! அர்ச்சுனா...! அர்ச்சுனா...!"

இடிச்சத்தம் கேட்டு திடுக்கிட்டுப்போய் பயந்து, குறுகி, நடுங்கி, தன் தோழிமீது சாய்ந்து அவளை இறுக்கமாகக் கட்டிக்கொண்டாள் வடிவாம்பாள். மழைக்கு மரத்தடியில் ஒதுங்கிய அவர்களைக் கடந்து சீறிப்பாய்ந்தபடி போய்க்கொண்டிருந்தது மாட்டுவண்டி. இருவரும் அதிர்ச்சியுடன் ஒருவரையொருவர் மாறி மாறிப் பார்த்துக் கொண்டனர்.

"வடிவூ...! அது காளையன் அண்ணன்தானே வடிவூ...?! என்னாச்சுன்னு தெரியலையே...?!" தோழி போதும்பொண்ணு கூறியதைக் கேட்டதும் வடிவாம்பாளுக்கு திக்கென்றிருந்தது. குலை நடுங்கியது. நெஞ்சுக்கூடு படபடத்தது. கடந்து போய்க்கொண்டிருக்கும் மாட்டுவண்டியையே பதைபதைப்புடன் பார்த்துக் கொண்டிருந்தாள். கொட்டும் மழையில் முழுவதுமாய் நனைந்தபடி ஊரை நோக்கி வேகவேகமாகப் போய்க்கொண்டிருந்தது மாட்டுவண்டி...

10

மழை விடுவதாக இல்லை. அந்தி சாயும் அந்தப் பொழுது வழக்கத்திற்கு மாறாக முன்கூட்டியே இருளத் தொடங்கியது. பட்பட்படபடவென குடிசையின் பனையோலைக் கூரையின் மீது மழையடிப்பது காதைக் கிழித்தது. ஆங்காங்கே சர்ர்ர்ர்ரென மழைநீர் தாரை தாரையாகக் குடிசைக்குள்ளே ஒழுகிக்கொண்டிருந்தது. ஒழுகிய அந்த இடங்களிலெல்லாம் ஓடியோடி பெண்பிள்ளைகள் மூவரும் பாத்திரங்களை வைத்துக்கொண்டிருந்தனர்.

இன்னொரு பக்கம் மருத்துவச்சி பாப்பாத்தி கயிற்றுக் கட்டிலில் குப்புறப் படுத்துக்கிடக்கும் காளையனின் முதுகில் காயங்களுக்கு பச்சிலை மருந்து பூசிக்கொண்டிருந்தாள். வலி, எரிச்சல் தாளாமல் துடியாய்த் துடித்துக்கொண்டிருந்தான் காளையன்.

“ஒண்ணும் இல்ல ராசா. அம்புட்டுதான் அம்புட்டுதான். செத்த நேரம் பல்லெக் கடிச்சுக்க கண்ணு...” என்று தேற்றியபடியே மருந்து தடவினாள் பாப்பாத்தி. அந்த மழையிலும் ஊருக்குள் ஓடோடிப்போய் அவளைக் கையோடு கூட்டிக்கொண்டு வந்திருந்தார் சங்கன்.

“அந்தத் தா......ளிய தலை வேற முண்டம் வேறயா ரெண்டு துண்டமா வெட்டிப் போடலனா நான் ஒரு அப்பனுக்குப் பொறக்கலடா... பு......மவனுங்களா...! என்னா கூ......கொழுப்புயிருந்தா...” என்று வாய்க்கு வந்தபடி திட்டிக்கொண்டிருந்தார்.

“ஏ மாமா...! வாயை வச்சுக்கிட்டு சும்மா கிடக்க மாட்ட...” புருசனைப் பேசவிடாமல் அதட்டினாள் மங்கம்மா. கையில் சாராயப் பாட்டிலைப் பிடித்தபடி, போதை தலைக்கேறி கால் நீட்டி சுவரில் சாய்ந்தவாறே மீண்டும் வாய்க்கு வந்தபடி புலம்பத் தொடங்கினார் சங்கன்.

“ஏங் கண்ணு முன்னாடியே ஏம்புள்ளைய அத்தினி பேரு அடிக்கிறப்போ இந்த ஈன சாதிப்பய ஒண்ணுஞ் செய்யமுடியாம கல்லாட்டம் பார்த்துக்கிட்டே உட்கார்ந்திருந்திட்டனே... நானெல்லாம் ஒரு ஆம்பளையா?” தலையில் அடித்துக்கொண்டு அழுதார் சங்கன்.

“ஏ... மாமா...! நீ இப்ப கம்முனு இருக்கப் போறியா இல்லையா...?” அதட்டினாள் மங்கம்மா. அதேநேரம் காளையனுக்கு மருந்து பூசிவிட்டு சங்கனிடம் வந்தாள் மருத்துவச்சி. சாராய பாட்டிலைத் திறந்து குடிப்பதும், அழுவதுமாக இருந்தார் சங்கன். காயம்பட்ட அவரது முதுகிலும் பச்சிலையைத் தடவினாள்.

“யெக்கா...! எனக்கெதுக்குக்கா இதெல்லாம்...? அதுபாட்டுக்கு தன்னால சரியாயிரும். வாழ்ந்து முடிச்சவன் நானு. போ... போயி ஏம்புள்ளைக்குப் போடுக்கா...” சங்கன் சிலிர்த்துக்கொண்டு நகர்ந்தார். மங்கம்மா வேகவேகமாக அவரிடம் வந்தாள்.

“அதெல்லாம் அவனுக்கு மருந்து போட்டாச்சு. நீயும் கொஞ்சூண்டு போட்டுக்க...” என்று அவள் அதட்டிச் சொன்னதும்தான், மறுபேச்சுப் பேசாமல் முதுகைக் காட்டினார் சங்கன். வெளியே மழை ச்சோவென விடாமல் கொட்டிக்கொண்டிருந்தது.

மருத்துவச்சி பாப்பாத்தி சங்கனின் முதுகில் மருந்து தடவிக் கொண்டிருந்த அவ்வேளையில் அந்தக் குடிசைக்குள்ளே நுழைந்தாள் போதும்பொண்ணு. தலையில் கோணிச்சாக்கை மூடாக்காகப் போட்டிருந்தாலும் உடம்பெல்லாம் ஆங்காங்கே நனைந்திருந்தது.

“வா கண்ணு...! என்ன இப்புடி சொதசொதன்னு நனைஞ்சிருக்குற...? ஏ... கனகு...! அக்காவுக்குத் தலையத் தொவட்ட துணி கொடுத்தா.” என்று போதும்பொண்ணுவைப் பார்த்து மங்கம்மா சொன்னவுடன், பாப்பாத்தி பின்னால் திரும்பிப் பார்த்தாள். அங்கே தனது ஒரே மகள் போதும்பொண்ணு நின்றிருந்தாள்.

“அடி யாத்தீ...! நீயி எதுக்குத் தாயி வந்தே...?” வாயெல்லாம் பல்லாக மகளைக் கேட்டாள்.

“நீயி ஒத்தையில வந்தது மாரியாயி யத்தே சொல்லுச்சுத்தா. அதான் வந்தேன்” என்றபடியே தலையைத் துவட்டிக்கொண்டே உள்ளே நோட்டமிட்டாள் போதும்பொண்ணு. கட்டிலில் சுருண்டு படுத்துக்கிடந்த காளையனைப் பார்த்ததும் பதறியோடினாள்.

“அய்யோ...! காளையன் அண்ணனுக்கு என்னாச்சுத்தா...?” என்று காயங்களைப் பார்த்ததும் பதறிப்போய்க் கேட்டாள்.

“யார் கண்ணு பட்டுச்சோ...? நான் எந்தச் சாமிக்குக் கொறை வச்சனோ? தெரியலியே... எங்கேயோ போற பூதம் வந்து ஏம்மேல ஏறிருச்சே...” பட்டும் படாமல் அழுது புலம்பினாள் மங்கம்மா.

போதும்பொண்ணு அங்கு வந்ததன் நோக்கமே வேறு. என்ன ஏதென்று உடனே ஓடிப்போய் தகவல் திரட்டி வருமாறு இந்த மழையிலும் அடம்பிடித்து அவளை அனுப்பியிருந்தாள் வடிவாம்பாள். அந்தக் குடிசைக்குச் சற்று தூரத்திலிருக்கும் ஒரு மரத்தடியில் இந்தக் கொட்டும் மழையிலும் அவள் கால்கடுக்க நின்றுகொண்டிருந்தாள்.

“ராத்திரிக்கி கண்ணு முழிச்சா இதைத் தடவிவிடு. காலையில நான் வாரேன். ஒண்ணும் இல்ல தாயி... பயப்படாத...” என்று மீதியிருந்த மருந்தை மங்கம்மாவிடம் கொடுத்து, மருந்து முறைகளைச் சொல்லிவிட்டு தன் மகள் போதும்பொண்ணுவைக் கூட்டிக்கொண்டு புறப்பட்டாள் மருத்துவச்சி பாப்பாத்தி.

இரக்கமற்ற மழை நீண்ட நேரம் பொழிந்துகொண்டே இருந்தது. ஆத்தாளை வீடு சேர்த்துவிட்டு, “இந்தா... வந்தர்றேன் ஆத்தா...” என்று சொல்லிவிட்டு, ஆத்தாக்காரி எவ்வளவோ தடுத்தும் காதில் வாங்கிக் கொள்ளாமல் மழையில் நனைந்துகொண்டே ஓடினாள் போதும்பொண்ணு. தோழி வரும்வரை மழையில் நனைந்தபடியே மரத்தடியில் நின்றுகொண்டிருந்தாள் வடிவாம்பாள்.

தலையில் கோணிச்சாக்கைப் போட்டுக்கொண்டு சொதசொதவென நனைந்தபடி தூரத்தில் ஓடோடிவந்த போதும்பொண்ணுவைப் பார்த்ததும் படபடத்தாள் வடிவாம்பாள்.

“ஆத்தாவ வூட்டுல விட்டுட்டு வர நேரம் ஆயிருச்சு வடிவூ...” என்ற அவளிடம்,

“என்ன ஆச்சு?... என்ன ஆச்சு போது...? ” பதறிக் கேட்டாள் வடிவு.

“எப்புடிச் சொல்றது... என்னாலயே பாக்க முடியல வடிவூ.

மானாங்கன்னியா அடிச்சுப் போட்டுருக்காய்ங்கெ அந்த போலீசுக்காரய்ங்கெ. ஒடம்பெல்லாம் நாருநாரா கிழிஞ்சிக் கெடக்கு வடிவூ... காளையன் அண்ணேன் எப்புடித்தான் வலி தாங்குச்சோ...?" சொல்லும்போதே கண்களிலிருந்து கண்ணீர் வழிந்தது போதும்பொண்ணுவுக்கு. பதறித் துடித்தாள் வடிவாம்பாள்.

"நானு இப்பவே போயி பார்க்கணும்... வாடி போகலாம்..." பொறுக்கமாட்டாமல் கண்ணீர் மல்க கிளம்பியவளின் கைகளைப் பிடித்து இழுத்துத் தடுத்தாள் போதும்பொண்ணு. திமிறித் துடித்தாள் வடிவு. அவளை இறுக்கிக் கட்டியணைத்துத் தடுத்து,

"வேணாம் வடிவு. இப்ப வேணாம். இருட்டாயிருச்சு. வேணாம் வடிவு" கெஞ்சினாள். வடிவாம்பாள் கேட்பதாயில்லை.

"அய்யோ...! எனக்கு மண்டையே வெடிச்சிரும் போலிருக்கு. ஒரே ஒருதடவெ காளையனெ கண்ணுல பார்த்துக்கிறேன்... விடு போது" அவள் கையை உதறிவிட்டு வேகமெடுத்தாள். பின்னாலேயே ஓடினாள் போதும்பொண்ணு. தேமேவென்று நிதானமாகக் கொட்டிக் கொண்டிருந்தது மழை.

சிம்னி விளக்கொளியில் காளையன் தன்னை மறந்து ஆழ்ந்து உறங்கிக் கொண்டிருப்பதைச் சன்னலின் வழியே வெறித்தபடியே பார்த்து நின்றாள் வடிவு. அவள் மனம் துடியாய்த் துடித்தது. கண்களிலிருந்து தாரைதாரையாகக் கண்ணீர்த்துளிகள் வழிந்தோடின. காளையனின் அப்பன் சங்கன் ஒரு மூலையில் சரிந்து கிடந்தான். பெண்பிள்ளைகளை முந்தானையால் போர்த்தியபடி மங்கம்மா ஆழ்ந்து உறங்கிக் கொண்டிருந்தாள். சுற்றிமுற்றி நோட்டமிட்டுக்கொண்டே வடிவாம்பாளை முடுக்கினாள் போதும்பொண்ணு. அவள் கையைப் பிடித்திழுத்து அவசரப்படுத்தினாள். போக மனமின்றி வேண்டாவெறுப்பாக நடைப்பிணமாகச் சென்றாள் வடிவு.

மழைவிட்டு தூறல் போட்டுக்கொண்டிருந்தது வானம். பழக்கப்பட்ட பாதையைப்போல அந்தக் கும்மிருட்டிற்குள் இருவரும் போய்க்கொண்டிருந்தனர். தூரத்தில் நாயொன்று ஊளையிட்டுக்கொண்டிருந்தது.

அந்த இரண்டு நாட்கள் துளியும் தூக்கமின்றி ஆகாரமின்றி துக்கத்தில் மூழ்கிக் கிடந்தாள் வடிவு. நாக்கில் பச்சைத்தண்ணீர் கூட படாமல் காளையன் நினைப்பாகவே சதா அல்லாடிக் கொண்டிருந்தாள்.

அவ்வப்போது போதும்பொண்ணு வந்து காளையனைப் பற்றித் தகவல் சொல்லிவிட்டுப் போனாள். ஆனாலும் அவனைக் காணாது, அவன் முகம் பாராது, அவனிடம் பேசாது ஒவ்வொரு கணமும் வடிவாம்பாளுக்கு ஒரு யுகமாகக் கழிந்தது. முப்பொழுதும் படுக்கையிலேயே முடங்கிக் கிடந்தாள். வருடமொருமுறை வரும் தைப்பொங்கலைக் கூடக் கொண்டாட மனமின்றி முடங்கியே கிடந்தாள். பொங்கல் வைக்க, புத்தாடை உடுத்த, சாமி கும்பிட என்று தாய் மரகதம்மாள் எப்படி எப்படியோ வற்புறுத்தியும் உடம்பு சரியில்லாதது போலச் சோர்ந்து படுத்துக்கொண்டாள். பொங்கல் அவள் கைப்படாததாலேயே வீணாய்ப் போனது.

மறுநாள் விடிந்தும் விடியாததுமாக அவளிடம் ஓடோடி வந்துசேர்ந்தாள் தோழி போதும்பொண்ணு.

"வடிவூ...! வெரசா கௌம்பியிரு. இன்னிக்கி எருதுக்கட்டு பார்க்க காளையன் அண்ணேன் வருதாம். நானும் போயி கௌம்பிட்டு வந்திடறேன்" அவசர அவசரமாகச் சேதியைத் தாக்கல் செய்துவிட்டு ஓடினாள். மான்போலத் துள்ளியெழுந்தாள் வடிவு. அவள் மண்டைக்குள் ஆயிரம் மின்னல்கள் மின்னி உந்தித் தள்ளின. பட்டாம்பூச்சியாய்ப் படபடத்தாள். அவள் மனதுக்குள் காளையனைப் பார்க்கப்போகும் ஆர்வம் தித்திக்கும் எரிமலையாகப் பொங்கிப் பீறிட்டு இனித்தது. ஆயிரம் யானைபலம் கொண்டவளாய் விறுவிறுவெனக் கிளம்பித் தயாரானாள். காளையனுக்குப் பிடித்தமான ஊதாநிறப் பாவாடை தாவணியை உடுத்திக்கொண்டு, அழகாக ஒப்பனை செய்துகொண்டு கிளம்பிநின்றாள். தோழியின் வரவை எதிர்பார்த்து ஆவலோடு காத்துநின்றாள்.

ஒவ்வொரு நொடிப்பொழுதும் நீ....ண்டு ஒரு யுகமாய் கடந்தது. வழிமேல் விழிவைத்துக் காத்திருந்த அவளது கண்ணுக்கெட்டிய தூரத்தில் போதும்பொண்ணு ஓடிவருவது தென்பட, துள்ளிக்கொண்டு ஓடிச்சென்று கட்டிப்பிடித்து முத்தம் கொடுத்து அவளைப் பிடித்திழுத்துக்கொண்டு ஓடினாள். அவளால் சந்தோஷத்தை அடக்க முடியவில்லை. உள்ளக் கிடக்கைகள் உந்தித்தள்ள, தோழியை இழுத்துக்கொண்டு வேகமும் நடையுமாக ஊர் மந்தையை நோக்கிப் பறந்தாள்.

ஊர் மந்தையில் விசில் சத்தம் வானைக் கிழித்தது. சுற்றுப்பட்டிகளில் இருந்து பெரியவர்கள், சிறியவர்கள், பெண்கள்

என வகைப்பாடில்லாமல் எல்லோரும் ஒருசேர மந்தையில் கூடியிருந்தார்கள். பெண்கள் கூட்டம் அலைமோதியது. ஆண்டுக்கு ஒருமுறை நடக்கும் பாரம்பரிய வீரவிளையாட்டான இந்த எருதுக்கட்டைக் காண கண்கோடி வேண்டுமென வண்டி கட்டிக்கொண்டு மக்கள் வந்தவண்ணமிருந்தார்கள்.

சுற்றுவட்டாரப் பகுதிகளில் இந்த ஊரில் நடக்கும் எருதுகட்டு என்றால் மிகவும் பிரபலம். எந்த ஊர்க்காரன் ஜெயிப்பான் என்று பணம் கட்டிச் சூதாடுமளவுக்குப் போட்டி களைகட்டும். ஜேஜேவென மொத்தச் சனமும் குழுமி நின்று ஆர்ப்பரித்துக் கொண்டிருந்தது.

சுற்றிலும் வட்டமாகக் கட்டை கட்டி, நட்டநடுவில் போட்டிக்கு வரும் காளைமாட்டுடன் மாடுபிடிவீரன் மோதுவதைக் காண மக்கள் ஆவலோடு திரண்டிருந்தார்கள். அதிலும் அரசனூரின் மாடுபிடி வீரன் மருதுபாண்டியைப் பார்ப்பதற்காகவே ரசிகைகள் கூட்டம் முண்டியடிக்கும்.

“களத்துக்குள்ள எறங்கிட்டான்னா மருதனுக்கும் காளைக்கும் நடக்கிற சண்டை, மாட்டுக்கும் மனுசனுக்கும் நடக்கிற சண்டை மாதிரி இருக்காது. காளைக்கும் காளைக்கும் மாதிரியில்ல இருக்கும்...!” சுருட்டுப் புகையைக் கக்கியபடியே பெருமை பேசினார் கருத்தக் கிழவரொருவர்.

வருடாவருடம் அரசனூர் பஞ்சாயத்துக்கும் மேலக்கோட்டை பஞ்சாயத்துக்கும்தான் போட்டியே! யார் ஜெயிப்பார்கள் என்பதற்குப் பெரும் போட்டியே நிலவும். ஜெயித்த மாட்டையும் மாடுபிடி வீரனையும் பற்றித்தான் மொத்த சனமும் அந்த வருடம் பூராவும் பேசி மெச்சும். காடு, கரை, ஊர்ச்சாவடி, சந்தைகளிலெல்லாம் இதே பேச்சாகத்தான் இருக்கும். தோற்றுப்போன மாட்டுக்கும் வீரனுக்கும் மரியாதை இருக்காது. முகத்துக்கு நேரே காறித் துப்பாதது தான் பாக்கி. சனமே கூடிக் கும்மாளமடித்துக் கேவலப்படுத்தும்.

போன வருடம் தோற்றுப்போன மேலக்கோட்டை பண்ணையாரின் மாட்டைச் சுற்றுப்பட்டி சனம் மட்டுமல்ல, சொந்த ஊர்சனமும்கூட வசைபாடியதைப் பொறுக்கமாட்டாமல், பண்ணையார் ஊர் உலகமே தேடி விசாரித்து, ஒரு தரமான ஜல்லிக்கட்டுக் காளையை வாங்கி வந்து, அதற்குத் தீவிரப் பயிற்சியளித்து இந்த வருடம் தயார்படுத்தியிருந்தார்.

“மாட்டு மேல எவன் கையை வைக்கிறானோ, அவெங் கெதி அம்புட்டுத்தான். இந்தவாட்டி நாலு பேரெயாவது குத்தித் தூக்குனாத்தாண்டா மேலக்கோட்டைக் காரனுங்க வெளியிலே தல காட்டமுடியும்” துண்டை உதறித் தலையில் உருமா கட்டியவாறு கத்தினான் ஒரு போதையாசாமி. ஓடோடிவந்து கூட்டத்திற்குள் புகுந்து தடுப்பின் முன்னால் ஏதுவாக நின்று கொண்டார்கள் வடிவாம்பாளும் போதும்பொண்ணுவும். கூட்டம் நெருக்கித்தள்ளியது.

ஆரவாரத்திற்கிடையே போட்டி துவங்கியது. விழா மேடையில் ஊர்ப் பெரியமனிதர்கள் பலர் வெள்ளையும் சொள்ளையுமாக அமர்ந்திருந்தார்கள். கூட்டம் ஆர்ப்பரித்தது. சம்பிரதாயமாக விழாக்குழுவினர் மைக்கில் ஏதேதோ பேசிக்கொண்டிருந்தபோது, வடிவாம்பாளின் கண்கள் அங்குமிங்கும் துழாவின. மனிதத் தலைகளுக்கிடையே தன் மனம் கவர்ந்தவனின் முகம் தென்படாத ஏக்கம் பெருகி முகமெங்கும் வழிந்தது.

கூட்டம் ஆர்ப்பரித்து விசிலடித்தது. கைதட்டலும் விசிலும் கலந்த ஆரவாரச் சத்தம் வானதிர்ந்தது. மொத்தக் கவனமும் மைதானத்தின் நடுவே குவிந்தது. மேலக்கோட்டைப் பண்ணையாரின் முரட்டுக்காளை களமிறங்கியது. பார்ப்பதற்கே பயமுறுத்தும் கூரிய கொம்புகளைச் சிலுப்பிக்கொண்டு அந்த முரட்டுக்காளை, தினவெடுத்த தனது உடலைக் குலுக்கி, முன்னங்கால்களால் மண்ணைப் பிராண்டியபடி முன்னே நடந்து வந்தது. மறுகணமே அரசனூர் மாடுபிடி வீரர்கள் நான்கைந்து பேர் மைதானத்திற்குள் களமிறங்க, விசிலடித்து ஆர்ப்பரித்தது கூட்டம்.

“இந்த வாட்டியும் மாட்டை அடக்கி மேலக்கோட்டைக் காரய்ங்கெ மூஞ்சியில கரியப் பூசுங்கடா ங்கொப்பேம் மவங்களா...!” கத்திக் கூப்பாடுபோட்டு தன் ஆதரவைத் தெரிவித்தான் அரசனூர்க்காரனொருவன்.

களத்திற்குள் மாடுபிடி வீரர்கள் அலப்ப, மாடு மாறி மாறி ஒவ்வொருவரையும் முட்டிக் குத்தப் பாய, போக்குக்காட்டியபடி வீரர்கள் மாட்டை அசரடிக்க முயற்சித்தனர். சுற்றி நின்ற கூட்டம் சீட்டியடித்து ஆர்ப்பரித்தது. எல்லோரது கவனமும் எருதுகட்டில் லயித்திருக்க, வடிவாம்பாளின் விழிகளோ அங்குமிங்குமாக காளையனைத் தேடியபடியிருந்தன. அவளது சிந்தையெல்லாம் காளையனைப் பார்ப்பதிலேயே இருந்தது.

திரும்பத் திரும்ப போக்குக்காட்டி ஓடவைத்துப் பிடிகொடுக்காமல் காளையை அசரடித்தனர் வீரர்கள். மூச்சிரைக்க அசந்துநின்ற காளைமாட்டின் திமிலைத் தாவிப் பிடிக்க முயன்ற ஒரு வீரனை கணநேரத்தில் முட்டித் தூக்கியது காளை. பறந்து தூர விழுந்தான் வீரன். மீசையை முறுக்கிக்கொண்டு நிமிர்ந்து உட்கார்ந்தார் மேலக்கோட்டைப் பண்ணையார். துள்ளி விழுந்தவன் பேச்சு மூச்சின்றி அசையாமல் கிடந்தான். அவன் நெஞ்சுக்கூட்டிலிருந்து ரத்தம் பொங்கிவழியத் தொடங்கியது.

“அட்ரா சக்கை...! ஆரம்பத்திலேயே ஒரு பலி விழுந்துருச்சுடோய்...! மேலக்கோட்டையா... கொக்கா...?” தொடைதட்டிக் குதூகலித்தான் மேலக்கோட்டைக்காரனொருவன்.

மாடுபிடி வீரர்களின் வியூகம் மாறியது. ஆனாலும் சோர்ந்து போனது வீரர்கள்தான். காளைமாடு அசராமல் களமாடியது. ஆரவாரத்திற்கு நடுவே ஒருவர்பின் ஒருவராகக் குத்தி வீழ்த்தியது காளை. நெஞ்சை நிமிர்த்தி தோரணையாக அமர்ந்துகொண்டு பெருமிதத்துடன் பார்த்துக்கொண்டிருந்தார் மேலக்கோட்டைப் பண்ணையார். கடைசியாக மருதனும் காளையும் ஒற்றைக்கு ஒற்றை நேருக்கு நேர் நின்றார்கள்.

“அந்தப் பயதாம்ப்பா வருசா வருசம் நமக்குத் தண்ணி காட்டுறது. அவனத்தான் குத்திப் போடணும்” ஆவேசப்பட்டார் மேலக்கோட்டைப் பெருசு ஒருவர். மருதனின் மாடுபிடி ஆட்டத்தைக் காணவே தனி ரசிகர் கூட்டம் உண்டு. விசிலடித்துக் கைதட்டி ஊக்கப்படுத்தினர். சீறிப்பாய்ந்த காளைக்கும் சினம் கொண்ட மருதனுக்குமான யுத்தத்தில், மருதன் சுதாரிப்பதற்குள் காளை அவன் வயிற்றில் குத்தித் தூக்கிப்போட்டது. ஒரு கணம் மொத்தசனமும் வாயடைத்து நின்றது.

“ஹா...! அட்ரா சக்கை...!” தொடையைத் தட்டிக்கொண்டு துள்ளியெழுந்தார் மேலக்கோட்டைப் பண்ணையார். பேச்சு மூச்சின்றி மயங்கிக் கிடந்தான் மருதன். தங்களுடைய காளைமாடு வெற்றி பெற்றதை மேலக்கோட்டை சனமே கைதட்டி விசிலடித்து ஆர்ப்பரித்துக் கொண்டாடியது. அரசனூர் சனத்தைப் பார்த்து கெக்கலித்து ஆட்டம் போட்டது.

“அரசனூரு ஆம்பளக எல்லாம் மீசைய மழிச்சுக்கங்கடா...” விழா மேடையிலிருந்து மேலக்கோட்டைப் பண்ணையார் கத்தினார். அரசனூர்

தலைவர் உட்பட மேடையிலிருந்த சுற்றுப்பட்டி பெரியமனிதர்கள் அனைவரும் அதிர்ந்து பார்த்தனர். ரோசப்பட்ட அரசனூர் தலைவர் விருட்டென எழுந்து நடந்தார். அப்போது அங்கே திடீரென்று விசில் சத்தமும் கைதட்டல் ஆரவாரமும் விண்ணைப் பிளந்தன. என்னவென்று புரியாமல் மேடையிலிருந்தவர்கள் எல்லோரும் திரும்பிப் பார்க்க, அங்கே களத்திற்குள் துள்ளிப் பாய்ந்துவந்து நின்றான் காளையன். விசில்சத்தம் விண்ணைப் பிளந்தது. ரத்தக் கறைபடிந்த கொம்புகளை ஆட்டியபடி சினம்கொண்ட காளை அவனை அனல் தெறிக்க வெறித்துப் பார்த்தது. ஆயிரம் பட்டாம்பூச்சிகள் மனதிற்குள் பறக்கத் தன்னையறியாமல் துள்ளிக்குதித்துக் கைதட்டி ஆர்ப்பரித்தாள் வடிவாம்பாள்.

வேட்டியை மடித்து தார்ப்பாய்ச்சிக் கொண்டான் காளையன். தினவெடுத்த காளை முன்னங்கால்களால் மண்ணை இருமுறை கிளறி விட்டுக் காளையனை நோக்கிச் சீறிப்பாய்ந்து வந்துகொண்டிருந்தது. மண்ணைத் தொட்டுக் கும்பிட்டு விரல்களில் முத்தமிட்ட காளையன், தரைமண்ணை அள்ளி கைகளில் தேய்த்துத் தட்டிக்கொண்டே துள்ளிக்குதித்து, கால்களை அகட்டி நிலைகுத்தி நின்றான். சீற்றத்தோடு பாய்ந்து வந்துகொண்டிருந்தது காளை. தோள்களிரண்டையும் முறுக்கேற்றியபடி நெஞ்சு நிமிர்த்தி, தொடைகளைத் தட்டிக்கொண்டே காளையை எதிர்நோக்கி நின்றான் காளையன்.

11

மாட்டுக்கும் மனிதனுக்குமான துவந்த யுத்தத்தில், மனிதன் மிருகத்தைவிட மூர்க்கமானவன் என்பதை அவனது குரூர எண்ணங்கள் ஒவ்வொரு முறையும் மெய்ப்பித்துக் கொண்டேதான் இருக்கின்றன.

மூர்க்கத்துடன் சீறிப்பாய்ந்து வந்துகொண்டிருந்த காளையை அடக்கும் தினவேறி, உடம்பை முறுக்கேற்றி, தொடை தட்டியபடி நின்ற காளையனுக்கு ஒட்டுமொத்த சனங்களின் ஆரவாரம் புதுத் தெம்பூட்டியது. ஆவேசமாகத் தன்னை நோக்கிச் சீறிப்பாய்ந்து வந்துகொண்டிருக்கும் காளையைப் பிடிக்க உடம்பைச் சிலுப்பிக்கொண்டு நின்றான். அவனது கூரிய கண்களிரண்டும் ஓடிவந்து கொண்டிருந்த கொம்புகளின் மீதே கவனம் குவித்திருந்தன. கூட்டத்திலிருந்து இதைப் பார்த்துக்கொண்டிருந்த வடிவாம்பாளுக்கு திக்திக்கென்றிருந்தது. உடம்பெல்லாம் வியர்த்துக் கொட்டியது. நெஞ்சு படபடக்க வானத்தைப் பார்த்துத் தலைதூக்கி மேலே நோக்கி கைகுவித்தாள்.

“காக்க காக்க கனகவேல் காக்க
நோக்க நோக்க நொடியினில் நோக்க
போக்க போக்க பாவம் பொடிபட...”

என்று வாய்க்குள் முணுமுணுக்கத் தொடங்கினாள்.

"கந்தா...! கடம்பா...! முருகா...! ஏங் காளையன் உசுருக்கு நீதாஞ் சாமி பொறுப்பு..." என்று யாருக்கும் கேட்காமல் வாய்க்குள்ளே வேண்டிநின்றாள்.

'ஆனானப்பட்ட மருதனையே தூக்கித் தூரப்போட்ட காளைக்கி, இவனெல்லாம் எம்மாத்திரம்?' என்று கர்வத்துடன் அமர்ந்திருந்தார் மேலக்கோட்டைப் பண்ணையார்.

"யாருடா இவன் புதுசாருக்கு...? முன்ன பின்னப் பார்த்ததில்லையே...!" பின்னால் நின்றுகொண்டிருந்த ஏவலாளியிடம் கேட்டார். அவன் திருதிருவென முழித்துவிட்டுப் பின்னால் திரும்பி சக ஊர்க்காரர்களிடம் விசாரித்தான்.

"உள்ளூரு அழகாபுரி பய தானாம்ய்யா. ஆர்வக் கோளாறுல வெவரந் தெரியாம களத்தில குதிச்சிட்டான். நம்ம மாடு ஒரே குத்துல தூக்கி எறியப் போகுது பாருங்க..." என்று ஏளனமாகச் சொல்லிவிட்டுக் களத்தை நோக்கிச் சிரித்தான்.

களத்திற்குள் புழுதி பறக்கப் பெரும் யுத்தமே நிகழ்ந்துகொண்டிருந்தது. சீறிப் பாய்ந்துவந்த காளையின் கொம்புகளை மிகத் துல்லியமாகப் பற்றிப் பிடித்தான் காளையன். தன் பலத்தையெல்லாம் திரட்டிக் காளையைத் தடுத்தான். ஓடோடி வந்த காளையின் வேகத்தின் தாக்கத்தால் கால்கள் பின்னோக்கிச் சறுக்கிக்கொண்டே செல்ல, காளையன் முழுபலத்துடன் கால்களை அழுத்தியபடி காளையை நிறுத்த முயற்சிக்க, காளை மூர்க்கமாக அவனை முட்டித்தள்ள யத்தனிக்க, அந்த இடத்தில் நீண்டதொரு போராட்டமே நிகழ்ந்து கொண்டிருந்தது.

'என்ன நடக்கப் போகிறதோ?' எனச் சுற்றி நின்ற சனமனைத்தும் வைத்த கண் மாறாமல் அப்படியே உறைந்துபோய் நின்றார்கள்.

பெரும் போராட்டத்திற்குப் பிறகு பாதத்தை அழுத்திக் காளையை நிறுத்தினான் காளையன். கூட்டம் விசிலடித்து, கைதட்டி ஆர்ப்பரித்தது. முறுக்கேறிய காளையனின் உடம்பில் குருதி நரம்புகள் புடைக்கத் தொடங்கின. தன்னிலும் பத்துமடங்கு எடையுள்ள காளையை வெறிகொண்டு தள்ளினான். கொம்புகளைப் பிடிகொடுத்த காளைமாடு முழுமூச்சுடன் போராடிப்பார்த்து, முடியாமல் தலையைச் சிலுப்பியவாறே பின்னால் நகர்ந்தது. பின்னகர்ந்துகொண்டேயிருந்த காளைமாடு சட்டெனத் தலையைச் சிலுப்ப, சளுப்பென காளையனின் பிடி நழுவ, கண்மூடித் திறப்பதற்குள் அவனை முட்டித்தூக்கப்

பாய்ந்த காளைமாட்டின் கொம்புகளுக்குச் சிக்காமல் லாகவமாக விலகிக்கொண்டான் காளையன்.

சட்டென அந்த இடமே நிசப்தமானது. சூழல் காளைமாட்டுக்கும் காளையனுக்கும் மாறிமாறிச் சாதகமாக மாறியபடியிருந்தது. ஆர்ப்பரித்துக்கொண்டிருந்த கூட்டத்திற்கு மத்தியில் கண்களை மூடிக்கொண்டு வேண்டியபடியிருந்தாள் வடிவாம்பாள்.

ஒருகட்டத்தில் தினவெடுத்து, கோபாவேசமாய்ப் பாய்ந்துவந்த காளையின் கொம்புகளைப் பிடிக்க முயன்ற காளையனுக்குக் கைகள் பிடிமானம் நழுவ, கண்ணிமைக்கும் நேரத்தில் காளையனை முட்டித் தூக்கிப்போட்டது காளைமாடு. தூரமாய்ப் போய் விழுந்தான் அவன். கூட்டம் ஒரு கணம் வாயடைத்து நிசப்தமானது. குலை நடுங்கிப் பதைபதைத்த வடிவாம்பாள், "முருகா...!" என்று நெஞ்சில் கைவைத்து வேண்டிநின்றாள். தூர விழுந்த காளையன் சற்றும் தாமதிக்காமல் துள்ளிக்கொண்டு எழுந்து நின்றான். அதனைப் பார்த்து முன்பைவிட பலமாக விசில் சத்தம் வானதிர்ந்தது.

"பய நெருப்பா இருக்குறான்டோய்...! எம்ஜியார் கணக்கா வெளையாடுறான் பாரு. மாடா... மனுசனா...? ஒரு கை பார்த்துற வேண்டியதுதான்" தொடைதட்டிச் சிலாகித்தார் அனுபவ வயோதிகரொருவர்.

"அட ஆமா மாமோய்...! வித்தை தெரிஞ்ச கெட்டிக்காரனா தெரியுறான் மாமோய்..." ஆளாளுக்குப் பாராட்டுப் பத்திரம் வாசித்தார்கள். தன்னிலை மறந்து தோழி போதும்பொண்ணுவைக் கட்டித்தழுவி பூரித்துப்போனாள் வடிவாம்பாள். இருவரும் துள்ளித்துள்ளிக்கொண்டு கைதட்டி ஆர்ப்பரித்தனர்.

கணநேரம்கூடத் தாமதியாமல் முட்டப் பாய்ந்தோடி வந்தது காளைமாடு. மாட்டை எதிர்நோக்கியவாறே மாட்டின் வேகத்திற்கு ஈடுகொடுத்தவாறே கரகரவெனப் பின்னாலேயே ஓடினான் காளையன். அவனை முட்டித் தூக்கிப்போடும் வெறியுடன் காளைமாடு பாய்ந்து வர, அதன் வேகத்துக்கு ஈடுகொடுத்து காளையன் மாட்டைப் பார்த்தவாறே பின்னோக்கி ஓடிப் போக்குக்காட்ட, புழுதி கிளம்பிய மாடுபிடி மைதானத்தைச் சுற்றி நின்ற சனங்கள் விசிலடித்துக் கைதட்டி ஆர்ப்பரிக்க, காளையன் சட்டென சமயோசிதமாய் விலகி காளையின் கொம்பை நகர்த்தி திமிலைக் கட்டித் தழுவிக்கொண்டான். தலையைச் சிலுப்பியபடி கொம்புகளால் முட்டித்தூக்க முயற்சித்தவாறே

ஆவேசமாக காளைமாடு பாய்ந்தோட, கொம்புகளில் சிக்காமல் லாகவமாக திமிலைப் பிடித்துத் தொங்கியபடியே காளையன் செல்ல, புழுதி படர்ந்த அவ்விடத்தைக் கண்ட அனைவருக்கும் ஜிவ்வென்று இருந்தது. சில்லிட்டு மயிர்க் கூச்செறிந்தது.

அதற்குமேல் கண்கொண்டு பார்க்க வடிவாம்பாளுக்குத் திராணியில்லை. நெஞ்சுக்குழிக்குள் பிரளயமே வெடித்தது. தகதகவென வியர்த்துக் கொட்டியது. கண்களை இறுக்கி மூடிக்கொண்டாள். உதடுகள் அனிச்சையாக முணுமுணுத்தன.

"பழனியாண்டவா...! முருகய்யா...! ஏங் காளையனெ காப்பாத்திக் குடு கந்தய்யா...! கால் நடையா பழனிமலைக்கே காவடி எடுத்து வர்றேஞ்சாமி அப்பனே முருகா...!"

அவள் வேண்டி முடிப்பதற்குள் ஆரவாரம் அதிகரித்தது. கைதட்டலொலி காதைப் பிளந்தது. விசில் சத்தம் விண்ணதிர்ந்தது. வடிவுக்கு திக்திக்கென்று இதயத்துடிப்பு இருமடங்காக அதிகரித்தது.

'என்னாச்சோ...? ஏதாச்சோ...?' என்று மனம் பதைபதைத்தாலும் இன்னும் இறுக்கமாக கண்களை மூடி முகத்தைச் சுளித்துக்கொண்டு, "முருகா...முருகா...முருகா...முருகா...!" என்று ஒரே மூச்சாக மனமுருக வேண்டினாள்.

"வடிவூ...! ஏய் வடிவூ...!" உலுக்கினாள் போதும்பொண்ணு.

"கண்ணத் தொறந்து அங்கெ பாரு வடிவூ...! காளையன் அண்ணே மாட்டை அடக்கிருச்சு பாரு..." என்று கத்தினாள். காதில் தேன் பாய்ந்தது போல முகம் மலர்ந்து கண்திறந்து பார்த்தாள் வடிவாம்பாள். புழுதிப் படலத்திற்கு மத்தியில் காளையை அடக்கிக் கொண்டிருந்தான் காளையன். திமிற முடியாமல் மண்ணில் சாய்ந்து 'புஸ், புஸ்' என்று பெருமூச்சு விட்டுக்கொண்டிருந்தது காளைமாடு. காளையன் மாட்டின் கொம்புகளை அழுத்திப் பிடித்து அதை அசையவிடாமல் அடக்கியிருந்தான். நிம்மதிப் பெருமூச்சு விட்டாள் வடிவு.

"அடேயப்பா...! வித்தை தெரிஞ்ச பெரிய சூரனா இருப்பான் போலடீயம்மா...! இப்புடியொரு ஆட்டத்த இம்புட்டு வருசத்துல நான் பார்த்ததேயில்லடீயம்மா...! யெம்மாடியோவ்...!" கிழவியொருத்தி வாயாரப் புகழ்ந்தாள். ஊர்ப் பாகுபாடின்றி சனமனைத்தும் துள்ளிக் குதித்துக் கொண்டாடியது. ஆர்வத்தை அடக்கமுடியாத ஒரு கூட்டம் தடுப்புகளைத் தாண்டி உள்ளே ஓடிச்சென்று காளையனைத் தூக்கிக்

கொண்டாடியது. பெண்கள் கூட்டம் வாயாரப் புகழ்ந்து தள்ளியது. அவனருகே செல்ல போதும்பொண்ணுவும் வடிவாம்பாளும் எவ்வளவோ முயற்சித்தனர். கூட்ட நெரிசலில் அந்தத் தள்ளுமுள்ளுக்கு நடுவே மூச்சுவிட முடியாமல் திணறிப்போய் முண்டியடித்து வெளியேறினர். வடிவாம்பாளைப் பத்திரமாக வெளியே இழுத்துக்கொண்டு வந்தாள் போதும்பொண்ணு. இவ்வளவுக்கிடையிலும் கணநேரம் கூட கவனம் சிதறாமல் வைத்த கண் வாங்காமல் கண்சிமிட்டாமல் காளையனையே பூரித்துப் பார்த்துக்கொண்டிருந்தாள் வடிவு. ஊர்சனம் அவனை அலேக்காகத் தூக்கிக் கொண்டாடி அப்படியே மேடையை நோக்கிச் சென்றது. அந்த வெற்றிக் களிப்பிலும் மனதில் ஏதோ பட்டாம்பூச்சி படபடக்க, ஏதோவொரு உள்ளுணர்வு வடிவாம்பாளை நினைவுபடுத்த, கூட்டத்திற்குள் தன் இணையைக் கண்களால் துழாவினான் காளையன். கூட்ட நெரிசலில் சனங்களுக்கும் புழுதிகளுக்கும் இடையே அவனால் அவளைக் கண்டுகொள்ள முடியவில்லை.

விருட்டென எழுந்து துண்டை உதறித் தோளில் போட்டுக்கொண்டு வேகவேகமாக நடையைக் கட்டினார் மேலக்கோட்டைப் பண்ணையார். பம்மியபடியே அவர் பின்னால் ஓடினார்கள் அவரது பரிவாரங்கள். ஊர் மானத்தைக் காப்பாற்றிய வீராதிவீரனான காளையனைப் பார்த்து அகமகிழ்ந்து மீசையை முறுக்கிக்கொண்டார் அரசனூர் பஞ்சாயத்துத் தலைவர் ராமலிங்கம். கூட்டம் அப்படியே காளையனை அலேக்காகத் தூக்கிக்கொண்டுபோய் மேடையில் நிறுத்தியது. பட்டு ஜரிகைத் துண்டு போர்த்திவிட்டு, தனது கழுத்திலிருந்த தங்கச்சங்கிலியைக் கழட்டி, காளையனுக்கு அணிவித்து கவுரவித்தார் தலைவர். கண்ணுக்கெட்டிய தூரம்வரை சனக்கூட்டம் கைதட்டி விசிலடித்து ஆர்ப்பரித்தது. வெற்றிக் களிப்புடன் ஊர்மரியாதையை ஏற்றுக்கொண்ட காளையன், முன்னால் திரண்டிருந்த கூட்டத்தில் தன்னவளைக் கண்களால் ஊடுருவித் துழாவினான். தூரத்தில் ஆனந்தக் கண்ணீருடன் கைதட்டியபடியே நின்றுகொண்டிருந்தாள் வடிவாம்பாள். காளையன் தங்களைக் கண்டுவிட்டதைப் பார்த்த போதும்பொண்ணு, துள்ளிக்குதித்துக் கையசைத்துத் தங்கள் இருப்பை பறைசாற்ற, மெய்மறந்து ஆளையே விழுங்கும் பார்வை பார்த்துக் கொண்டிருந்தாள் வடிவாம்பாள்.

“ஏடீ மங்கம்மா…! ஓம்புள்ளைக்கி திருஷ்டி சுத்திப் போடுடீயோவ். ஊரு கண்ணே ஓம்மவென் மேல்தான்…” செம்பாயிக் கிழவி

மெச்சிவிட்டுப் போனாள். ஊர்சனமே மெனக்கெட்டு வந்து வாயாரப் புகழ்ந்துவிட்டுப் போனார்கள்.

"ஓம்புள்ள மட்டும் இல்லையின்னா நம்மூரு மானமே காத்துல பறந்துருக்கும்..."

"அந்த மதுரை வீரனே வந்து ஒவ் வயித்துல பொறந்து இருக்கான்டியாத்தா..." ஆளாளுக்குப் புகழ்ந்தபடியிருந்தனர்.

பெண்கள் கூட்டம் சூழ்ந்து நிற்க, கையில் ஆரத்தித் தட்டுடன் வாசலில் நின்றிருந்தாள் மங்கம்மா. பறை முழங்க, தூக்கிக் கொண்டாடியபடி ஆண்கள் கூட்டம் காளையனை அழைத்து வந்துகொண்டிருந்தது. ஈன்ற பொழுதினும் பூரித்துப்போய் நின்றாள் மங்கம்மா. வீடு சேர்ந்ததும் தன் தாயின் பாதம் தொட்டு வணங்கிநின்ற அந்த வீரனைக் கண்ணீர் பொங்கிவழிய ஆரத்தி சுற்றினாள் மங்கம்மா.

இவற்றையெல்லாம் தூரத்திலிருந்து ரசித்துப் பூரித்துப் பெருமை பொங்கப் பார்த்துநின்ற சங்கனுக்கு உள்ளுக்குள் ஏதேதோ தோன்றியது.

'துண்டை ஓதறித் தோளுல போட்டுக்கிட்டுப் போன மேலக்கோட்டை மிராசு என்ன செய்யக் காத்திருக்கானோ...? உள்ளூர்த் தலைவரு பார்வையே சரியில்லையே... அவன் மனசுல என்ன இருந்துச்சோ தெரியலியே... பேச்சியாத்தா...! நீதாம்மா ஏம்புள்ளைய காக்கணும்..." என்று வேண்டிக்கொண்டார். வானம் இருளத் தொடங்கியது.

வழக்கமாய்க் காத்திருக்கும் ஓடைக்கரை ஆலமரத்தடியில் உயிர்த்தோழி போதும்பொண்ணுவுடன் நின்றுகொண்டிருந்தாள் வடிவு.

"மாட்டை அடக்குறப்போ காளையன் அண்ணனோட முகத்தைப் பார்க்கணுமே... அப்பப்பப்பா...!" வாய்வலிக்கப் புகழ்ந்து கொண்டேயிருந்தாள் போதும்பொண்ணு. கேட்டுக்கொண்டே உள்ளூர மகிழ்ந்தபடியிருந்தாள் வடிவு. இந்தச் சிலநாள் இடைவெளிக்குப் பிறகு காதலனைப் பார்க்கப்போகும் ஆவலில் படபடத்தது அவள் மனசு. வானம் லேசாகத் தூறல் போட ஆரம்பித்தது. தூரத்தில் வானம் முழங்கியது. வேட்டியை மடித்துக் கட்டியபடி தூரத்தில் வந்து கொண்டிருந்தான் காளையன்.

"அந்தா... காளையன் அண்ணேன் வந்துருச்சு..." என்று போதும்பொண்ணு சொன்னதைக் கேட்டதும் ஆசையாசையாய்த் திரும்பி அவனை நோக்கினாள் வடிவு.

“செரி வடிவு…! மழை வர்ற மாதிரியிருக்குது. நானு கெளம்புறேன் வடிவூ…!” நிற்காமல் ஓடினாள் போது. வடிவு மறுப்பேதும் சொல்லவில்லை. காதலர்களுக்குத் தொந்தரவு தராமல் அவள் செல்வதுதானே நியாயம்…! தூரத்தில் வந்துகொண்டிருக்கும் காளையனை ஆளை விழுங்கும் பார்வை பார்த்து அப்படியே மெய்மறந்து மயங்கி நின்றாள் வடிவு.

“அண்ணே…! பட்டைய கெளப்பீட்டண்ணே… ஊரு கண்ணெல்லாம் ஓம்மேலதான். ஆத்தாள ரவைக்கி சுத்திப்போடச் சொல்லுண்ணேய்…” என்று காளையனிடம் சொல்லிக்கொண்டே நிற்காமல் கடந்தோடினாள் போது. காளையனின் கண்களிரண்டும் இப்போது வடிவாம்பாளை நோக்கின. இதயம் உருமாறி பட்டாம்பூச்சியாய்ப் படபடத்தது. நடையைக் கூட்டினான்.

இனியும் தாமதிக்க மனமின்றி ஓடோடிவந்து தாவி அவனைக் கட்டிக்கொண்டாள் வடிவு. ஆசைபொங்க அள்ளித் தழுவிக்கொண்டான் காளையன். கன்னத்தில், நெற்றியில், உதட்டில் என மாறிமாறி முத்தமிட்டுக்கொண்டேயிருந்தாள். அவளது கண்களிலிருந்து விழிநீர் தாரைதாரையாக வழிந்துகொண்டிருந்தது.

“ஏய்… வடிவு…! என்னாச்சு…?” காளையனின் கேள்விக்குப் பதிலளிக்காமல் விம்மியழுதபடியே முத்திக்கொண்டிருந்தாள். அவளை விலக்கி, காதல்பொங்க ஆழமாகப் பார்த்து, கண்களில் முத்தமிட்டான்.

“என்னாச்சு…?” என்று வினவினான்.

“என்னைய பார்க்காம ஒன்னால இருக்க முடியுதுல்ல… நாந்தான் இங்க பைத்தியம் மாதிரி பொலம்பிக்கிட்டு கெடந்தேன்…” புலம்பினாள் வடிவு.

“இல்ல வடிவு…அதுவந்து…” பதில் பேச வாயெடுத்தவனிடம்,

“பேசாத… எதுவும் பேசாத…” என்றபடியே பேசவிடாமல் முத்தினாள். மயங்கி நின்றான் காளையன்.

பெருமூச்சு வாங்கியபடி அவனது கட்டுடல் தேகத்தை ஒருதரம் ஆழ்ந்து நோக்கினாள்.

“இப்ப ஒடம்பு எப்படி இருக்கு…? எனக்கென்னவோ நம்ம விசயம் எங்கப்பனுக்குத் தெரிஞ்சு போச்சோன்னு சந்தேகமா இருக்கு.

பயமாயிருக்கு காளையா...” என்று பரிதவித்தாள். காளையன் பேச்சை மடைமாற்றினான்.

“அதைவிடு... பார்த்தேல்ல இந்தக் காளையனோட ஆட்டத்தெ...?!” மீசையை முறுக்கிக்கொண்டான். பெருமிதப் புன்னகையுடன் அவன் நெஞ்சில் குத்தியபடி,

“எனக்கு திக்கு திக்குனு உசுரு போயி உசுரு வந்துச்சு தெரியுமா...? இனிமே இந்த மாதிரி விஷப் பரிட்சைக்குப் போவியா...? ம்... போவியா...?” அவன் நெஞ்சில் குத்திக்கொண்டே இருந்தாள். அவளை வாரி அணைத்துக் கட்டிக்கொண்டான் காளையன். அச்சமயம் டம்டம்டமாரென மேகம் திரண்டு இடி முழங்க, பயந்து அவனை இறுகக் கட்டிக்கொண்டாள் வடிவு. அப்படியே அவளது பயத்தை ரசித்தபடியே உதட்டைக் கவ்வினான். இமை மூடி அவன் பிடரியை வருடி அதனை ஆமோதித்தாள் வடிவு. உதடுகளிலிருந்து தொடங்கிய அவனது முத்தத்தின் வீரியம் சிறிதுசிறிதாக அதிகரித்தது. ஆசைபொங்க அவனை உள்வாங்கிக்கொண்டாள் அவள். மேனிகள் தழுவிக்கொண்டன. நாணிக்குறுகித் தரை விரிந்தாள் அவள். தன்னிலை மறந்தான் அவன். காளையை அடக்கிக் களைத்தவன் கன்னியை அடக்கமுடியாமல் போராடித் திளைத்தான். மரம், செடி, கொடிகள் சாட்சியாகி நிற்க, வானம் முழங்க, மேகங்கள் தூறல் தூவ தங்களை மறந்து மயங்கிக்கிடந்தார்கள் இருவரும். தூரத்தில் அவர்களது நிலையைக் கண்டு நாணிக்கோணி, கிளியொன்று தன் இணையை நெருங்கி முயங்கியது...

12

"அய்யோ...! சாமீ...! நான் யென்ன பண்ணுவேன்...?" அம்மாக்காரியின் அலறலையும் மீறி சனங்களின் கேவல் ஒலி பறவைகளை அச்சமூட்டியது. திடுக்கிட்ட அவை தம் பங்குக்கு 'காச் மூச்' என்று கதறியபடி தாம் அமர்ந்து இளைப்பாறிய மரத்தைச் சுற்றி வட்டமிட்டுச் சுழன்றடித்தன. ரத்தம் சொட்டச் சொட்ட மயங்கிக்கிடந்த சிறுவனொருவனை நாலைந்துபேர் பதறியபடி வயற்காட்டு வரப்பு வழியே மாங்கு மாங்கென்று தூக்கிக்கொண்டு மூச்சிரைக்க ஓடிவந்தார்கள். அந்தச் சிறுபிள்ளையின் தலை துவண்டுபோய்த் தொங்கியது. மண்டையிலிருந்து ரத்தம் வழிந்து கொட்டிக்கொண்டிருந்தது.

"யென்னெப் பெத்த ராசா...! கண்ணெ முழிடா ஏஞ்சாமீ...! அய்யோ...! அய்யய்யோ...! நான் யென்ன பண்ணுவேன்...?" வாயிலும் வயிற்றிலும் அடித்துக்கொண்டு கதறியபடி பின்னாலேயே ஓடிவந்தாள் அவனது தாய் செல்லத்தாயி. காட்டுவேலை செய்த சனம் அழுதபடியே அவளோடு ஓடிவந்தது. ஆங்காங்கே இருந்தவர்கள் பதறிப்போய் செய்தவேலையை அப்படியே போட்டுவிட்டு "என்னாச்சு?", "என்னாச்சு?" என்றபடியே ஓடோடி வந்துகொண்டிருந்தனர்.

"ஏ... ஏய்...! ஓடு தாயி. வெரசா ஓடிப்போயி அந்த வண்டிய நிப்பாட்டு தாயி..." முடுக்கிவிட்டார் ஒரு கிழவாடி. பாவாடையை ஏத்திச் செருகிக்கொண்டு அந்த மண்பாதையை நோக்கி வரப்புமேட்டில்

ஓடினாள் போதும்பொண்ணு.

தலைவரின் வெள்ளை நிற அம்பாசிடர் கார் தூரத்தில் வந்துகொண்டிருந்தது.

“நிப்பாட்டுங்க சாமியோவ்... நிப்பாட்டுங்க...” கைகளை உயர்த்தி சைகை காட்டியபடியே மூச்சிரைக்க வேகமெடுத்து ஓடினாள் போதும்பொண்ணு. அந்த கார் அவளை ஒரு பொருட்டாய்க் கூட மதித்ததாய்த் தெரியவில்லை. வண்டி வேகமெடுத்தது. வேகவேகமாகப் பாய்ந்துபோய் காரின் முன் நின்றாள் போதும்பொண்ணு. க்ரீச்... சென்று உறுமியபடி நின்றது கார். உள்ளேயிருந்த தலைவரும் அவர் சகாக்களும் திடீரென முன்பக்கமாகச் சாய்ந்து, சுதாரித்து நிமிர்ந்தனர். மும்முரமாகப் பின்னால் திரும்பிச் சகாக்களுடன் பேசிக்கொண்டு வந்த தலைவர் சட்டென பின்மண்டை அடிபட்டு நிதானித்து எழுந்தார். கோபம் தலைக்கேறி கார் கதவைத் திறந்துகொண்டு வேகவேகமாக வெளியே வந்தார்.

“ஏன்டீ... கூறுகெட்ட............மவளே! யென்னா நெஞ்சழுத்தம் இருந்தா வண்டிய நிப்பாட்டுவ...? காட்டுச் சிறுக்கி...!” கடுங்கோபத்தோடு போதும்பொண்ணுவை அடிக்கக் கை ஓங்கினார்.

“அய்யா...! அய்யா...! மன்னிச்சிக்கிடுங்கய்யா. அங்கெப் பாருங்கய்யா. ஒரு பிள்ளை உசிருக்குப் போராடிக்கிட்டிருக்கு...” அடிக்குப் பயந்து கூனிக் குறுகியவாறே கைகாட்டினாள் போதும்பொண்ணு. ரத்தக் கோலத்தில் மயங்கிக்கிடந்த சிறுவனொருவனை சனம் மூச்சிரைக்க தூக்கிக்கொண்டு ஓடிவந்தது. காருக்குள்ளேயிருந்து தலைவரின் சகாக்களும் வெள்ளையுஞ் சொள்ளையுமாய் இறங்கினர்.

“அய்யா...! அய்யா...! புள்ள நவாப்பழம் புடுங்க மரத்திலயேறி உச்சிக்கிளை ஒடிஞ்சு பாறையில விழுந்துட்டான்ய்யா. மண்டை ஒடைஞ்சுபோய் ரத்தம் பொலபொலன்னு கொட்டிக்கிட்டிருக்குதுய்யா. வெள்ளனா தூக்கிட்டுப்போயி ஆஸ்பத்திரியில சேக்காட்டி, உசுருக்கே உத்துரவாதம் இல்ல சாமி. ஒரு எட்டு வண்டியில ஏத்திக்கிட்டுப் போயி ஆஸ்பத்திரியில சேத்துடுங்கய்யா...” என்று கெஞ்சினாள் செல்லத்தாயி. தலைவருக்குக் கோபம் தலைக்கேறியது.

“அடி செருப்பால நாதாரி நாயிகளா... ஏது...? விட்டா மடியில படுக்கவச்சு பண்டுவம் பார்க்கச் சொல்லுவீங்க போல? ஈனசாதிக் கழுதைகளா... ச்சீ போங்க இங்கயிருந்து...” துண்டை உதறி

விரட்டினார். அவரைச் சாந்தப்படுத்துவதில் மும்முரமாயினர் வெள்ளைவேட்டி சகாக்கள்.

"அய்யா...! சாமீ...! நீங்க அப்புடிச் சொல்லக்கூடாதுய்யா. உமக்கு புண்ணியமா போகும்... ஒத்த மவன காப்பாத்தி வுடு கோமானே..." அவரது காலைக் கட்டிக்கொண்டு கதறிக் கெஞ்சினாள் தாய் செல்லத்தாயி. அவள் தொட்டதை அருவருப்பாகக் கருதிய தலைவர், நரகலை மிதித்ததைப்போல் முகத்தைச் சுளித்துக்கொண்டு காலை உதறி அவளை எட்டியுதைத்தார். மாராப்புசேலை விலக தூரப்போய் விழுந்தாள் செல்லத்தாயி.

"ஏவ் வீட்டு எச்சிச்சோறு திங்கிற நாய்களுக்கு என்ன கூ.... கொழுப்பு பாத்தியாடா... ஏழடி எட்டித் தள்ளி கூனிக்குறுகி கைகட்டி நிக்கிற கீசாதி நாயிக, தொட்டுப் பேசுறளவுக்கு தெகிரியம் வந்துடுச்சோ...? நல்ல காரியமா போறேன்... இல்லீனா நடக்குறதே வேற..." என்று திட்டிவிட்டு விறுவிறுவென வண்டியில் ஏறினார். சகாக்களும் ஏறிக்கொள்ள வண்டி புறப்படத் தயாரானது.

"அய்யா...! சாமி...! பெரிய மனசு பண்ணுங்க சாமி... கொஞ்சம் தாமதிச்சாலும் பிள்ளை உசிருக்கு ஆவத்து சாமி..." கெஞ்சினாள் செல்லத்தாயி.

"செத்தா செத்துத் தொலையட்டும். நட்டமா கழுதை" தலைவர் உதாசீனமாய் பதிலளித்துவிட்டு, டிரைவர் ஆறுமுகத்தைப் பார்த்து, "நீயி வண்டிய எடுறா..." என்று கட்டளையிட, விருட்டென புழுதியைக் கிளப்பிக்கொண்டு விரைந்தது அம்பாசிடர்.

'ஓ...'வென ஓங்கியழுதாள் செல்லத்தாயி.

"நீயெல்லாம் நாசமாத்தான் போவ..." கார் போகும் திசைநோக்கி மண்ணை வாரியிறைத்தாள். சமயோசிதமாக யோசித்த போதும்பொண்ணு பின்னங்கால் பிடரியிலடிக்க ஊருக்குள் ஓடினாள்.

அடிபட்ட பையனுக்கு ரத்தம் நின்றபாடில்லை. பீறிக்கொண்டு பொங்கிவந்த ரத்தத்தை அழுத்திப் பிடித்திருந்த துணிகளெல்லாம் சொதசொதவென்று நனைந்துபோய் ரத்தம் ஒழுகிக்கொண்டிருந்தது.

"ஏ... யப்பா...! யோசிக்கிறதுக்கு நேரமில்லை. தாம்சம் பண்ணாம சட்டுபுட்டுன்னு தூக்கிட்டுப் போகாட்டி பயலெ பார்க்க முடியாதுப்பா. தூக்கு... தூக்குங்கப்பா.... ஆளுக்கொரு கைபுடுச்சி அள்ளிட்டுப்

போனோம்னா பொழுதுக்குள்ள போய்ச் சேர்ந்திடலாம்... என்ன ரோசனை...? தூக்குங்கப்பா..." பதறிக் கூறிக்கொண்டே பையனின் தலையைத் தூக்கினார் கிழவாடி ஒருவர். ஆளுக்கொரு கைபிடித்து தூக்கிக்கிட்டு ஓடினர். பின்னாலேயே பெண்சனம் மாரிலும் வயிற்றிலும் அடித்து அழுதுகொண்டே ஓடினர்.

"ஏ... யெப்போவ்...!"

"ஏ... யெக்கோவ்...!"

பின்னால் தூரத்திலிருந்து வந்த குரல் கேட்டு எல்லோரும் திரும்பிப் பார்த்தனர். ஊருக்குள்ளிருந்து புழுதி பறக்க மாட்டுவண்டி விரைந்து வந்துகொண்டிருந்தது. அதில் வாகாக நின்றவாறு கையசைத்துக் கத்திக்கொண்டே வந்தாள் போதும்பொண்ணு. உதட்டைக் கடித்து மாடுகளை உசுப்பி முடுக்கியபடி வந்துகொண்டிருந்தான் காளையன். அனைவரின் முகமெங்கும் ஆறுதல் ரேகைகள் படரத் தொடங்கின.

புழுதியைக் கிளப்பியபடி பாய்ந்தோடி வந்த மாட்டுவண்டி, கண்ணிமைக்கும் நேரத்தில் எல்லோரையும் ஏற்றிக்கொண்டு புழுதிபறக்க டவுனாஸ்பத்திரியை நோக்கி விரைந்தது.

"அய்யா...! ஏஞ்சாமீ...! கண்ணெத் தொறந்து பாருடா... அம்மாவெப் பாருடா..." மடியில் கிடத்தியிருந்த தன் மகனை உலுக்கிய செல்லத்தாயியின் கதறலொலி அந்த வெளியெங்கும் வியாபித்து எதிரொலித்தது. கீழ்வானம் இருளத் தொடங்கியது.

"இன்னும் கொஞ்சநேரம் முன்னாடி வந்திருந்தாக்கூட சுலபமா உசிரைக் காப்பாத்தியிருக்கலாம். நிறைய ரத்தம் வீணாகியிருக்கு. மண்டையில பலமா அடிபட்டிருக்கு." நம்பிக்கையிழந்து பேசினார் டாக்டர். அவர் இக்கன்னா வைத்து இழுத்துப் பேசுவதைப் புரிந்துகொண்ட காளையன்,

"பய உசுருக்கு ஒண்ணும் பாதிப்பு இல்லைல்ல அய்யா?" என்று பதறிக் கேட்டான். கையை உயர்த்தி மேலே காட்டிய டாக்டர்,

"எதுவாயிருந்தாலும் அடுத்த நாப்பத்தெட்டு மணிநேரம் கழிச்சுத்தான் சொல்லமுடியும்..." என்று சொல்லிவிட்டு நகர்ந்தார். அவ்வளவுதான். ஓ....வென உடைந்து அலறினாள் செல்லத்தாயி. தரையில் உருண்டு புரண்டு அழுது துடித்தாள். கூடவந்த ஊர்சனம் அவளை சமாதானப் படுத்துவதற்குள் போதும் போதுமென்றாகிவிட்டது.

இருளத் தொடங்கியதால், செல்லத்தாயோடு துணைக்கு இருவரை மட்டும் இருத்திவிட்டு மீதிசனம் காளையனின் மாட்டு வண்டியில் வீடு திரும்பினர்.

"பாவிமக... கட்டுனவன் அம்போன்னு பாதியில விட்டுட்டுப் போனதுக்கப்புறம் இந்த ஒத்தப்பயதான் கெதின்னு மனக்கோட்டை கட்டி வச்சிருந்தா. காடு, மேடு, கரைன்னு கெடையாக் கெடந்தா. அவ தலையில ஆண்டவன் இப்புடி எழுதி வெளையாடுறானே..." பொறுக்கமாட்டாமல் புலம்பினாள் குப்பிக்கிழவி. வண்டியில் குந்தியிருந்த எல்லோரும் தலையசைத்து 'உச்' கொட்டி ஆமோதித்த அவ்வேளையில், தமது ஊர் இருக்கும் திசையில் "டம்" என்று வாணவெடி வெடித்து அனைவரின் கவனத்தையும் ஈர்த்தது. திரும்பத் திரும்ப வாணவெடிகள் வெடித்து அதிர்ந்தன. எல்லோருக்கும் புரிந்துபோனது.

"கண்ணுக்கு முன்னால ஒரு உசிரு துடிச்சுக்கிட்டுக் கெடக்கும்போது கண்டும் காணாம போற இந்தப் பெரிய மனுசனுங்களுக்குத் திருவிழா ஒரு கேடா...? எப்புடித்தான் சாமி முன்னால நிக்க மனசு வருதோ இவிங்களுக்கு...? மனசாட்சி இல்லாதவய்ங்க..." என்று குப்பிக் கிழவி புலம்பித் தீர்த்தாள். மாட்டுவண்டி ஊரை நோக்கிப் போய்க்கொண்டிருந்தது.

புலம்பியபடி அவர்கள் ஊர் வந்து சேர்ந்தபோது, ஊரே களைகட்டியிருந்தது. வண்ண விளக்குகளால் மாரியம்மன் கோயில்சுவர் முழுவதும் அலங்கரிக்கப்பட்டிருந்தது. சனமனைத்தும் கோயில் மந்தையில் குழுமியிருந்தனர்.

13

கோயில் மந்தையில் பெண்கள் வட்டமாகக் கும்மியடித்துக் கொண்டிருந்தனர். தப்புச் சத்தம் விண்ணதிர்ந்தது. ஊரெல்லாம் மாவிலைத் தோரணங்கள் கட்டப்பட்டிருந்தன. கோயில் கருவறைக்கு வெளியிலிருந்த பிராகாரத்தில் சகல அலங்காரங்களுடன் அம்மன் ஊர்வலம் வரக் காத்திருந்தாள். கோவிலின் முன்னால் பூ அலங்கார ரதமொன்று ஊரைச் சுற்றிப் பவனி வரத் தயாராக இருந்தது.

இளவட்டம் ஒருவன் வெடித் திரியினைப் பற்றவைக்க, திரியில் பற்றிய நெருப்பானது துறுதுறுவென வெடிப்பெட்டிக்குள் புகுந்தது. மறுகணமே அந்தப் பெட்டிக்குள்ளிருந்து "பம்ம்ம்ம்ம்..." என்ற சத்தத்துடன் நெருப்புக் குண்டொன்று தீப்பொறிகள் பறக்க மின்னல் வேகத்தில் விண்ணேறியது. ஊரே வாய்பிளந்து பார்த்தது.

"உய்ய்ய்ய்ங்ங்ங்ங்......" என்று சத்தமிட்டபடியே இருளைக் கிழித்துக்கொண்டு ராக்கெட்டைப் போல மேலேறிக்கொண்டிருந்த அந்த நெருப்புப் பந்து உயர உயர உயரமாய்ச் சென்றதும் "டமார்..." என்ற சத்தத்துடன் வெடிக்க, அவ்விடம் முழுவதும் நெருப்புப்பூக்கள் விரிந்து பரவின. இருள்வானம் வண்ணமயமாய் ஜொலித்தது.

"உய்ய்ய்ய்ங்ங்ங்ங்..."

"உய்ய்ய்ய்ங்ங்ங்ங்..."

"உய்ய்ய்ய்ங்ங்ங்ங்..."

"டம்... டம்... டமார்... டமார்...."

தொடர்ந்து அடுத்தடுத்த வெடிப்பந்துகள் பறந்து இருள்வானை அலங்கரிக்கத் தொடங்கின. வெடிச்சத்தம் கேட்டு வீட்டுக் கண்ணாடியின் முன்னால் நின்றுகொண்டு சீவிச் சிங்காரித்துக் கொண்டிருந்த வடிவாம்பாள் துரிதமானாள்.

“ஏய்... வடிவூ...! வாத்தா சீக்கிரம்... எம்புட்டு நேரந்தான் காத்துக் கிடக்கிறது...?” வெளியில் வீட்டு முற்றத்தில் நின்றுகொண்டிருந்த தாய் மரகதம் கத்திக் கூப்பிட்டு அவசரப்படுத்தினாள்.

“இந்தா... அம்புட்டுத்தான். ஒரேயொரு நிமிசம் பொறும்மா...” என்று சொல்லிக்கொண்டே கண்ணாடிக்கு அருகில் சென்று முன்னும் பின்னும் திரும்பி தன்னையே ஒருமுறை உள்வாங்கி ரசித்துக் கொண்டாள் வடிவு.

“வெரசா வாத்தா... அப்பா கத்துவாருத்தா...” என்று தனது பட்டுச்சேலையை ஒருமுறை சரிசெய்து கொண்டாள் மரகதம்.

“கத்தாத கத்தாத.... வந்துட்டேன்” என்று கூறிக்கொண்டே ஓடிவந்தாள் வடிவாம்பாள். தாவணி பாவாடையில் தகதகவென ஜொலித்த தன் மகளின் வனப்பையும் அழகையும் ஆழ்ந்து கண்ணுற்ற மரகதம், உள்ளூர பூரித்துப் பெருமிதப் பெருமூச்சுவிட்டு,

“ஏங் கண்ணே பட்டுடும் போல இருக்குத்தா... என் ராசாத்தி...! வந்தவுடனே மொத வேலையா சுத்திப்போடணும்... வா...” என்று மகளை அழைத்துக்கொண்டு கிளம்பினாள். அம்மனுக்கு பூ, மாலை, பூசை சாமான்கள் கொண்ட தாம்பூலத் தட்டை தாய் கையிலேந்திக்கொண்டு வந்து கொண்டிருந்தாள். காதிலும் கழுத்திலும் தங்க ஆபரணங்கள் ஜொலித்து மின்னின. வீட்டுக்குள்ளேருந்து அவர்கள் வெளியே வருவதைக் கண்ட காரோட்டி ஆறுமுகம் விரைந்தோடிப்போய், காரின் பின்பக்கக் கதவை திறந்துவிட்டான். அவர்கள் உள்ளே ஏறிக்கொள்ள, கார் அம்மன் கோவிலை நோக்கி புறப்பட்டது.

பெண்கள் குலவைச் சத்தமிட, மேளதாளங்கள் முழங்க, காப்புக் கட்டுவதற்கான வழிபாடு ஆரம்பமானது. சகல அலங்காரங்களுடன் அம்மன் கோயில் கருவறைக்கு வெளியே பூ அலங்கார ரதத்தில் ஊரைச் சுற்றி பவனி வரத் தயாராக இருந்தாள். நீளமான துணியால் தலையைச் சுற்றி உருமா கட்டி, வாயையும் அதே துணியால் சுற்றிக் கட்டிக்கொண்டார் கோயில்பூசாரி. துணைப் பூசாரிகளிலொருவன் ஒரு

கையால் மணியடித்தபடியே மறுகையால் பூசாரிக்குத் தேவையான பூசைப்பொருட்களை எடுத்துக் கொடுத்து உதவிக்கொண்டிருக்க, மற்றொருவன் உத்திரத்தில் தொங்கிக்கொண்டிருந்த கோவிலின் பெரிய மணியை அடித்தபடியிருக்க, அவ்விடமெங்கும் மணியோசை வியாபித்திருந்தது. மொத்த சனமும் சிலிர்த்துக் கைகுவித்து நின்றது. அம்மனுக்கு தீபாராதனை காட்டப்பட்டது. ஊர்ப் பெரியவர்களும் பொதுமக்களும் கைகுவித்து மனமுருக அம்மனை வேண்டி நின்றனர். சாம்பிராணி மணமும் ஊதுபத்திப் புகையுமே அவ்விடமெங்கும் வியாபித்திருந்தன. கோவிலின் கருவறைக்குள் அமர்ந்திருந்த மாரியம்மனுக்கு தீபாராதனை காட்டிவிட்டு, கருவறையிலிருந்து வெளியே வந்து பிராகாரத்தில் ஊரை வலம்வரக் காத்திருந்த அலங்கார அம்மனுக்கு தீபம் காட்டினார் பூசாரி. தீபாராதனை முடிந்தவுடன் முதல் மரியாதையாக ஊர் நாட்டாமை புண்ணியமூர்த்திக்கு தீபத் தட்டு காட்டப்பட்டது. அவர் அதை மனமுருக வேண்டித் தொட்டு கண்ணில் ஒற்றிக்கொண்டிருந்த அவ்வேளையில் திடீரெனத் துள்ளிக்கொண்டு அருள் வந்து ஆடினார் கோயில் பூசாரி. துணைப் பூசாரிகள் இருவரும் அவரைக் கைத்தாங்கலாக பிடித்துக்கொண்டனர். அருள் வந்தாடிய பூசாரி உடம்பு முறுக்கேறித் துள்ளிக் குதித்தார். அவரது கண்கள் மேல்நோக்கிச் செருகி நின்றன.

"டேய்...! ஆத்தா வந்துருக்கேன்டா... மகமாயி வந்துருக்கேன்டா..." பூசாரி அருள் வந்து ஆடியவுடன் ஊரே சலசலத்தது. கைகளை உயர்த்திக் கை அமர்த்தினார் நாட்டாமை. மறுகணமே மணியோசை, தப்புச்சத்தம் எல்லாம் நிறுத்தப்பட்டு, எல்லோரது கவனமும் அருள் வந்து நிற்கும் பூசாரி மீது குவிந்தது.

"ஆத்தா வந்துருக்கேன்டா... மகமாயி வந்துருக்கேன்டா..." என்று பூசாரி சாமியாடினார். எல்லோரும் பயபக்தியுடன் வணங்கி நின்றனர்.

"சொல்லு தாயி...! இந்த வருசமும் குடிபாடுக எல்லாம் ஒன்னாச் சேர்ந்து ஒன்னைய எடுத்துக் கும்புடுறோம் தாயி.... எப்பவும் போல இந்த வருசமும் ஒரு குறையும் இல்லாம திருவிழாவ நல்லபடியாக நடத்திக் குடுக்கணும் தாயி..." ஊர் நாட்டாமை முன்வந்து சாமியாடும் பூசாரி முன் பணிந்து கேட்டார்.

"ம்... எல்லாம் நல்லபடியா நடக்கும்ப்பா. ஆனா..." அதற்கு மேல் சொல்ல முடியாமல் துள்ளிக்கொண்டு சாமியாடினார் பூசாரி. எல்லோருக்கும் திக்கென்றது.

93

"ஆனா.... என்ன தாயி...? தெளிவா ஒடைச்சு சொல்லு தாயி..." என்று நாட்டாமை துருவிக் கேட்டார். "ம்ம்.... ம்ம்.... ஏதோ ஒன்னு கண்ணை மறைக்குதுப்பா..." என்று மருளாடிய பூசாரி சொன்னதைக் கேட்டு எல்லோரும் திகைத்து நின்றனர்.

"எதுவாயிருந்தாலும் நீதான் தாயி எங்களுக்கு முன்னயிருந்து வழிகாட்டி நடத்திக் குடுக்கணும். ஒன்னய விட்டா இந்த சனங்களுக்கு வேற கதி யாரும்மா...? நீதான் தாயி காத்து நிக்கணும்..." என்று நாட்டாமை கைகுவித்து நின்றார்.

"ஆய்... ஏய்... ம்ம்..." பேசக் கடினப்பட்டு கண்கள் சிவப்பேற ஊர்சனம் எல்லோரையும் பார்த்து சாமியாடினார் பூசாரி. இது எதுவும் தெரியாமல் மகிழ்ச்சி பொங்க வடிவாம்பாளும், மரகதமும் பூசைத்தட்டுடன் கோவிலுக்குள் நுழைந்தனர். தங்கம், பட்டு என ஜொலிஜொலிக்க வந்துகொண்டிருந்த அவர்களிருவரைக் கண்டதும் ஊர்சனம் விலகி வழிவிட்டது. என்ன ஏதென்று தெரியாமல் அவர்கள் இருவரும் கோவிலுக்குள் நுழைந்து நாட்டாமைக்கு அருகில் நின்றுகொண்டிருந்த தலைவருக்கு அருகில் போய் நின்றுகொண்டனர்.

"எதுவாயிருந்தாலும் நீதான் தாயி எங்களுக்கு முன்னேயிருந்து வழிகாட்டி நடத்திக் குடுக்கணும்" நாட்டாமை மீண்டும் வேண்டிக் கைகுவித்தார்.

"ஆய்... ஆய்..." பேச்சு வராமல் பூசாரியின் உடல் சிலிர்த்துத் துடித்தது. அவரது கண்களிரண்டும் மேல்நோக்கிச் செருகி நின்றன. கண்களைக் கடினப்பட்டு திறந்து சுற்றிச் சுற்றி எல்லோரையும் பார்த்தார் பூசாரி. அவரது கண்கள் அங்குமிங்கும் அலைபாய்ந்தன. ஊர்சனம், பெரிய மனிதர்கள், ஊர் நாட்டாமை, தலைவர் என்று மொத்த ஊரையும் ஆழ்ந்து பார்த்த அவரது கண்பார்வை வடிவாம்பாளின் மீது நிலைகுத்தி நின்றது. பொலபொலவென அவர் கண்களிலிருந்து கண்ணீர் வழிந்தோடியது. அதைக் கண்டதும் சனமனைத்தும் திகைத்துப் போனது. பயந்து மனமுருகி வேண்டத் தொடங்கியது.

"ஆத்தா...! தாயி...! மகமாயி...! நீதான் தாயி காத்து நிக்கணும்..." எல்லோரும் ஒருசேரக் கத்தினர்.

"ஆய்... ஏய்... ம்ம்..." துள்ளித் துடித்தார் பூசாரி. நா குழன்றது. கண்கள் மேலே செருகி நின்றன. முன்பைவிட இன்னும் வேகமாக

துள்ளித் துள்ளிக் குதித்தார். ஜங்ஜங்கென சாமியாடினார். அவரது உடல் முறுக்கேறித் திமிறியது. அவரது ஆக்ரோஷத்தைக் கண்டு துணைப் பூசாரியொருவர் ஓடிப்போய் அம்மன் காலடியிலிருந்த எலுமிச்சம்பழத்தை எடுத்துவந்து அவர் வாய்க்குள் திணித்தார். கடும் ஆக்ரோசத்துடன் அதனைக் கடித்து உறிஞ்சினார் பூசாரி. அவரது உடல் மேலும் திமிறியது. பெண்கள் குலவைச் சத்தமிட்டனர். கோவில் மணியோசை ஒலிக்கப்பட்டது.

''ஆத்தா...! தாயி...! மகமாயி...!'' எல்லோரும் மனமுருகி வேண்டித் துதித்தனர்.

“ஏம் மக்கா...! ஏம் மக்கா...! ” ஊர்சனத்தைப் பார்த்து கத்தி ஓலமிட்ட பூசாரி, அப்படியே மயங்கிச் சரிந்தார். எல்லோருக்கும் திக்கென்றது. சனமே ஒருகணம் உறைந்து நின்றது.

வேக வேகமாக கருவறைக்குள் ஓடிய துணைப்பூசாரி அம்மனுக்கு தீபாராதனை காட்டிவிட்டு தீபத்தட்டுடன் வெளியே ஓடோடி வந்தார். இளந்தாரிகள் கைத்தாங்கலாகப் பிடித்திருந்த பூசாரியின் முன்பு தீபத்தட்டினைக் காட்டி, அதிலிருந்து திருநீற்றை எடுத்து அவரது புருவ நெற்றி மத்தியில் அழுத்திப் பிடித்தார் துணைப்பூசாரி.

“ஆத்தா...! தாயி...! மகமாயி...!” ஊர்சனத்தின் வேண்டுதல், பெண்களின் குலவையொலிச் சத்தத்திற்கிடையே மயக்கம் தெளிந்து அம்மனைக் கும்பிட்டு தீபத்தைத் தொட்டு கண்ணில் ஒற்றிக் கொண்டார் பூசாரி. திருநீறு, குங்குமத்தை துணைப்பூசாரி அள்ளித்தர, அதை பயபக்தியுடன் வாங்கி நெற்றியில் இட்டுக்கொண்டார். அடுத்தடுத்து ஊர்ப் பெரியவர்களும் சனமும் தீபத்தைத்தொட்டு கண்ணில் ஒற்றிக்கொண்டு திலகமிட்டுக்கொண்டனர். ஆனாலும் எல்லோரது மனதிலும் ஒருவித பயம் தொற்றிக்கொண்டது. ஆளாளுக்கு தங்களுக்குள் ஏதேதோ கிசுகிசுக்கத் தொடங்கினர். அந்த இடமே சலசலத்தது.

“யெப்பா...! எல்லாரும் சித்த நேரம் கம்முனு அமைதியா இருங்கப்பா...” ஊர்ப்பெரியவர் ஒருவர் கத்தியதும், ஊரே கப்சிப்பென வாயடைத்துக்கொண்டு நின்றது. ஊர்ப் பெரியோர்கள் பூசாரியோடு மும்முரமாக ஆலோசிக்கத் தொடங்கினர். தப்படிக்கும் ஊர்த்தொழிலாளிகள் என்ன நடக்கிறது என்று தெரியாமல் தப்படிக்காமல் காத்து நின்றனர்.

14

ஊர்சனம் அப்படியே வாயடைத்துப்போய்த் திகைத்து நின்றது. கோவில் முற்றத்தில் நாட்டாமையுடன் ஊர்ப் பெரியமனிதர்கள் கூடி தீவிரமாக ஆலோசித்துக் கொண்டிருந்தனர். கோவில் முன்புள்ள மந்தையில் கால்கடுக்க நின்றபடி மொத்தச் சனமும் அவர்களது வாயசைவுகளைக் கூர்ந்து பார்த்துக்கொண்டிருந்தனர்.

கோவில் திண்ணையில் வெள்ளையும் சொள்ளையுமாக பெரிய மனிதர்கள் ஒரு முடிவுக்கு வரமுடியாமல் படுதீவிரமாகக் கலந்தாலோசித்துக் கொண்டிருந்தனர். ஊர்ப் பெரிய தலைக்கட்டு பழனியாண்டிக் கிழவாடி மும்முரம் காட்டினார்.

“ஏ... ஏலேய்... சுப்பிரமணி...! எங்கடா இருக்க...?” பழனியாண்டி கிழவன் சனக்கூட்டத்தைப் பார்த்துக் கத்தினார்.

“இந்தா... இங்கனத்தான் இருக்கேன் பெரியப்பா...” என்று இளவட்டம் சுப்பிரமணி விருட்டென எழுந்து கைலியைச் சரிசெய்துகொண்டு முன்னே ஓடிவந்தான்.

“ஏ... ஓடுப்பா... வண்டிய எடுத்துட்டுப் போயி ஓடைப்பட்டி தெக்கிக்களத்துல இருக்கிற சாமியாடி முத்தையாவக் கூட்டிக்கிட்டு வாப்பா... ஓடு ஓடு... வெரசா ஓடு...” என்று அவனை முடுக்கிவிட்டார் கிழவன். சுப்பிரமணி கைலியை மடித்துக் கட்டிக்கொண்டு வேகவேகமாக சைக்கிளை எடுத்துக்கொண்டு கிளம்பினான். ஒத்தாசைக்கு கூட்டாளியொருவன் கூடப்போனான்.

சைக்கிளை எடுத்துக்கொண்டு அவர்களிருவரும் வேகவேகமாக அங்கிருந்து புறப்பட்டுச் சென்ற அதேநேரம், அடிபட்ட பையனை ஆஸ்பத்திரியில் சேர்த்துவிட்டு வந்த காளையனின் மாட்டுவண்டி ஊருக்குள் நுழைந்தது. விழாக்கோலம் பூண்டிருக்கும் கோயில் மந்தையை நோக்கினான் காளையன். ஊரே மயான அமைதியில் இருப்பதைக் கண்டு திகைப்புற்றான். ஊர்சனம் அத்தனையும் கோவில் மந்தையில் குத்துக்காலிட்டு அமர்ந்திருப்பதையும் சகல அலங்காரத்துடன் கோவிலுக்குள் அம்மன் கொலு வீற்றிருப்பதையும், ஊர்ப் பெரியமனிதர்கள் கோவில் திண்ணையில் அமர்ந்து ஏதோ மும்முரமாக ஆலோசித்துக் கொண்டிருப்பதையும் பார்த்து என்ன ஏதென்று புரியாமல் திகைத்துப்போய், மாட்டுவண்டியை ஓரமாக நிறுத்திவிட்டு இறங்கிவந்தான். வண்டியிலிருந்த மற்ற அனைவரும் இறங்கிவந்து ஊர்சனத்துடன் கலந்து அமர்ந்தனர். சக கூட்டாளிகளிடம் என்ன ஏதென்று நடந்தவற்றை விசாரித்துக்கொண்டிருந்தான். அந்த இறுக்கமான சூழலிலும் வடிவாம்பாளின் கண்கள் காளையனை ரகசியமாகப் பார்த்தபடி ரசித்துக்கொண்டிருந்தன.

மாட்டு வண்டியிலிருந்து இறங்கி நேராக வடிவாம்பாள் நின்றுகொண்டிருக்கும் இடத்திற்கு வந்துசேர்ந்த போதும்பொண்ணு, அவளது கையைப் பிடித்துக்கொண்டு நின்றுகொண்டாள். அவளைக் கண்டதும் முகம் மலர்ந்த வடிவாம்பாள்,

“எங்கடீ போன போது...? இம்புட்டு நேரமா ஆளையே காணாமுன்னு பரிதவிச்சுக்கிட்டு இருந்தேன் தெரியுமா...?” என்று ஒரு கண்ணால் போதுவையும், மறு கண்ணால் காளையனையும் பார்த்துக்கொண்டே பொய்க்கோபம் கொண்டாள்.

“நீயி நெசமாலுமே என்னையக் காங்காமத்தான் பரிதவிச்சியா...? இல்ல... எங்கண்ணன் காளையனைக் காங்காம பரிதவிச்சியா...?” என்று வாயைப் பொத்திக்கொண்டு கிண்டலடித்து சத்தம் வராமல் சிரித்தாள் போதும்பொண்ணு.

“சத்தம் போடாதடி...” என்று தோழியின் காதுகளுக்கு மட்டும் கேட்கும்படி கண்டித்துக்கொண்டே, கூட்டத்தில் நிற்கும் காளையனையே பார்த்தபடி வடிவு நின்றுகொண்டிருக்க,

நாலாபுறமும் அங்குமிங்குமாகப் பார்வையைச் சுழலவிட்ட காளையன் கூட்டத்திற்குள்ளே ஓரிடத்தில் நின்றுகொண்டிருந்த வடிவாம்பாளைப்

பார்த்தான். அவள் ஏற்கனவே நீண்டநேரமாக அந்தக் கூட்டத்திலும் அவனையே பார்த்து உள்வாங்கியபடி இருந்தாள். அண்ணலும் நோக்கினான். அவளும் நோக்கினாள்....

“இன்னிக்குக் காலையிலேயே அந்தச் சிறுபய மரத்திலயிருந்து கீழ விழுந்தது எனக்கு சரியா படலப்பா... உறுத்திக்கிட்டே இருந்துச்சு...” குமரியொருத்தி வாயெடுத்தாள். “அடியேய்...! வாயெ வச்சிக்கிட்டு கம்முனு இருக்கமாட்டியாடீ எடுபட்டவளே... வாயெக் குடுத்து ஊரு வம்பை வெலை குடுத்து வாங்கிக்காதடீ வெட்கங்கெட்டவளே...! வந்தமா.... வாய மூடிக்கிட்டு வேடிக்கை மட்டும் பார்த்தமான்னு இருக்கணும். ஆமா சொல்லிப்புட்டேன்...” கிழவியொருத்தி அவளை அதட்டி அடக்கினாள். மறுபேச்சுப் பேசாமல் குமரி அமைதியானாள்.

“ஏ...ஏய்...! கம்முன்னு இருங்கப்பா... அந்தா... அங்க பாருங்க சாமியாடித் தாத்தா வந்துட்டாரு...” என்று கைகாட்டினாள் ஒருத்தி. அங்கே சாமியாடியை அழைத்துக்கொண்டு வந்து சைக்கிளை நிறுத்தினான் சுப்பிரமணி. சைக்கிளிலிருந்து இறங்கிய சாமியாடி விறுவிறுவெனக் கூட்டத்திற்குள் நுழைந்தார். நடந்து வர வர நகர்ந்து விலகி அவருக்கு வழிவிட்டது கூட்டம். விறுவிறுவென்று நேராக கோயிலுக்குள்ளே நுழைந்த அவர் ஊர்ப்பெரியவர்களை வணங்கி பூசாரியருகில் அமர்ந்தார். நடந்தவற்றையெல்லாம் பூசாரி அவருடைய காதில் கிசுகிசுத்தார். அமைதியாக அதையெல்லாம் கேட்டுக்கொண்டிருந்த சாமியாடி, ஆழ்ந்து யோசிக்கத் தொடங்கினார். நாட்டாமையுடன் ஏதோ மும்முரமாகக் கூடிப் பேசினார். ஊர்ப் பெரியவர்களுடன் தீவிரமாகக் கலந்தாலோசித்தார். எதையோ யோசித்த வண்ணமிருந்தார். என்ன நடக்கிறது, ஏது நடக்கிறது என்று ஊரே பரபரத்து வேடிக்கை பார்த்தது.

கோயில் திண்ணையில் தனக்கென ஒரு இடம் தேர்ந்து, விரிப்பு விரித்து அமர்ந்து கொண்டார் சாமியாடி. சோழிகளை எடுத்து கைகளுக்குள் அடக்கிக்கொண்டு வானத்தை நோக்கிக் கைகுவித்து மனமுருகி வேண்டினார். திடீரென அவரது உடம்பு சிலிர்த்து அடங்கியது. எல்லோரும் வைத்த கண் வாங்காமல் மெய்மறந்து பார்த்தபடியிருந்தனர். முன்னாலிருந்த விரிப்பில் சோழிகளை உருட்டிப் பார்த்தார். சிவப்பு விரிப்பில் வெண்சோழிகள் விழுந்து உருண்டோடிப் பரவிக் குறி காட்டின. சோழிகளை ஆழ்ந்து நோக்கி மனக்கணக்குப் போட்டார் சாமியாடி. அவரது முகரேகைகள் திருப்திகரமாக இல்லை.

திரும்பவும் வேண்டிக்கொண்டு சோழிகளை உருட்டினார். தாடையை விரல்களால் தடவிக்கொண்டே யோசிக்கத் தொடங்கினார்.

"என்ன சாமி...! ஏதோ யோசனையில இருக்கிற மாதிரி தெரியுது...?" ஊர்ப்பூசாரி அருகில் வந்து கேட்டார்.

"ம்... ஏதோ தடை ஒண்ணு காட்டுதுப்பா... குறி சாதகமா இல்லியேப்பா..." என்று எல்லோரது வயிற்றிலும் புளியைக் கரைத்தார் சாமியாடி. ஊர்ப் பெரியவர்கள் திகைத்து ஒருவரையொருவர் குழப்பமாகப் பார்த்துக்கொண்டனர்.

"ஆத்தாளுக்கு நாங்க ஒரு கொறையும் வக்கலியே சாமி.... யென்னா யேதுன்னு வெவரமா சோழி பார்த்துச் சொல்லு சாமி.... எல்லாரும் பயந்து போயிக் கெடக்குறாங்க..." என்று ஊர்ப்பூசாரி சாமியாடியிடம் முறையிட்டார்.

சாமியாடி சோழிகளைக் கைப்பிடிக்குள் குலுக்கி வானை நோக்கி கைகுவித்துக் கும்பிட்டு விட்டு

"ச்செரி... என்னப்பா சொல்ற...?" என்று சோழிகளை உருட்டினார். கிலுகிலுகிலுவென்ற ஓசையுடன் சோழிகள் சிவப்பு விரிப்பில் விழுந்து தெறித்துக் குறி காட்டின. கூர்ந்து கவனித்த சாமியாடிக்கு அதுவும் திருப்தியாகப் படவில்லை.

"அதான் ஒரு கொறையும் வைக்கலேன்னு சொல்றாங்கல்ல. ஓங் குடிகளை மன்னிச்சு நல்ல உத்தரவு கொடுப்பா..." என்று மீண்டும் சோழிகளை உருட்டினார். அதுவும் சாமியாடியின் மனதுக்கு நல்லதாகப் படவில்லை. சட்டென ஒரு முடிவுக்கு வந்து ஊர்ப்பெரியவர்களை நோக்கினார்.

"யெப்பா... ஊரு நாட்டாமை ஒண்ணேகால் ரூவா ஆத்தாளுக்கு படி கட்டுட்டு வாப்பா... போப்பா..." என்று கட்டளையிட, ஊர் நாட்டாமை மறுபேச்சின்றி சட்டைப்பைக்குள் ஒண்ணேகால் ரூபாயைத் துழாவியபடி எழுந்தார். கோயில்பூசாரி ஓடோடிப்போய் ஒரு மஞ்சள் துணியை எடுத்துக்கொண்டு வந்து அவரிடம் நீட்ட, ஊர்நாட்டாமை அம்மனைப் பார்த்துக் கும்பிட்டுவிட்டு ஒண்ணேகால் ரூபாயை அதில் பயபக்தியுடன் வைக்க, பூசாரி அந்த மஞ்சள்துணியை லாகவமாக மடித்து முடிந்தார்.

"போப்பா... ஆத்தாகிட்ட போயி 'ஆத்தா...! எந்தக் குத்தம் கொறை

இருந்தாலும் நீதான் மன்னிச்சு திருவிழாவை முன்னநின்னு நடத்திக் கொடுக்கணும் தாயி...! அறியாப் புள்ளைக தெரியாம ஏதும் செஞ்சிருந்தா அதை மன்னிச்சு எங்களைக் காக்கணும் தாயி...!'ன்னு மனசார வேண்டிக்கிட்டு இந்த ஒண்ணேகால் ரூவாய படி கட்டிட்டு வாப்பா..." என்று சொல்லி கைகாட்டினார் சாமியாடி. உடனே கோவில் கருவறைக்குள் ஓடிய பூசாரி, தீபத் தட்டினை எடுத்து வந்து ஊர் நாட்டாமை முன்பு நீட்ட, ஊர் நாட்டாமை அம்மனைப் பார்த்து நெஞ்சுருக வேண்டி, அந்த ஒண்ணேகால் ரூபாய் முடிச்சிட்ட மஞ்சள் துணியை தீபத்தட்டில் வைத்துவிட்டு தொட்டுக் கும்பிட்டுக்கொண்டார். விபூதி நிரம்பிய அந்தத் தட்டை எடுத்துப்போய், அதிலிருந்த ஒண்ணேகால் ரூபாய் படிக்காசை அம்மனின் காலடியில் வைத்துவிட்டு, கிங்கிணி மணியடித்து அம்மனுக்குத் தீபாராதனை காட்டிவிட்டு, கருவறைக்கு வெளியே கும்பிட்டு நின்றுகொண்டிருந்த நாட்டாமையிடம் தீபத்தட்டைக் கொண்டுவந்து தீபத்தைக் காட்டினார் பூசாரி. சாமியாடி சொன்னதுபோல் மனமுருக வேண்டிக்கொண்டு கண்கள் கலங்க தீபத்தைத் தொட்டு கண்களில் ஒற்றிக்கொண்டார் நாட்டாமை.

சாமியாடி சொன்னதுபோல் படிக்காசு கட்டிவிட்டு வந்து சாமியாடி அருகில் அமர்ந்தார் நாட்டாமை.

"அம்புட்டுத்தாம்ப்பா... இனிமே எல்லாத்தையும் அவ பார்த்துக்குவா... தைரியமா இனிமே திருவிழாவை ஆரம்பிக்கலாம்..." என்று கிழவனொருவர் நம்பிக்கையளிக்க, மொத்த ஊர்சனத்து முகத்திலும் சந்தோச ரேகை பரவத் தொடங்கியது.

"அட கொஞ்சம் பொறுங்கப்பா. சாமி என்ன உத்தரவு கொடுக்குதுன்னு பார்ப்போம்..." என்று ஊர்நாட்டாமை சொன்னதுதான் தாமதம். ஊரே மறுபேச்சின்றி கப்சிப்பென அமைதியாகியது.

சாமியாடி மீண்டும் வேண்டிக்கொண்டு சோழிகளை உருட்டினார். ஆனாலும் நல்ல குறி கிடைக்கவில்லை.

"ச்செரி... முடிவா என்ன தான்ப்பா சொல்லுற...?" என்று சொல்லிக்கொண்டே மீண்டும் சோழிகளை உருட்டினார். குறி உசிதமாக இல்லை. மனது ஒப்பாத சாமியாடி தனது பைக்குள்ளிருந்து உடுக்கையை எடுத்தார். அதனைத் தலையில் ஒற்றிக் கும்பிட்டுவிட்டு அம்மனை ஆழ்ந்து பார்த்து மனமுருகி வணங்கி விட்டு, கண்களை மூடி உடுக்கையை அடிக்க ஆரம்பித்தார்...

“புபூம்ம்ம்... புபூம்ம்ம்... புபூம்ம்ம்...

பூம்பூம்பூம்... புபூம்ம்ம்...பூம்பூம்பூம்...”

பார்த்துக்கொண்டிருந்த ஊர்சனம் அனைவருக்கும் சில்லிட்டுப் புல்லரித்தது. சாமியாடி உடலதிர உடுக்கைப் பாடல் பாடத் தொடங்கினார். ஊரே வாய் பிளந்து பார்த்துக்கொண்டிருந்தது. புபூம்ம்ம்... புபூம்ம்ம்... புபூம்ம்ம்... என உடுக்கையை அடித்தபடி உடுக்கைப் பாடல் பாடிக்கொண்டிருந்த சாமியாடி திடீரென உடல் குலுங்கித் துள்ளியெழுந்தார். திடுக்கிட்டுப் பயந்துபோய் எல்லோரும் எழுந்து நின்றனர்.

“ம்... நான் ஆத்தா வந்திருக்கேம்ப்பா... என்ன வேணும் கேளுப்பா...” என்று சாமியாடி துள்ளிக்கொண்டு அருள் வந்தாடினார்.

“ஆத்தா...! தாயே...! மகமாயி...! ஓம் பிள்ளைக அத்தினிபேரும் ஒண்ணா கூடிவந்து ஒனக்குத் திருவிழா எடுக்க வேண்டி நிக்கிறோம் தாயி... நீதாம்மா நல்ல உத்தரவு குடுக்கணும்” என்று பூசாரி வேண்டி நின்றார். ஊரே கைகுவித்து நின்றது.

“ம்.... யெப்பா...! யெப்பா...! யாரோ எவரோ ஏங் கண்ணக் கட்டியிருக்காங்கப்பா... ஏம் மக்கள இருளு சூழ்ந்திருக்குப்பா...” என்று சாமியாடி கண்ணை இறுக்கமாக மூடிக்கொண்டு சொன்னதும் எல்லோருக்கும் கெதக்கென்றது.

“ஆத்தா...! மகமாயீ...! எங்களுக்கு ஒன்னெய விட்டா வேற யாரு தாயி தொணை. நீதாம்மா ஓம் புள்ளைகளை முன்ன நின்னு காக்கணும்...” பூசாரி வேண்டி நின்றார்.

“ம்... ம்...” என்று கண்களை மூடிக்கொண்டு சாமியாடிக் கொண்டேயிருந்தார் சாமியாடி.

சுற்றியிருந்த சனத்திற்கு ஈரக்குலை நடுங்கியது. அதிர்ச்சியில் அப்படியே உறைந்துபோய் நின்றனர்.

“என்ன தாயி ரோசனை...?! உத்தரவு குடு தாயி...” பூசாரி கலங்கினார்.

“ம்... ம்... மக்கா...! ஏம் மக்கா...!” கிடுகிடுவென உடலதிர மருளாடிக்கொண்டிருந்த சாமியாடியின் இறுக மூடிய கண்களிலிருந்து கண்ணீர்த்துளிகள் தாரைதாரையாக வழிந்தோடத் தொடங்கின. ஊர்சனம் பதைபதைத்தது.

“ஆத்தா…! தாயே…! மகமாயி…!” உணர்ச்சிவசப்பட்டு கண்ணீர் மல்கக் கத்தியது. நாட்டாமை சாமியாடியின் முன் மண்டியிட்டார்.

“ஆத்தா…! அறியாத புள்ளைக தெரியாம ஏதும் செஞ்சிருந்தா மன்னிச்சிரு தாயி…! முன்ன நின்னு காக்குற நீயே இப்புடி கலங்கி நின்னா, நாங்கெல்லாம் எங்க தாயி போவம்…? கண்ணத் தொறம்மா… ஓம்புள்ளைகள காப்பாத்த வழிகாட்டும்மா…” என்று குரலுடைந்து அழுது வேண்டினார். மனமிரங்கி, குனிந்து அவரைத் தூக்கி நிறுத்தி, பளிச்செ்ன கண்களைத் திறந்து பார்த்தார். செக்கச் செவேலெனச் சிவந்திருந்த கண்களிரண்டிலும் கண்ணீர்த்துளிகள் குளம்போல தேங்கி நின்றன.

“ஏமக்கா…! நடக்குறது நடக்கட்டும். தலைக்கு வர்றது தலைப்பாகையோட போயிரும். நான் இருக்கேன்… நான் இருக்கேம்ப்பா… நீங்க திருவிழாவக் கும்புடுங்கப்பா…” என்று ஆசீர்வதித்தார். சனமே குதூகலித்து ஆத்தாளை விழுந்து வணங்கியது. கிடுகிடுகிடுவென மருள் வந்தாடி மயங்கிச் சரிந்தார் சாமியாடி.

அடுத்த சில மணித்துளிகளில் ஊரே கூடி வணங்கி நிற்க, காப்பு கட்டப்பட்டது. வாணவெடி விடப்பட்டது. தப்படிக்கச் சொல்லி நாட்டாமை கைகாட்ட, தப்படிக்கப்பட்டது. கோவில் மணி அடிக்கப்பட்டது. கோயில் கருவறைக்குள் வீற்றிருந்த அம்மனுக்கு தீபாராதனை காட்டப்பட்டது. பின்னர் ஊரை வலம்வரக் காத்திருக்கும் அலங்கரிக்கப்பட்ட அம்மனுக்குத் தீபாராதனை காட்டப்பட்டது. ஊரே மனமுருக வணங்கி நின்றது. எல்லோரும் விழுந்து வணங்கினர். ஊர்த் திருவிழா ஆரம்பமானது.

கிங்கிணி மணியடிக்க, பெண்கள் குலவைச் சத்தமிட, அலங்கரிக்கப்பட்ட அம்மன் சிலையைத் தூக்கிவந்து, ஊரை வலம்வரக் காத்திருக்கும் பூ அலங்கார ரதத்தின் மையத்தில் இருத்தினர் இளந்தாரிகள். கோயில்பூசாரி ஒரு தேங்காயில் சூடத்தை வைத்துப் பற்றவைத்து அம்மன் ரதத்தின் முன்பு ஆரத்தி காட்டிவிட்டு, அந்த ரதத்தை மூன்றுமுறை சுற்றிவந்து அலங்கார அம்மனுக்கு முன் நின்று தேங்காயை ஓங்கித் தரையில் அடித்தார். பட்டெனத் தெறித்து விழுந்தது சிதறு தேங்காய்.

“உய்ய்ய்ய்ங்ங்ங்ங்…”

“உய்ய்ய்ய்ங்ங்ங்ங்…”

"உய்ய்ய்ய்ங்ங்ங்ங்..."

"டமார்... டமார்....டமார்...."

என்று அடுத்தடுத்து தொடர்ச்சியாக வாணவெடிகள் வெடிக்கத் தொடங்க,

ஊரை வலம்வர அம்மன் ரதம் புறப்பட்டாள். ஊர்ப் பெரியவர்கள் ரதத்தின் பின்னே செல்ல, பெண்கள் கூட்டம் அவரவர் வீடு நோக்கிச் சென்றது.

15

"டன்டனா... டனக்குனா...
டன்டன்டன் டனக்கு டனக்கு...
டன்டனா... டனக்குனா...
டன்டன்டன் டனக்குனா..."

பறையடிக்கும் தொழிலாளர்கள் தப்படித்துக்கொண்டு முன்னே வந்தனர். எண்ணெய்த்துணியால் சுற்றப்பட்ட தீப்பந்தங்களை இருபுறமும் ஏந்திப் பிடித்துக்கொண்டு தொழிலாளிகளிருவர் முன்னே செல்ல, சிறுவர்கள் பலவண்ணக் கொடிகளைக் கைகளில் பிடித்துக்கொண்டு குதூகலத்துடன் நடந்தனர். பெண்கள் குலவைச் சத்தமிட்டபடியே வந்தனர். ஊர்ப் பெரியமனிதர்கள் பெருமிதம் பொங்க வெள்ளை வேட்டிசட்டை சகிதமாக அம்மன் ரதத்திற்கு முன்னே மிடுக்குடன் நடந்து வந்தனர். பயபக்தியுடன் ரதத்தை இழுத்துக்கொண்டு வந்தார்கள் இளந்தாரிப் பயலுகள். இன்னும் சிலர் ரதத்தைப் பின்னாலிருந்து தள்ளியபடி வந்தனர். சிறுவர்களும் தங்கள் பங்குக்கு போட்டி போட்டுக்கொண்டு ரதத்தை இழுத்தனர். பூசை செய்யத் தயாராக அம்மன் சிலைக்கருகே ரதத்தின்மீது நின்றபடி வந்துகொண்டிருந்தார் பூசாரி. அவருக்கருகே துணைப்பூசாரி ஒரு கூடையுடன் அமர்ந்திருந்தான். ரதத்தின் அருகே இருபுறமும் சக்கரத்தை ஒட்டியபடி நடந்து வந்துகொண்டிருந்தனர் துணைப் பூசாரிகளிருவரும். சாமி ரதத்திற்குப் பின்னால் ஊர்சனமனைத்தும் பக்திப் பரவசத்துடன் நடந்து வந்துகொண்டிருந்தது.

முதலாவதாக கோவிலை வலம்வந்த அம்மன்ரதம், அடுத்து ஊரை வலம்வரத் துவங்கியது. முதலாவதாக கோவிலுக்கு அருகிலிருக்கும் ஊர் நாட்டாமையின் வீட்டின் முன்பு நின்றது. நாட்டாமையின் மனைவி இடுப்பில் வைத்திருந்த குடத்தண்ணீரைத் தேர்ச்சக்கரத்தில் ஊற்றினாள். பட்டுத் தாவணியிலிருந்த நாட்டாமையின் மகள் தேங்காய் பழத்தட்டைக் கொண்டுவந்து தர, துணைப்பூசாரி அதிலிருந்த தேங்காயை உடைத்து அந்தத் தட்டில் வைத்தார். ரதத்தில் அம்மனருகே நின்றுகொண்டிருந்த ஊர்ப்பூசாரி, அந்தத் தட்டிலிருந்த சூடம், ஊதுபத்தி, வெற்றிலை பாக்கு, பணத்தாளை எடுத்துக் கூடையில் போட்டுக்கொண்டார். உடைத்த தேங்காய் மூடியொன்றையும், வாழைப்பழச் சீப்பில் இரண்டையும் பிய்த்தெடுத்துக் கூடையில் போட்டுவிட்டு, அம்மனுக்கு தீபாராதனை காட்டினார். நாட்டாமையும் அவர் குடும்பமும் அம்மன் முன்னே நின்று பயபக்தியுடன் மனமுருக வேண்டிக்கொண்டனர். தீபத் தட்டினை ஊர்ப்பூசாரி கீழே நின்றுகொண்டிருக்கும் துணைப் பூசாரியிடம் கொடுக்க, அதை வாங்கி ஊர் நாட்டாமை, குடும்பத்தாரிடம் காட்டினார் துணைப்பூசாரி. தீபத்தினை பயபக்தியுடன் ஒற்றிக் கொண்ட அவர்கள், துணைப்பூசாரி தந்த விபூதி, குங்குமத்தை வாங்கி நெற்றியில் பூசிக்கொண்டு பின்னால் நகர்ந்துகொண்டனர். அதேநேரம் பூசாரி அவர்களது தேங்காய் பழத்தட்டில் விபூதி, குங்குமத்தைக் கைப்பிடியளவு அள்ளிப்போட்டு, அதைத் துணைப்பூசாரியிடம் நீட்ட, அதை வாங்கி நாட்டாமையின் மனைவியிடம் கொடுத்தான் துணைப்பூசாரி. குலவைச் சத்தத்துடன் பறை முழங்க அம்மன்ரதம் அவ்விடத்தைவிட்டு நகர்ந்தது.

அடுத்து தலைவர் வீடு. வடிவாம்பாள் இன்னும் வாசலுக்கு வரவில்லை. வீட்டின் பின்புறத்தில் கும்மிருட்டுக்குள் அவள் காளையனுடன் பேசிக்கொண்டு இருந்தாள். பதைபதைப்புடன் காவலுக்கு நின்றுகொண்டிருந்தாள் போதும்பொண்ணு. பறை முழங்க அம்மன் ரதம், அடுத்ததாகவிருந்த தலைவர் வீட்டை நெருங்கிக்கொண்டிருந்தது.

“ஏ... வடிவூ...! சாமி ஒங்க வீட்டுக்கிட்ட வந்துருச்சுடீ... வா... வா... வெரசா வாடி...” குரல் நசித்துக் கத்தினாள் போதும்பொண்ணு. அதைக் கேட்டும் கேளாமல் தன்னை மறந்து காளையனிடம் பேசிக்கொண்டேயிருந்தாள் வடிவாம்பாள்.

“ஏ... வடிவூ...! சீக்கிரம் வாடீ... சாமி ஒங்க வீட்டுக்கிட்ட வந்துருச்சுடீ... வா...வா...வா... வெரசா வாடீ...” என்று பதைபதைத்தாள் போதும்பொண்ணு. அதைக் காதில் வாங்கிக்கொள்ளாமல் தங்களை மறந்து பேசிக்கொண்டிருந்தனர் காதலர்களிருவரும்.

அம்மன் ரதம், தலைவர் வீட்டை மிக அருகில் நெருங்கிக்கொண்டிருந்தது. தமது மனைவி மரகதத்தோடு பயபக்தியுடன் அம்மனுக்காகக் காத்திருந்தார் தலைவர்.

“எங்கெ வடிவு...?”

தன்மகள் வடிவாம்பாளைக் காணாது மனைவியிடம் கேட்டார். தலைவரின் மனைவி மரகதமும் அப்போதுதான் வடிவாம்பாள் இல்லாததைக் கண்டு வீட்டுக்குள் கத்தினாள்.

“ஏ.... வடிவூ...! வடிவாம்பா...!”

அவளது சத்தம் கேட்டதும் போதும்பொண்ணுவுக்கு நெஞ்சு படபடத்தது. இனியும் தாமதிக்க இயலாது என்று வேகவேகமாக காதலர்களிடம் ஓடினாள்.

“வடிவு...! அம்மா கூப்புடுது பாரு... சாமி வந்துருச்சுடி...” என்று வடிவாம்பாளின் கையைப் பிடித்து இழுத்துக்கொண்டு வெளியே வாசலுக்கு ஓடிவந்தாள்.

“ஏ....வடிவூ...! என்னத்தா பண்ற...? சாமி வந்துருச்சு ஓடியாத்தா...” என்று மரகதம் வெளியேயிருந்து கத்த,

“இந்தா வந்துட்டேம்மோய்...” என்றபடியே மான்போல் துள்ளியோடி அங்கு வந்துசேர்ந்தாள் வடிவாம்பாள். பின்னாலேயே ஓடிவந்த போதும்பொண்ணு ஒதுங்கி நின்றுகொண்டாள்.

“அந்தக் கொடத்தைத் தூங்கிட்டு வாத்தா...” என்று மரகதம் அருகேயிருந்த குடத்தண்ணீரைச் சுட்டிக்காட்ட, அதைத் தூக்கி இடுப்பில் வைத்துக்கொண்டு தயாராக நின்றாள் வடிவாம்பாள். அம்மன்ரதம் அவள் வீட்டு வாசலின்முன் வந்துநின்றது. குடத்தண்ணீரை சக்கரத்தில் ஊற்றினாள் வடிவு. மரகதம் அர்ச்சனைத் தட்டை துணைப்பூசாரியிடம் கொடுத்தார். பூசாரி தீபாராதனை காட்ட, தலைவரின் குடும்பமே மனமுருகி வேண்டிக் கொண்டது. அவர்களுக்கு அருள்பாலித்துவிட்டு சாமிரதம் நகர்ந்தது. தேங்காய் பழத் தட்டிலிருந்த குங்குமத்தை எடுத்து நெற்றியில்

பூசிக்கொள்ளும்போது வடிவாம்பாளின் கண்கள் சாமிரதத்தின் பின்னே வரும் சனக்கூட்டத்தில் காளையனைத் தேடின. காளையன் தன் சகாக்களோடு கூட்டத்தோடு கூட்டமாக வந்துகொண்டிருந்தான். கண்மூடித் திறப்பதற்குள் ஓடோடிவந்து அம்மன் ஊர்வலத்தில் ஐக்கியமாகி, தனது சகாக்களுடன் பேசிக்கொண்டே வடிவாம்பாளை ஓரக்கண்களால் ரகசியமாக நோக்கினான். அவள் அவனை ஆழ்ந்து பார்த்து உள்வாங்கியபடியே குங்குமத்தை நெற்றியில் இட்டுக் கொண்டிருந்தாள். அவனும் நோக்க அவளும் நோக்க, இருவரின் மன ஓட்டங்களும் 'நாம ரெண்டு பேரும் ஒண்ணுசேர்ந்து பதினாறு பிள்ளைகுட்டிக பெத்துக்கிட்டு நூறு வருசம் சந்தோசமா வாழணும்...' என்று ஏங்கித் தவித்தன. ரதம் தலைவருடைய வீட்டைக் கடந்து சென்றது. பின்னாலேயே சென்றது ஊர்சனம். எல்லோருக்கும் முன்பு பெருமித மிடுக்குடன் நின்றுகொண்டிருந்தது தலைவர் குடும்பம். ‘இதுபோன்ற ஒரு வாழ்க்கைதான் நாம் வாழவேண்டும்’ என்று எல்லோரும் ஏக்கப் பெருமூச்சு விட்டபடி தலைவர் குடும்பத்தையும், அவர் வீட்டையும் வாய்பிளந்து பார்த்தபடி கடந்து சென்றனர்.

ஊரே நகர்ந்த பின்பு, வீட்டுக்குள் சென்று பூசையறையில் தேங்காய் பழத்தட்டை வைத்து சாமி கும்பிட்டுவிட்டு, தொட்டுக் கும்பிட்டது தலைவர் குடும்பம். அதுவரை தன்னை அடக்கிக்கொண்டிருந்த வடிவாம்பாள், அதன்பிறகு கணநேரம்கூட நில்லாமல் வெளியே ஓடினாள். வெளியே அவளுக்காகவே காத்திருந்த தோழி போதும்பொண்ணுவின் கையைப் பிடித்து இழுத்துக்கொண்டு சாமிரதத்தை நோக்கித் துள்ளிக் குதித்தோடினாள்.

வருடத்திற்கு ஒருமுறை வீடுதேடி வரும் அம்மனைத் தரிசிக்க குடும்பங்கள் தத்தமது வாசலில் பயபக்தியுடன் நின்றுகாத்திருந்தன. ஒவ்வொரு வீட்டின் முன்பும் வந்துநின்று, அவர்களது பூசையை ஏற்றுக்கொண்டு மனநிறைவாய் அருள்பாலித்தபடி மெல்லமெல்ல ஊரை வலம் வந்துகொண்டிருந்தாள் அம்மன். வணங்கி முடித்த ஒவ்வொரு குடும்பத்தினரும், அதன்பிறகு குடும்பம் குடும்பமாய் சாமி ரதத்தின் கூட்டத்தோடு கூட்டமாக கலந்து ஒருசேர வலம் வந்தனர்.

வடிவாம்பாள் தனது தோழிகளுடன் சிரித்துப் பேசிக் கெக்கலித்தபடி சாமி ஊர்வலத்தில் நடந்து செல்ல, அவளைப் பின்தொடர்ந்தவாறே சகாக்களுடன் வந்து கொண்டிருந்தான் காளையன். தோழிகளுடன்

பேசுவதுபோல் திரும்பி, அடிக்கடி காளையனை ரசித்தபடி வந்துகொண்டிருந்தாள் வடிவு. இருவரது விழிகளும் அவ்வப்போது யாருமறியாமல் காதல்மொழி பேசிக்கொண்டிருந்தன.

ஊர் முழுவதையும் ஒய்யாரமாய்ச் சுற்றிவிட்டு கோவிலுக்கு அருகே அம்மன்ரதம் வந்து சேர்ந்தபோது குழாய் ரேடியோ முழங்கத் தொடங்கியது.

"ஆ....ஆ... அ....அ...
கணபதியே வருவாய்... அருள்வாய்...
கணபதியே வருவாய்..."

கோவிலின் முன்பு அமைந்திருக்கும் சிங்காரக் கலையரங்கில் ஆர்மோனியப் பெட்டியை இசைத்துக்கொண்டே ராகம் பாடினார் ஆர்மோனியப் பெட்டிக்காரர். கோவில் நாடக மேடை அலங்கார தோரணங்களால் அழகுபடுத்தப்பட்டு ஜொலித்துக்கொண்டிருந்தது. பளிச்சிடும் விளக்கொளியில் நாடக மேடையின் ஓர் ஓரத்தில் ஆர்மோனியப் பெட்டி, தபேலா, மிருதங்கம் மற்றும் ஜால்ரா இசைக்கலைஞர்கள் அவரவர்களுக்குரிய மேசையில் மைக்கின் முன்னால் அமர்ந்திருந்தனர். மேடையின் முன்புறம் ஆர்வமாய்க் குவிந்திருந்தது சனக்கூட்டம். பெண்கள் கூட்டம் மேடையின் முன்பிருந்த விசாலமான மந்தையில் பாய் விரித்து அமர்ந்து நாடகத்தைப் பார்க்கத் தயாராக இருந்தது.

ஊரை வலம்வந்த அம்மன்ரதம் கோவில் முன்பாக வந்துநின்றது. ஊர்ப் பெரியவர்கள் கூடிநிற்க பூசாரி கீழேயிறங்கி அம்மனுக்கு தீபாராதனை காட்டினார். ஊரே வணங்கி விழுந்து கும்பிட்டது. தீபத்தை வணங்கி ஒற்றிக்கொண்ட அனைவருக்கும் விபூதி, குங்குமத்தை பூசாரி கொடுக்க, அதை வாங்கிப் பூசிக்கொண்ட ஊர்சனம், நாடகம் பார்க்க மந்தையில் இடம்தேர்ந்து அமர்ந்து கொண்டது. எல்லோரும் அவரவரது குடும்பம் அமர்ந்திருக்கும் பாய்களில் சென்று அமர்ந்தனர். தலைவரின் மனைவி மரகதமும் நல்ல இடம் தேர்ந்து பாய்விரித்து அமர்ந்திருக்க, பாயில் அமர்ந்தபடி நாடகம் பார்க்கத் தயாரானாள் வடிவாம்பாள். அவளிடமிருந்து விடைபெற்றுக்கொண்டு, தன் தாய் பாப்பாத்தி அமர்ந்திருக்கும் பாயில் சென்று அமர்ந்துகொண்டாள் போதும்பொண்ணு. ஊர்ப்பெரியவர்கள் கோவிலுக்குள் சென்று கோவில் திண்ணையில் அமர்ந்தனர்.

அந்தக் கணத்திற்காகவே காத்திருந்த வெடித்தொழிலாளிகள்

வெடிகளைப் பற்றவைத்து டம் டம் டமாரென வாணவேடிக்கைகள் காட்டினர்.

"உய்ய்ய்ய்ங்ங்ங்ங்..."

"உய்ய்ய்ய்ங்ங்ங்ங்..."

"உய்ய்ய்ய்ங்ங்ங்ங்..."

"டம்... டம்... டமார்....டமார்..." எனத் தொடர்ந்து அடுத்தடுத்த வெடிப்பந்துகள் பறந்து இருள்வானை அலங்கரிக்கத் தொடங்கின. ஊரே வாய்பிளந்து பார்த்து ரசித்தது. சின்னஞ்சிறு பிள்ளைகள் கைதட்டி ரசித்து மகிழ்ந்தனர். வானில் மாயவித்தை காட்டிக்கொண்டிருந்த வாணவெடிகளைக் கண்டு ரசித்தபடி ஒய்யாரமாக ரதத்தில் அமர்ந்திருந்தாள் அம்மன்.

கோயில் திண்ணையில் ஊர்ப் பெரியமனிதர்களுடன் அமர்ந்திருந்த நாட்டாமை தொழிலாளிகளுக்கு, ஊர் வழக்கப்படி தேங்காய், பழம், வெற்றிலை பாக்குடன் தகுந்த பணம் வைத்துக் கொடுக்க, ஒவ்வொருவராக வந்து அதை வாங்கிக்கொண்டனர். எல்லோருக்கும் முறை செய்துவிட்டு எழுந்த ஊர்ப்பெரிய மனிதர்களுக்குத் தனியாக மந்தையில் நாற்காலிகள் போடப்பட்டன. அதில் அவர்கள் அமர்வதற்கும் கோவில் முன்பாகயிருந்த சிங்காரக் கலையரங்கில் நாடகம் ஆரம்பிப்பதற்கும் சரியாக இருந்தது.

"ஒருவர் மீது ஒருவர் சாய்ந்து ஓடம் போலே ஆடலாம் பாடலாம்..." ஆர்மோனியம் வாசிப்பவர் தனது குரல்திறமையைக் காட்டிக்கொண்டிருந்தார். தபேலா, மிருதங்கம், ஜால்ரா எல்லோரும் தங்கள் தனித்திறமையைக் காட்டி மக்களை ஈர்த்துக்கொண்டிருக்க, திடீரென மேடையில் தோன்றினான் பபூன்.

"வாங்க வாங்க உட்காருங்க

வந்த கால் நிக்காதீங்க" பபூன் வெண்கலக் குரலில் பாட,

"வாங்க வாங்க உட்காருங்க

வந்த கால் நிக்காதீங்க" என்று அதை அப்படியே சுருதி மாறாமல் ஆர்மோனியம் வாங்கிப் பாடினார்.

"வாங்க வாங்க உட்காருங்க
வந்த கால் நிக்காதீங்க

பாதையை விட்டு விலகி
நீங்க பக்குவமா உட்காருங்க" என்று பபூன் பாட,
"பாதையை விட்டு விலகி
நீங்க பக்குவமா உக்காருங்க
உக்காருங்க உக்காருங்க...."

என்று ஆர்மோனியம் பின்பாட்டுப் பாடினார். மிருதங்கம், தபேலா, ஜால்ரா, ஆர்மோனியம் எல்லாம் கலந்த துள்ளலிசையில் இருவரும் பாடி முடித்தனர்.

"ஆஹா...! ஆஹா...! எம்புட்டு கூட்டம்...? இப்புடி இருந்தாத் தானே மனசுக்கு சந்தோசமா இருக்கும். இப்புடித்தான் போன வாரம் நாடகம்னு சொல்லி ஒரு டவுனுக்குக் கூட்டிட்டுப் போனாய்ங்க. சொன்னா நம்ப மாட்டீங்க... ஒரு பய இல்லிங்க. ரேடியோ செட்டுக்காரனும் நாங்களும் மட்டும்தான் இருந்தோம்... இப்படி நகரம் எல்லாம் நாகரீகங்கிற பேருல நாசமாப் போயிக்கிட்டிருக்க, இதுமாதிரி நம்ம கிராமங்கள் தாங்க எங்களை, எங்க கலையை காப்பாத்துது.

அந்த வகையிலே இங்கே கூடியிருக்கும் பெரியோர்களே...! தாய்மார்களே...! காலையில் காடு சென்று மாலையில் வீடு திரும்பும் விவசாயப் பெருங்குடி மக்களே! முன்னால் அமர்ந்திருக்கும் முக்கியப் புள்ளிகளே! அங்கே காலைநீட்டி ஒக்காந்து இருக்கும் வயதானவர்களே! இங்கே இந்தா... ஏலேய்... தம்பி! டவுசரு பட்டனைப் போடுடா... கண்ணு கூசுது... சின்னஞ்சிறுசுகளே! உங்கள் அனைவருக்கும் எங்கள் நாடகக் குழுவின் சார்பாக வணக்கம், வணக்கம், வணக்கம் என்று கூறி, இன்னைக்கு வள்ளி திருமணம்னு சிறப்பான நாடகம் நடக்க இருக்குது. நல்ல நல்ல நடிகர்களையா புடிச்சுப் போட்டு இருக்காங்க. விடியிற வரைக்கும் தூங்காம இருந்து எல்லாரும் பார்த்து நல்லா ரசிக்கணும் மக்களே...!" என்று கைகுவித்து வணங்கிப் பாட ஆரம்பித்தான். பபூனும் ஆர்மோனியம் வாசிப்பவனும் போட்டி போட்டுக்கொண்டு பாட்டுப் பாடினர். பபூன் பாடிய பாட்டை ஆர்மோனியம் வாங்கிப் படிக்க, தாளமடிப்பவனும் ஜால்ராவும் போட்டி போட்டுக்கொண்டு இசை முழங்க, அந்த இசைக்கேற்ப பபூன் துள்ளலாட்டம் போட, அவனது ஆட்டத்திற்குத் தகுந்தாற்போல் அவர்கள் இசையமைக்க மேடை களைகட்டியது. பாடி முடித்த பிறகு, பபூன் சிரிப்புக் கதைகளைக் கூறியதைக் கேட்டு குழந்தைகள் முதல் பெரியவர்கள் வரை ரசித்துச் சிரித்து

மகிழ்ந்தனர். அடுத்தபடியாக அனைவரும் ஆவலுடன் எதிர்பார்த்த டான்ஸ் பெண் வந்து அனைவரையும் வணங்கி, குத்தாட்டம் போட்டுப் பாட ஆரம்பித்தாள்.

“எலந்தபழம் எலந்தபழம் எலந்தபழம்... ஹேஹ....ங்...

செக்கச் சிவந்த பழம்...” என்று அவள் பாடிக்கொண்டே குத்தாட்டம் போட்டதை வயதானவர்கள் கூட வாயில் நீர் வடிய பார்த்து ரசித்தனர்.

நாடகத்தைப் பார்க்காமல் கூட்டத்தில் நின்றுகொண்டு வடிவாம்பாளையே பார்த்துக்கொண்டிருந்தான் காளையன். அவனுக்கு ஈடுகொடுத்து கடைக்கண் பார்வையால் ஆளையே விழுங்கினாள் வடிவாம்பாள். இவர்களிருவரும் ரகசியமாகப் பார்த்து ஜாடை மாடையாகப் பேசிக்கொண்டிருப்பதைக் கூட்டத்தில் ஓர் ஓரத்தில் தன் சகாக்களுடன் நின்றுகொண்டிருந்த வடிவாம்பாளின் அண்ணன் முத்துப்பாண்டி முகத்தில் கோபம் கொப்பளிக்கப் பார்த்துக்கொண்டிருந்தான்.

16

'குடி கவுரவத்தை இப்புடி சந்தி சிரிக்க வச்சுட்டாளே எடுபட்ட சிறுக்கி...' வடிவாம்பாளின் அண்ணன் முத்துப்பாண்டிக்கு நரம்பு புடைத்தது. கோபம் கொப்பளித்தது. பித்தம் தலைக்கேறியது. காளையனைப் பிடித்து இப்பொழுதே கண்டந்துண்டமாக வெட்டிக் கொன்றுபோட வேண்டும் போல் தோன்றியது.

'வெளியில தெரிஞ்சா வெட்கக்கேடாப் போயிருமே' என்று மனம் வெதும்பிய அவன் தன்னைக் கட்டுப்படுத்திக்கொண்டு தூரத்திலிருந்த தன் பெரியப்பாவை நோக்கினான். ஊர்சனமே மந்தையில் திரண்டு அமர்ந்திருக்க, கால்மேல் கால்போட்டு நாற்காலியில் அமர்ந்துகொண்டு கூட அமர்ந்திருக்கும் ஊர்ப் பெரிய மனிதர்களிடம் ஏதோ பேசிச் சிரித்துக்கொண்டிருந்தார் ஊர்த்தலைவர். உடனே போய் அவரிடம் இதைச் சொல்ல எத்தனித்த அவன், 'இந்த விசயம் மட்டும் தெரிஞ்சா அப்பிடியே உயிரை விட்டுருவாரே பெரியப்பன்...' என்று உள்ளுக்குள் பயந்து, இருதலைக் கொள்ளி எறும்பு போலச் செய்வதறியாது திகைத்து, வேறு வழியின்றி அங்கிருக்கப் பிடிக்காமல் தனது கூட்டாளிகளுடன் நாடகக் கூட்டத்திலிருந்து வெளியேறினான். முத்துப்பாண்டி கூட்டாளிகளுடன் செல்வதை ஓரக்கண்ணால் பார்த்துவிட்ட தலைவர், 'அருமையான புராண நாடகம் நடந்துகிட்டிருக்கும்போது இந்த இளவட்டப் பசங்களெல்லாம் வெளிய போறாய்க பாரு ரசனை கெட்டவய்ங்க...'

என்று உள்ளுக்குள் வைதுவிட்டு, கண்டும் காணாதது போல் மீண்டும் தன் சகாக்களுடன் பேச்சைத் தொடர்ந்தார்.

“காயாத கானகத்தே...
நின்றுலாவும் நற்காரிகையே....
காயாத கானகத்தே...
மேயாத மான் - புல்
மேயாத மான்.”

தகதகவென்று மேனிமுழுக்க மின்ன, முருகன் மேடையில் தோன்றி கம்பீரமாகப் பாடிக்கொண்டிருந்தார். நாடகத்தைப் பார்த்துக்கொண்டிருந்த வடிவாம்பாளின் தாய் மரகதம், அமர்ந்தபடியே தூங்கி வழிந்துகொண்டிருந்தாள். சுற்றி நடப்பவை எதையும் சட்டை செய்யாமல் ஓரத்தில் நின்றுகொண்டிருக்கும் காளையனிடம் காதல் மொழி பேசியபடி தன்னை மறந்து லயித்திருந்தாள் வடிவாம்பாள். ஊரே வாய்பிளந்து நாடகத்தைப் பார்த்து ரசித்துக்கொண்டிருந்தது.

“யேத்தா...! வடிவு...! தூக்கம் வருது. போவலாமா கண்ணு...?” தூக்கத்திலிருந்து விழித்துக்கொண்ட மரகதம் கேட்டாள்.

“இன்னும் கொஞ்ச நேரம்மா... வள்ளி நாரதரு தர்க்கம் பார்த்துட்டுப் போலாம்மா...” வடிவு கெஞ்சினாள்.

“இப்பத்தானே முருகரே வந்திருக்காரு. தர்க்கத்துக்கு இன்னும் கொள்ள நேரம் இருக்குது கண்ணு... நாளைக்கி நெறைய வேலை கெடக்கு. வா போவலாம்...” மரகதம் துரிதம் காட்டினாள்.

“அம்மா அம்மா...! இன்னும் கொஞ்ச நேரம்மா. வேணும்னா நீ முன்னாடி போ. நான் போதுகூட இருந்து பார்த்துட்டு வர்றேன்” என்று அம்மாவிடம் கூறிவிட்டு, சற்று தூரத்தில் தன் தாயோடு அமர்ந்து நாடகம் பார்த்துக்கொண்டிருக்கும் தோழி போதும்பொண்ணுவைக் கூவியழைத்தாள் வடிவு.

“போது...! ஏ... போது...!”

போதும்பொண்ணு மும்முரமாக நாடகத்தை ரசித்து ஒன்றிப் பார்த்துக்கொண்டிருந்தாள்.

“யெக்கா...! சரசக்கா...! அங்கிட்டு பக்கத்துல இருக்குற போதுவ கூப்பிடுக்கா...” என்று கூற, இருவருக்கும் இடையில் அமர்ந்திருந்த சரசு போதுவை கூப்பிட்டு விட்டாள். திரும்பிப் பார்த்த போதுவிடம், “ நீ

இங்க வாடி போது... அம்மா போவுதாம்...” என்று வடிவு அழைக்க, போதும்பொண்ணு தன் தாய் பாப்பாத்தியிடம் சொல்லிவிட்டு எழுந்து வந்து வடிவாம்பாளின் அருகில் அமர்ந்துகொண்டாள்.

“சரித்தா... பார்த்து சூதானமா வந்து சேருங்க... தூக்கம் வந்தா அப்படியே தூங்கீராதீங்கத்தா... ” எழுந்து போகும்வரை அவர்களிடம் அறிவுறுத்தி விட்டு நடந்தாள் மரகதம்.

உயிர்த்தோழிகள் இருவரும் நெருக்கமாக அணைந்தபடி அமர்ந்துகொண்டு நாடகத்தை ரசிக்கத் தொடங்கினர். தோழியோடு பேசிக்கொண்டே நாடகத்தை ரசித்துக் கொண்டிருந்த அவள், காளையனை அவன் ஏற்கனவே நின்றிருந்த இடத்தில் தேடினாள். அவன் அங்கே இல்லை. அவளது கண்களிரண்டும் அங்குமிங்கும் தேடி அலைபாய்ந்தன. ஒருகணம் அவனைக் காணாது திகைத்து ஏங்கின.

“ஏய் போது...! எங்கடி அவரக் காணோம்...” என்று பதட்டத்துடன் அருகிலிருந்த போதுவிடம் திரும்பிக் கேட்டபடியே நாலாபுறமும் கண்களால் துழாவினாள். பின்னால் தூரத்திலிருந்து காளையன் தன்னை நோக்கி வந்து கொண்டிருப்பதைக் கண்டு வெட்கிப் பூரித்தாள். அவளின் முகம் பளிச்செனப் பூத்து மலர்வதைக் கண்ட போதும்பொண்ணு, சட்டெனப் பின்னால் திரும்பிப் பார்க்க, காளையன் கைநிறைய பஞ்சுமிட்டாய்களுடன் கூட்டத்திற்கு நடுவில் லாகவமாக நடந்து அவர்களை நெருங்கி வந்துகொண்டிருந்தான்.

“அய்யய்யோ...!” துள்ளினாள் வடிவு. வெட்கப் புன்னகை அவளது முகத்தில் படரத் துவங்கியது. அவன் நெருங்கி வர வர, வடிவாம்பாளுக்கு இதயம் 'பட்பட்பட'வென இருமடங்காய்த் துடிக்கத் தொடங்கியது. அந்த இரவிலும் உடம்பெல்லாம் வியர்க்கத் துவங்கியது.

வடிவாம்பாள் மீது வைத்த கண் வாங்காமல் மிக அருகில் நெருங்கி வந்தான் காளையன்.

“ஏ...ஏய்...! கிட்டே வந்துட்டாருடீ...” பதட்டம் அதிகமாகி தோழியின் கைகளை இறுக்கமாக அழுத்திப் பிடித்துக்கொண்டாள். முகமெல்லாம் புன்னகை தவழ மிகமிக அருகில் வந்துவிட்ட காளையன், அவர்களுக்குப் பின்னே பாயில் அமர்ந்துகொண்டு நாடகம் பார்த்துக்கொண்டிருந்த தன் தங்கைகளிடம், “இந்தாப்பா...

ஆளுக்கு ஒண்ணு எடுத்துக்கங்க" என்று பஞ்சு மிட்டாய்களைக் கொடுத்தான்.

"ஐய்...! பஞ்சு மிட்டாயி...! எனக்கு.... எனக்கு..." என்று ஆசையோடு தங்கைகள் ஆளுக்கொன்றாக வாங்கிக் கொண்டனர்.

"யெம்மா...! ஒனக்குந்தான் வாங்கியாந்திருக்கேன். இந்தா தின்னு..." என்று ஒரு பஞ்சு மிட்டாயைத் தன் தாய் மங்கம்மாவிடமும் நீட்டினான்.

"யெய்யா...! எனக்கெதுக்குய்யா...? நீங்க தின்னுங்க..." என்று சொல்லிக்கொண்டே அதை வாங்கி ஆசையாசையாகத் தின்னத் தொடங்கினாள் மங்கம்மா. அப்படியே பாயில் அமர்ந்துகொண்ட காளையன், தனக்கு முன்னால் அமர்ந்து தன்னையே பார்த்துக் கொண்டிருக்கும் வடிவாம்பாளையும், போதும்பொண்ணுவையும் எதேச்சையாகப் பார்த்ததுபோல் நடித்து, "அடடே.... போது...! இங்கனத்தான் ஒக்கார்ந்திருக்கீங்களா...? இந்தா... ஒங்களுக்கும் சேர்த்துத் தான் வாங்கியாந்திருக்கேன்..." என்று பஞ்சுமிட்டாய்களை நீட்ட, பதறிப்போன வடிவாம்பாள்,

"ஏய்... ஏய்...! வேணாம்டீ போது... யாராவது பார்த்திறப்போறாங்க. வேணாம்டீ.... வேணாம்டீ..." தோழியின் காதுகளில் படபடத்தபடி கிசுகிசுத்தாள். அதைக் காதில் வாங்கிக்கொள்ளாத போதும் பொண்ணு,

"அண்ணே...! எனக்கு எது புடிக்கும்னு கரெக்டா வாங்கி வந்திருக்கிறண்ணே..." என்று ரெண்டு பேருக்கும் சேர்த்துப் பஞ்சு மிட்டாய்களை வாங்கிக்கொண்டாள். உண்மையில் வடிவாம்பாளுக்கு அதை வாங்கிக்கொள்ள வேண்டும் என்ற ஆசை உள்ளுக்குள் இருக்கத்தான் செய்தது. தோழி பஞ்சுமிட்டாய்களை வாங்கியதும் மனதைக் கட்டுப்படுத்த முடியாமல் படக்கென ஒன்றைப் பிடுங்கிக்கொண்டு ஆசையாசையாக ருசிபார்க்கத் தொடங்கினாள். தோழியிடம் பேசுவதுபோல் கடைக்கண்ணால் அவனை மெல்ல மெல்ல கிரகித்துக்கொண்டிருந்தாள். பஞ்சுமிட்டாயைத் தின்றுகொண்டே ஆளையே விழுங்குவதுபோல் அவளையே பார்த்து முழுமையாய் உள்வாங்கிக்கொண்டிருந்தான் காளையன். நாடகம் தன்பாட்டுக்கு அது நடந்துகொண்டிருந்தது.

நிறைபோதையில் தள்ளாடியபடி தன் சகாக்களோடு எங்கோயிருந்து நாடகக் கூட்டத்திற்குள்ளே நுழைந்தான் முத்துப்பாண்டி.

நிறைபோதையில் சகாக்களோடு வந்துகொண்டிருந்த மகனைக் கண்ட தலைவர், நாகரிகம் கருதி சற்றும் தாமதிக்காமல் கிளம்ப எத்தனித்தார்.

“செரிப்பா… தூக்கம் வருது… காலையில வெள்ளனா எழுந்திருச்சு வர்றேன்…” என்று துண்டை உதறித் தோளில் போட்டுக்கொண்டு எழுந்து கிளம்பினார். அவர் பத்திருபது அடி தூரம் கூட போயிருக்க மாட்டார். பின்னாலிருந்து ஒரு சிறு பையன் ஓடோடி வந்து கூவியழைத்தான்.

“தாத்தா…! தாத்தா…! சித்த பொறுப்பீங்களாம். வடிவு அக்கா ஒங்ககூட வருதாம்” என்று அவன் கூறியதும் அவர் அவளுக்காகத் திரும்பினார்.

“எக்கா…! ஏ… வடிவு அக்கா…! தாத்தா வூட்டுக்குப் போறாராம். அங்கப் பாரு… உன்னைக் கூப்புடுறாரு…” என்று கூட்டத்தைக் கடந்து உள்ளே வந்த இன்னொரு சிறுவனொருவன் அங்கே நின்றுகொண்டிருக்கும் தலைவரைச் சுட்டிக்காட்டினான். திடுக்கிட்டு திரும்பிப் பார்த்த வடிவாம்பாள் அங்கே தனக்காகத் தன் தகப்பன் காத்துக் கொண்டிருப்பதைக் கண்டவுடன் வேறெதுவும் யோசிக்கவில்லை.

“அடியாத்தீ…! அப்பா நிக்கிறாரு. நான் கெளம்புறேன்டீ போது…” என்றபடியே எழுந்து நடந்தாள்.

‘எதுவும் பேசாமல் போகிறாளே’ என்று திகைத்து அவளையே பார்த்துக்கொண்டிருந்த காளையனிடம் யாருமறியாத வகையில் கணநேரப் பார்வையால் விடைபெற்றுக்கொண்டு கூட்டத்தில் லாகவமாக காலை எடுத்து வைத்து நடந்துபோனாள் வடிவு.

“இப்போ பாரு… அந்த நாயி எந்திரிச்சி வருவான் பாரு…” நடப்பதையெல்லாம் தன் சகாக்களுடன் கூர்ந்து பார்த்துக்கொண்டிருந்த முத்துப்பாண்டி, ஒவ்வொன்றையும் சரியாகக் கணித்துக் கூறினான். அவர்கள் எல்லோரும் நாடகத்தைப் பார்க்காமல் அவனையே பார்த்துக்கொண்டிருக்க, சொல்லி வைத்தார் போல் சிறிது நேரத்தில் காளையன் எழுந்து கூட்டத்திலிருந்து வெளியே வந்தான்.

“பு…மவன இன்னிக்கி கண்டந்துண்டமா வெட்டிப் போட்டாத் தான்டா ஏம்மனசு ஆறும்…” நறநறவென்று பற்களைக் கடித்தான் முத்துப்பாண்டி.

"மாப்ள...! நீ கம்முனு தள்ளி நின்னு வேடிக்கை மட்டும் பாரு... நாங்க பார்த்துக்குறோம்..." நிறைபோதையில் கண்கள் சிவக்க கூட்டாளியொருவன் அவனை ஒதுக்கினான்.

எல்லாம் அவன் திட்டப்படியே நடந்துகொண்டிருந்தது. போதையில் மந்தைக்குள்ளே நுழையும் போதே பெரியப்பா வீட்டுக்குக் கிளம்பியதைக் பார்த்ததும் அவனது சிறுபுத்தி வேலை செய்யத் தொடங்கியது. வடிவாம்பாளைக் கிளப்ப கணப்பொழுதில் யோசனையொன்று தோன்றியது. அதன்படி, கிளம்பிச் செல்லும் பெரியப்பனிடம் ஒரு சிறுவனையும், நாடகம் பார்த்துக்கொண்டிருந்த வடிவாம்பாளிடம் ஒரு சிறுவனையும் அனுப்பினான். அவளை அவ்விடத்தை விட்டுக் கிளப்பியது முதல் இப்பொழுது காளையன் வெளியே வருவதுவரை எல்லாமே முத்துப்பாண்டியின் திட்டப்படியே நடந்துகொண்டிருந்தது. தனக்கு எதுவும் தெரியாததுபோல் அவன் ஒதுங்கிக் கொண்டான்.

உள்ளேயிருந்து வந்து கூட்டத்தின் ஓரத்தில் நின்றபடி வேடிக்கை பார்த்துக்கொண்டிருந்தவர்களோடு நின்றுகொண்டு நாடகத்தைப் பார்க்கத் தொடங்கிய காளையனின் அருகில் சென்று அவனைச் சூழ்ந்துநின்று வேடிக்கை பார்ப்பது போலப் பாசாங்கு செய்யத் தொடங்கினர் முத்துப்பாண்டியின் கூட்டாளிகள். கூட்டத்தில் ஆங்காங்கே சிலர் படுத்துச் சுருண்டு தூங்கியபடியும், சிலர் அமர்ந்துகொண்டே தூங்கியபடியுமிருக்க, மீதி சனமனைத்தும் கொட்டக் கொட்ட விழித்தபடி நாடகத்தை ரசித்துப் பார்த்துக்கொண்டிருந்தது. உட்கார்ந்தபடியே தூங்கி வழிந்து கொண்டிருந்த போதும்பொண்ணுவை அவளது தாய் பாப்பாத்தி உலுக்கி எழுப்பினாள்.

"ஏ யாத்தா போது...! ஏந்திரி ஏந்திரித்தா... அங்கப் பாரு நாரதரு வரப் போறாரு..." என்று எழுப்பி உட்கார வைத்தாள். கண்களைக் கசக்கிக்கொண்டு போதும்பொண்ணு நாடகத்தைப் பார்க்கத் தொடங்கினாள். மேடையில் நாரதர் தோன்றினார்.

"வந்தேன்... வந்தேன்..."

என்று நாரதர் சத்தமாகப் பாட, ஆர்மோனியம் அதை வாங்கிப் பின்பாட்டுப் பாட, ஊரே மயங்கிக் கிடந்தது. அவ்வேளையில் திடீரென கூட்டத்தின் ஒரு ஓரத்தில் -

"ஏய்...! டேய்...! அடிடா... குத்துடா... " என்று கைகலப்புச் சத்தம்

கேட்கத்தொடங்கியது. ஆங்கே சுற்றியருகில் நின்றுகொண்டிருந்த ஆம்பளையாட்கள் குய்யோ முறையோவென்று சலசலத்தபடி அவ்விடத்தில் சூழ்ந்திருந்தனர்.

என்ன ஏதென்று ஓடிச்சென்று பார்த்த போதும்பொண்ணு, அதிர்ச்சியாகி பதட்டத்துடன் ஓடோடிவந்தாள்.

"அய்யோ அய்யோ அய்யோ...! ஏ மங்கம்மா பெரியாயி...! காளையன் அண்ணனைப் போட்டு அடிக்கிறாங்க... ஓடியா பெரியாயி..." நாடகச் சத்தத்தையும் மீறிக் கத்தினாள்.

"அய்யோ...! நான் என்ன பண்ணுவேன்...? அய்யோ அய்யோ...!" மாரிலடித்துக்கொண்டு மங்கம்மா பதறியோட, திடுக்கிட்டு ஊர்சனமே எழுந்து ஓடியது. அங்கே காளையனை முத்துப்பாண்டியின் கூட்டாளிகள் அடிக்க, காளையன் அவர்களை அடிக்க ஒரு பெரும் யுத்தமே நடந்துகொண்டிருந்தது. புழுதிபறக்கக் கட்டிப்பிடித்து அடித்து உருண்டுகொண்டிருந்த அவர்களை விலக்கிவிட முடியாமல் ஊர்சனம் திணறியது.

"அய்யோ...! அய்யய்யோ...! ஏம் மவனப் போட்டு அடிக்குறாய்ங்களே பாழாப்போறவய்ங்க... யாராவது காப்பாத்துங்களேய்யா..." மங்கம்மா நெஞ்சிலடித்துக்கொண்டு கதற, அவளுடைய பெண்பிள்ளைகள் நால்வரும் சண்டையைப் பார்த்துப் பதறியழுது கொண்டிருந்தார்கள். திடீர்ப் பதட்டத்தின் காரணமாக நாடகம் சிறிது நேரம் நிறுத்தி வைக்கப்பட்டது.

நாடக மேடையிலிருந்து பார்த்தபோது அந்த இடமே புழுதிக்காடாய்க் காட்சியளித்தது. ஆளாளுக்குப் பிடித்து ஒரு வழியாய் இரு தரப்பையும் தனித்தனியே விலக்கிப் பிரித்து விடுவதற்குள் போதும் போதுமென்றாகிவிட்டது. காளையனின் தலையில் ரத்தம் பொலபொலவென்று கொட்டிக்கொண்டிருந்தது. எதிர்த் தரப்பில் இரண்டு பேர் முகத்திலும், தலையிலும் ரத்தம் வழிந்துகொண்டிருந்தது.

"அய்யோ...! ஏஞ்சாமீ...! நான் கொடுத்த பாலெல்லாம் இப்படி ரத்தமா வழியுதே... இதைக் கேட்க நாதி இல்லையா...? ஏ மகமாயி...! நீதான் கேக்கணும்... " என்று மண்ணை வாரி இறைத்துவிட்டு மகனை அழைத்துக்கொண்டு போனாள் மங்கம்மா.

'திட்டம் சொதப்பிவிட்டதே' என்று முத்துப்பாண்டி மனதிற்குள் கறுவியபடி, ஓரளவு நிறைவேற்றிய கூட்டாளிகளைத் தட்டிக்

கொடுத்தவாறே தூரத்தில் சென்றுகொண்டிருக்கும் காளையனையே வெறிகொண்டு பார்த்தான். அவன் கண்களில் எரிமலையாய்க் கோபம் கொப்பளித்தது.

நிலைமை சரியாகி நாடகம் திரும்பவும் தொடங்கியபோது தூரத்தில் ஊருக்குள் தெருநாயொன்று ஊளையிட்டுக்கொண்டிருந்தது. நடந்த இவையெதையும் அறியாமல் வடிவாம்பாள் ஆழ்ந்த உறக்கத்தில் இருந்தாள்.

17

"ஆங்...
ஊரூரா வேண்டி நின்னு
ஒருபொழுதும் உங்காம
தவமா தவமிருந்து
தங்கத்த பெத்தெடுத்தேன்...
கருப்பு சண்டியரு - ஏம்புள்ள
கருத்தான மன்னவரு
முறுக்கு மீசை வச்ச
மிடுக்கான சுந்தரரு...
யாரு கண்ணு பட்டுச்சோ
யெந்த நாக்கு திட்டுச்சோ
இருளு சூழ்ந்து வந்து
எறங்கிடுச்சே ஏம் மவம்மேல... ஆங்...."

சத்தம் கேட்டு கயிற்றுக் கட்டிலில் புரண்டு படுத்த காளையன் விழித்துப் பார்த்தபொழுது அம்மா ஓ....வென்று ஒப்பாரி வைத்துக் கொண்டிருந்தாள்.

"அடியேய் கூறுகெட்டவளே...! காலங்காத்தால என்ன எழவு விழுந்து போச்சுன்னு ஒப்பாரி வச்சுக்கிட்டுக் கிடக்குற...?" என்று சங்கன் சிடுசிடுத்தார்.

“ஏம்புள்ளக்கி நேரங்காலமே சரியில்ல... அந்த அரண்மனையூரு ஜோசியரு சொன்னது மாதிரி ஏதோ கெரகம் புடிச்சு ஆட்டுது... இன்னும் என்னென்ன நடக்கக் காத்திருக்கோ...? தெரியலியே...” அழுதபடி முந்தானையால் மூக்கைச் சிந்தினாள் மங்கம்மா.

“எல்லாம் அந்த மகமாயி பார்த்துக்குவா... போடி போ... போயி பொழப்ப பாரு... விடிஞ்சும் விடியாததுமா வாசல்ல ஒக்காந்துகிட்டு அழுதா போற வேலை வெளங்குமாடீ தரித்திரியம் புடுச்சவளே...!” துண்டை உதறித் தோளில் போட்டுக்கொண்டு வெளியில் கிளம்பினார் சங்கன். பெண்மக்கள் மூவரும் ஆங்காங்கே அங்கொன்றும் இங்கொன்றுமாக பாயில் சுருண்டு படுத்துக்கிடந்தனர். ஆற்றாமையால் புலம்பிக்கொண்டே அன்றைக்கான வேலைகளைத் தொடங்கினாள் மங்கம்மா.

பொழுது பளபளவென விடிந்தபொழுது ஊரே அந்த விஷயத்தை மென்று துப்பிப் போட்டது. ஊர் மந்தையிலிருந்த டீக்கடையில் ஆளாளுக்கு கண், காது, மூக்கு வைத்துப் பேசத்தொடங்கினர்.

“அந்தப் பய மேல தாய்யா தப்பு”

“இவிய்ங்களும் போதயப் போட்டுட்டு கம்முனு இருந்தாத் தானய்யா... சும்மா எந்நேரம் பார்த்தாலும் பொலிகாளையாட்டம்ல திரியிறாய்ங்கெ...”

“என்ன இருந்தாலும் அந்த ஈனசாதிப் பய, நம்ம பயகளோட சரிக்கி சமமா நின்னு மல்லுக்கட்டலாமாய்யா...? இதெ முளையிலயே கிள்ளி விட்டுறணும்யா... இல்லீன்னா ஆளாளுக்கு தடியெடுத்தவனெல்லாம் தண்டல்காரன்னு சண்டியர்த்தனம் பண்ணிக்கிட்டு திரிய ஆரம்பிச்சிருவாய்ங்கெ... ஆமா...” ஊரில் எப்படிப் பேசினாலும் கடைசியாக இப்படித்தான் பேச்சு முடியும். இங்கு சாதிதான் பிரதானம்.

மனித இனமே ஏதோவொரு விதத்தில் தங்களுக்குள் பிரிந்துதான் கிடக்கிறார்கள். ஆண், பெண் என்று பேதம் பார்க்கிறார்கள். நிறம் கொண்டு பாகுபாடு பார்க்கிறார்கள். மதம் கொண்டு பாகுபாடு பார்க்கிறார்கள். நாடுகளை வைத்து பேதம் பார்க்கிறார்கள். மொழிவாரியாகப் பிரிந்து கிடக்கிறார்கள். புவியியல் எல்லை சார்ந்து, நிலம் சார்ந்து பிரிந்து கிடக்கிறார்கள். பொருளாதார ரீதியில் பாகுபாடு பார்க்கிறார்கள். சாதிவாரியாகப் பிரிந்து கிடக்கிறார்கள். அதோடு மட்டுமல்ல. அதையும் நுணுகிப் பார்த்தால்...

ஒத்த மதிப்புள்ள சாதிகளுக்கிடையேயும் தன் சாதிதான் மேலே... உன் சாதி கீழே என்று சாதி அடுக்குகளிலும் பாகுபாடு பார்க்கிறார்கள்.

இங்கே நம் நாட்டில் பிற்படுத்தப்பட்டோர் தாழ்த்தப்பட்டோர் என்று சட்ட ரீதியாக சாதிகளைப் பிரித்து வைத்திருந்தாலும், சாதிப் படுகைகளில் 'உயர்ந்த சாதி எது? தாழ்ந்த சாதி எது?' என்று பூதக்கண்ணாடி வைத்து நுணுகிப் பார்க்கிறார்கள். ஒத்த சாதிகளை மட்டும் ஒரு கிடையில் போட்டு அடைத்தாலும், இவன் அவனுக்குப் பெண் தருவதில்லை. அவன் இவனுக்குப் பெண் தருவதில்லை.

மொத்தத்தில் சாதிவெறி பிடித்த ஒருவனுக்கு, சாதிய அடுக்குகளில் தனது சாதிக்கு அடுத்தடுத்துள்ள அனைத்து சாதிகளுமே தாழ்ந்த சாதி தான்...!

அந்த ஊரில் அதிக தலைக்கட்டுகளுடைய ஆதிக்க சாதியினராய் தலைவரின் சாதிசனம் இருப்பதால் அங்கிருக்கும் மற்ற குடியானவர்கள் கூட அவர்களுக்குக் கீழேதான் என்றால், தாழ்த்தப்பட்ட சாதியினரின் நிலைமையை நினைத்துப் பாருங்கள்.

ராத்திரி நடந்த அடிதடி விசயம் அங்கமிங்குமாகச் சுற்றிச்சுற்றி வந்து கடைசியில் தலைவரின் காதுக்கு வந்துசேர்ந்தது. கோவில் முற்றத்தில் அமர்ந்துகொண்டு கோயில் கணக்கு பார்த்துக்கொண்டிருந்த தலைவரிடம் அங்கிருந்த முக்கியஸ்தர்கள் காதில் போட்டனர்.

"அட... இளவட்டங்கன்னா அப்பிடி இப்பிடித்தான் இருப்பாங்க... இதப்போயி ஒரு பெரிய விஷயமா எடுத்துக்கிட்டு... விடுங்கய்யா..." அதைப் பெரிதாக பொருட்படுத்தாமல் கணக்குப் பார்ப்பதைத் தொடர்ந்தார் தலைவர்.

"அவிங்க சண்டை போட்டுக்கிட்டதப் பார்த்தா யாருக்காவுது ஒண்ணு கெடக்க ஒண்ணு ஆயிடுமோன்னு திக்கு திக்குன்னு இருந்துச்சுப்பா... ஊரு திருவிழா சமயத்தில ஏதாவது ஒரு அசம்பாவிதம் நடந்து போச்சுன்னா என்ன ஆவுறது? கண்ணு மண்ணுத் தெரியாம காட்டுத்தனமால்ல அடிச்சிக்கிட்டாய்ங்க..."

"நீ அவிய்ங்களைக் கூப்பிட்டு கண்டிச்சு வையி தலைவரே... இல்லீன்னா ஆளாளுக்கு குளிர் விட்டுப் போய்த் திரிவாய்ங்கெ..."

"எனக்கும் அதுதான் சரின்னு படுதுப்பா. ரெண்டு தரப்பையும் கூப்புட்டு ஒரு அமட்டு அமட்டி வைப்பா..."

ஊர்ப்பெரிசுகள் ஆளாளுக்கு சொன்னதைக் கேட்டு தலைவர் கணக்கு எழுதுவதை நிறுத்திவிட்டு பேனாவை மூடி, சட்டைப்பையில் செருகிக்கொண்டு, அங்கிருந்த தொழிலாளி ஒருவனை அழைத்தார்.

“ஏலேய் மாடசாமி... போயி அவிய்ங்க எல்லாத்தையும் கையோட கூட்டிட்டு வாடா...” என்று கத்தினார்.

தலையில் கட்டிய உருமாவைக் கழற்றி கக்கத்தில் வைத்துக்கொண்டு குடுகுடுவென்று ஊருக்குள் ஓடினான் மாடசாமி.

முந்தைய நாள் இரவில் கோயில் மந்தையில் நடந்தவற்றை வடிவாம்பாளிடம் கூறினாள் போதும்பொண்ணு. அதிர்ச்சியடைந்த வடிவாம்பாள், கணநேரம்கூட தாமதிக்காமல் விறுவிறுவென வெளியே ஓடினாள்.

“ஏய்... ஏத்தா...வடிவு...! சாப்பிடாமக்கூட எங்கத்தா போறீங்க இம்புட்டு வேகமா...? இந்தா... நில்லுடீயாத்தா... இங்கே ஒருத்தி கழுதையாட்டம் காட்டுக்கத்து கத்திக்கிட்டு இருக்கேனே... குமரிக ரெண்டும் எதையாச்சும் காதுல வாங்குதுங்களா பாரேன்... கூறு கெட்டவளுக...!” அம்மாவின் வசவு எதையும் காதில் வாங்கிக்கொள்ளாமல் போதும்பொண்ணுவின் கையைப் பிடித்து இழுத்துக்கொண்டு வேகவேகமாக வெளியே ஓடி மறைந்தாள் வடிவாம்பாள்.

“நான் போய் காளையன் அண்ணன வரச்சொல்லுறேன். நீயி இங்கெயே நில்லு வடிவு” வழக்கமாய்ச் சந்திக்கும் அந்த மரத்தடியில் நிற்கச் சொல்லிவிட்டு தாவணியை இழுத்து இடுப்பில் சொருகிக்கொண்டு வேகவேகமாக ஊரை நோக்கி நடந்தாள் போதும்பொண்ணு.

வீட்டுக்குள் கயிற்றுக் கட்டிலில் படுத்துக்கிடந்த காளையனிடம் சென்ற போதும்பொண்ணு, மரத்தடியில் வடிவாம்பாள் காத்திருக்கும் செய்தியைச் சொன்னதும், சட்டையைப் போட்டுக்கொண்டு விறுவிறுவென வெளியேறினான் காளையன்.

“ஏய்யா சாமி...! எங்கய்யா போற? கசாயம் வச்சுக்கிட்டிருக்கேன். குடிச்சிப்புட்டு செவனேன்னு படுய்யா...” என்று மங்கம்மா சொன்னாள்.

“இந்தா... வந்தர்றேம்மா...” காலில் சக்கரத்தைக் கட்டியதுபோல் வெளியேறி விரைந்தான் காளையன்.

“சாமியோவ்…! தலைவரு அப்பனையும் மவனையும் கையோட கூட்டிட்டு வரச் சொன்னாரு சாமியோ…வ்” ஊர்த் தொழிலாளி மாடசாமி குடிசையின் முன்னால் கூவியழைத்தான்.

“ஆத்தீ…! பார்த்தியா…? ஊரக் கூட்டிப்புட்டாய்ங்கெ. புள்ளையையும் அடிச்சுப்புட்டு பிராதும் குடுத்துருக்காய்ங்க பாரு பொசகெட்ட பயலுக… அவிங்க வெளங்குவாய்ங்களா…? நாசமாப் போவாய்ங்க… நாதியத்துத் திரிவாய்ங்கெ…” வாய்க்கு வந்தபடி வசைபாடத் தொடங்கினாள் மங்கம்மா.

“ஏய்…! வாய மூடு…” அதட்டி அடக்கினார் சங்கன்.

“ஒத்தப் பயலப் போட்டு நாலு பேர் சேர்ந்துகிட்டு மண்டை உடையிற அளவுக்கு அடிச்சிருக்காய்ங்க. அதக் கேக்குறத விட்டுப்புட்டு ஏம்மேல வந்து ஏறு ஆம்பள… நாந்தானே கெடைச்சேன் இளிச்சவாச்சி…”என்று கண்கலங்கியபடி கத்தினாள்.

“அடியேய் … வாய வச்சுக்கிட்டுத்தான் சித்த நேரம் கம்முனு இரேன்டீ…” என்று அவளைக் கண்டித்துவிட்டு வாசலுக்கு வெளியே போனார்.

“பய இப்பத்தான் வெளிக்காட்டுப் பக்கம் போனான் மாடா… நீ போ… அவென் வந்தவுடனே கூட்டிக்கிட்டு வாரேன்” என்று மாடனிடம் சொன்னார்.

“சாமி…! கையோட ஒடனே கூட்டிக்கிட்டு வரச் சொன்னாரு சாமி” என்று மாடசாமி நகராமல் நின்றான்.

என்ன செய்வதென்று தெரியாமல் யோசித்தபடி நின்ற சங்கனிடம், “நீயி முன்னால போய்யா… நான் போயி பயலக் கூட்டிக்கிட்டு மந்தைக்கு வர்றேன்” என்று மங்கம்மா சங்கனை அனுப்பி வைத்தாள்.

“யடியேய்…! நீ போயி அவனெ உசுப்பேத்திட்டு வந்து தொலையாத… ஏற்கனவே அவன் சாமி வந்த மாதிரி ஜங்கு ஜங்குன்னு ஆடுறான். நீ போய் அவனுக்கு சலங்கையக் கட்டிவிட்டுறாதடீ யாத்தா… ஒனக்குப் புண்ணியமாப் போவும் “ என்று அவளை எச்சரித்துவிட்டு மாடனுடன் கூடப் போனார் சங்கன்.

“கோழி கூவியா பொழுது விடியப் போவுது…? ஏழை சொல்லு அம்பலம் ஏறவா போகுது?” தனக்குள் புலம்பிக்கொண்டே வெளிக்காட்டுப் பக்கம் சேலையை வரிந்து கட்டிக்கொண்டு வெக்கு

வெக்கென்று நடையைக் கூட்டினாள் மங்கம்மா.

போதும்பொண்ணு காவலுக்கு நின்றுகொள்ள, தூரத்தில் மரத்தடியில் காத்திருந்த வடிவாம்பாளை நோக்கி நடந்தான் காளையன். நெற்றியில் வெட்டுக்காயத்துடன் சற்றே நொண்டியபடி வந்துகொண்டிருந்த காதலனைக் கண்டதும் கணநேரம்கூட தாமதியாமல் ஓடோடி வந்தாள் வடிவு. பதட்டத்துடன் அவனது காயங்களைத் தொட்டுப்பார்த்தாள்.

“ஏன்... என்னாச்சு...? ” பதறிக் கேட்டாள்.

“ஷ்...! அமுத்தாத... வலிக்குது” காளையன் சிணுங்கினான்.

“ராத்திரி பூரா ஏம் பக்கத்தில தான ஒக்காந்துகிட்டு இருந்தெ... எப்புடி சண்டை வந்துச்சு?”

“அதான் எனக்குந் தெரியல. அக்கடான்னு நாடகம் பார்த்துக்கிட்டுத்தான் இருந்தேன். வலியக்க வந்து வம்பிழுத்துட்டாய்ங்கெ... அந்த நாலு பேரும் திரும்ப சிக்காமயா போயிருவாய்ங்கெ... இருக்கு கச்சேரி...” நறநறவென்று பற்களைக் கடித்தபடி அவன் சொல்லும்போது கண்கள் கோவைப்பழமாய்ச் சிவந்திருந்தன.

“அம்மம்மா...! ஓங் கோவத்த பாத்தா எனக்கே பயமா இருக்கு! எந்த நேரத்தில என்ன நடக்குமோன்னு வயித்துல நெருப்பைக் கட்டிக்கிட்டு இருக்குற மாதிரி இருக்கு! ஏந்தான் இப்பிடிக் கோவம் வருதோ? இங்கப் பாரு... இங்கப் பாரு என்னெ...” இரு கைகளால் அவனது முகத்தைப் பிடித்து தன் முகம் பார்த்துத் திருப்பினாள். எரிமலையாய்க் குமுறியது அவன் முகம்.

“நான் ஓங்கூட நூறு வருசம் சேர்ந்து வாழணுன்டா... எங்கயாவது கண்காணாத எடத்துக்குப் போயி வாழணுன்டா...” குரலுடைந்து அவள் சொன்னபோது கண்கள் கலங்கியிருந்தன. அதைக் கண்டதும் அவன் கோபமெல்லாம் இருந்த இடம் தெரியாமல் காணாமல் போனது. அப்படியே பனியாய் உருகிப்போனான். அவளை இறுக அணைத்தான்.

“ஏய்...! என்னயிது? இதுக்குப்போயி கண்ணு கலங்கிக்கிட்டு...” கண்களைத் துடைத்துவிட்டான்.

“எனக்கென்னமோ பயமாவே இருக்குடா... கொஞ்ச நாளாவே மனசு கெடந்து திக்கு திக்குன்னு அடிச்சுக்குதுடா... ”

“அதெல்லாம் ஒண்ணுமில்ல... நமக்கு நல்லதுதான் நடக்கும்... என்னைப் பாரு... என்ன நடந்தாலும் நீதான் எனக்கு பொண்டாட்டி... போதுமா...?” என்று அவள் நெற்றியில் முத்தினான். முகம் மலர்ந்த அவள் இறுகக் கட்டிப்பிடித்து விடாமல் முத்தமழை பொழிந்தாள். மரத்திலிருந்து இதைப் பார்த்து நாணிய கரிச்சான்குருவியொன்று படபடபடவெனச் சிறகடித்துப் பறக்கத்தொடங்கியது.

“காளையா...! ஏ... காளையாவ்...!” அங்குமிங்கும் தேடித்தேடி களைத்துப்போய் அவ்விடம் நோக்கி தூரத்தில் வந்துகொண்டிருந்த மங்கம்மாவைப் பார்த்ததும் எச்சரிக்கையடைந்த போதும்பொண்ணு, நிமிடங்கூட நிற்காமல் குடுகுடுவென காதல் சோடியை நோக்கியோடினாள்.

“அண்ணே...! அண்ணே...! ஏ...காளையா அண்ணே...! மங்கம்மா பெரியாயி ஒன்னெய தேடிக்கிட்டு வருதுண்ணேய்...” அவர்களுக்கு மட்டும் கேட்கும் குரலில் கத்திக்கொண்டே ஓடிவந்தாள். பதட்டத்தில் செருப்புப் போடாமல் ஓடிவந்த அவளது காலை முள்ளொன்று பதம் பார்த்தது. வலி தாங்க முடியாமல் நிற்கக்கூட நேரமில்லாமல் மறுகாலால் நொண்டியபடியே, ஓட்டத்தை நிறுத்தாமல் பின் காலை மடக்கி முள்ளைப் பிடுங்கிய அவள், “அடியேய் வடிவு...! ஓம் மாமியாக்காரி வாராடீ... ஏய் வடிவாம்பா...!” கத்திக்கொண்டே ஓடினாள். “திரும்புறாளா பாரு... காதல் கண்ணதானே மறைக்கும்னு கேள்விப்பட்டிருக்கேன். காதையுமா அடைக்கும்...?” இன்னும் வேகமாக ஓடினாள். தூரத்தில் மங்கம்மா மகனைத் தேடி வந்துகொண்டிருந்தாள்.

காதல் மயக்கத்தில் கட்டித் திளைத்திருந்த அவர்களுக்கு வெகு அருகில் வந்துவிட்ட போதும்பொண்ணு, “அய்யா சாமிகளா...! கொஞ்சம் திரும்புறீங்களா...” என்று கத்தினாள். போதுவின் சத்தம் கேட்டு திடுக்கிட்டு விலகி நின்று திரும்பிப் பார்த்தனர் காதலர்கள்.

“அங்க... ஓம் மாமியாக்காரி மவனைத் தேடிக்கிட்டு வந்துகிட்டிருக்கா. ஒங்களுக்கு இந்த மொட்டை வெய்யிலிலயும் முத்தங் கேக்குதாக்கும்...” வாயெல்லாம் புன்னகையோடு நக்கலடித்தாள்.

“அடியாத்தீ...! நான் கெளம்புறேன்...” சிணுங்கிக்கொண்டு காளையனின் கையை உதறிவிட்டு வேறுத் திசையில் ஓடினாள்.

“அண்ணே...! பெரியாயி கிட்டத்தில வந்துருச்சு... ஓடு...” என்று கூறிவிட்டு, அவள் பின்னாலேயே ஓடினாள் போதும்பொண்ணு.

பின்னங்கால் பிடரியிலடிக்க அவர்களிருவரும் ஒருவரையொருவர் கைபிடித்துக்கொண்டு ஓடி மறையும்வரை பார்த்துவிட்டு, தன்னைத் தேடி வந்துகொண்டிருக்கும் அம்மாவை நோக்கித் திரும்பி வேகமாக ஓட்டமும் நடையுமாக விரைந்தான் காளையன். முக்குத் திரும்பியதும் அங்கே தன் தாய் வந்துகொண்டிருப்பதைப் பார்த்ததும் எதுவுமறியாததுபோல் நடக்கத் தொடங்கினான்.

“ஏய்யா…! எம்புட்டு நேரமாய்யா ஒன்னையத் தேடுறது…? வெளிக்கியிருக்க இம்புட்டு தூரமா வருவ…? செத்த நேரத்துல வயித்துல புளியக் கரைச்சுருச்சய்யா...” என்றபடியே வந்துகொண்டிருந்த தாயிடம் நடந்தோடினான் காளையன்.

“ச்சும்மா காத்தாட கொஞ்ச தூரம் நடந்து வந்தேந்த்தா…”

“ஊருல கூப்புட்டு வுட்ருக்காங்கய்யா... அப்பன் முன்னால போயிருக்காரு. வெரசா வாய்யா...” என்று அவள் கூறியதும் விறுவிறுவென நடந்தான் காளையன். பதட்டத்துடன் அவன் முன்னே நடக்க, அவனுக்கு ஈடு கொடுக்க முடியாமல் பின்னாலேயே வெக்கு வெக்கென்று ஓட்டமும் நடையுமாகப் போனாள் மங்கம்மா.

18

“ஆளாளுக்கு சண்டியர்த்தனம் பண்ணிக்கிட்டுத் திரிஞ்சீங்கன்னா அப்புறம் ஊர்க் கட்டுப்பாடுன்னு ஒண்ணு எதுக்குய்யா இருக்கு...? நாங்கல்லாம் என்னத்துக்குய்யா இருக்கோம்...?”

கோவில் திண்ணையில் ஊர்ப்பெரியவர்களோடு அமர்ந்திருந்த தலைவர் பொத்தாம்பொதுவாக இருதரப்பினரையும் திட்டினார். இருதரப்பினருமே மறுபேச்சுப் பேசாமல் தலைகுனிந்தபடி நின்றுகொண்டிருந்தார்கள்.

“ய்யா...! பார்த்து சூதானமா பேசுய்யா... நேரங்காலம் சரியில்லை. நம்ம மேலேயே தப்புன்னாலும் பொறுத்துப் போ சாமி. விட்டுக் கொடுத்தவங்க கெட்டுப் போனதில்லை. அவிய்ங்கள அந்த மகமாயி பார்த்துக்குவா. நீ கம்முனு, யாரு எது சொன்னாலும் பதிலுக்குப் பதிலு பேசாம மட்டும் வா ராசா... எல்லாத்தையும் அப்பன் பார்த்துக்குவாரு...” மகனின் காதில் ஓயாமல் ஓதியபடியே கூட்டிவந்து கொண்டிருந்தாள் மங்கம்மா. எதையும் காதில் வாங்கிக்கொள்ளாமல் கைலியை மடித்துக் கட்டிக்கொண்டு வேகவேகமாக வந்துகொண்டிருந்தான் காளையன்.

பதிலேதும் பேசாமல் முன்னால் நின்றுகொண்டிருந்த இளவட்டங்களைக் கூர்ந்து நோட்டமிட்டார் தலைவர். அவர்களை இன்னார் இன்னாரென்று அடையாளம் கண்டு கொண்டவர், ஒருவனை அடையாளம் தட்டுப்படாமல் யோசித்தார்.

“ஏம்பா…! நம்ம முத்தையா மவன்தான நீயி…?” என்று கேட்க, அவரருகில் அமர்ந்திருந்த மகன் முத்துப்பாண்டி, அவர் காதருகே போய் ஏதோ கிசுகிசுத்தான். அதைக் கேட்டதும் முகம் மாறி ஒருகணம் திரும்பி அவனை ஆழமாகப் பார்த்தார் தலைவர். அதன்பிறகு அவருடைய பேச்சே ஒருசார்பாக மாறத்தொடங்கியது.

“என்னப்பா…? நீங்களும் அவிய்ங்களோட சரிக்கு சமமா நின்னுகிட்டு. தராதரம் வேணாமாப்பா...? நம்ம ஆளுங்களே அவனுகள பெரிய ஆளு ஆக்கி விட்ருவீங்க போல இருக்கு... ” இளவட்டங்களை ஒப்புக்கு வசைபாடினார். எதுவும் பேசாமல் அப்பாவிகள் போல் தலைகவிழ்ந்து கேட்டுக்கொண்டிருந்தனர் முத்துப்பாண்டியின் கூட்டாளிகள்.

“ஏய் நீயென்னய்யா சங்கா…! பயலுக்கு புத்திமதி சொல்லி வளர்க்க மாட்டியா…? இப்பிடியே துள்ளிக்கிட்டு திரிஞ்சான்னா பொறவு எங்கயாவது சிக்கி சீரழிஞ்சு போயிருவான் பாத்துக்க...” என்று அவர் சங்கனைப் பார்த்துத் திட்டிக்கொண்டிருந்தபொழுது மங்கம்மாவோடு காளையன் அங்கு வந்து சேர்ந்தான்.

“இந்தா... வந்துட்டாருல சண்டியரு…” என்று தலைவர் அவனைப் பார்த்துக் கூறியபோது எல்லோரும் ஒருசேர திரும்பிப் பார்த்தனர்.

“ஏன்டா... ஊரோட ஒத்துப் போகவே மாட்டியா நீயி…? நானும் பார்த்துக்கிட்டுத்தான் இருக்குறேன்…. தனிக்காட்டு ராசான்னு நெனைப்பாக்கும் ஒனக்கு…? ஒம்பாட்டுக்கு தறிகெட்டுல்ல திரியிற...” அவர் கோபமாகப் பேசப்பேச காளையன், சங்கன், மங்கம்மா மூவரும் அமைதியாக மறுபேச்சின்றிக் கேட்டுக்கொண்டிருந்தார்கள். முத்துப்பாண்டியும் அவனது கூட்டாளிகளும் உள்ளூர ரசித்து மகிழ்ந்து புன்முறுவல் பூத்தபடியிருந்தனர்.

“பார்த்துக்க… யாருக்கும் அடங்காம இப்பிடியே துள்ளிக்கிட்டு சண்டியருத்தனம் பண்ணிக்கிட்டுத் திரிஞ்சீன்னா, ஒழுங்காப் பொழைக்கமாட்ட பார்த்துக்க… அம்புட்டுத்தான் சொல்லமுடியும்” அவர் திட்டிக் கொண்டிருக்கும்போதே மங்கம்மாவுக்கு கண்ணீர் பொலபொலவென்று கொட்டியது. தாளமாட்டாமல் பொங்கி எழுந்தாள்.

“அய்யா…! ஒருத்தன நாலு பேர் சேர்ந்துகிட்டு மண்டையை உடைச்சிருக்காய்ங்க. படாத எடத்தில பட்டு, ஒண்ணு கெடக்க

ஒண்ணு ஆயிருந்துச்சுன்னா நான் என்ன பண்ணுவேன்? ஒத்தப் புள்ளைய பெத்து ஊருல அடிவாங்குறதுக்கா விட்டுருக்கேன்...? ஏம்புள்ளையத் தொட்ட அவிய்கெ நாசமா போயிடுவாய்ங்க... நாதியத்துப் போயிருவாய்ங்க..." சங்கன் எவ்வளவோ தடுத்தும் மண்ணையள்ளி வாரி இறைத்தாள் மங்கம்மா. மண்ணும் புழுதியும் எல்லோர் மீதும் விழுந்தன.

கோபமடைந்த இளவட்டங்கள், கைலியை மடித்துக் கட்டிக்கொண்டு அவளை அடிக்கப் பாய்ந்தனர். அவர்களைத் தடுக்க காளையன் அவர்கள் மீது பாய்ந்தான். ஊர்ப்பெரியவர்கள் எவ்வளவோ கத்திக் கூப்பாடு போட்டும் அவர்களது கண் முன்னாலேயே காளையனும் இளவட்டங்களும் அடித்து உருண்டு கொண்டிருந்தனர். 'தன் மகனுக்கு ஏதேனும் ஆகிவிடுமோ...?' என்று பயந்து கத்திக்கொண்டிருந்தாள் மங்கம்மா. மண்ணை வாரி வாரி இறைத்துக்கொண்டிருந்தாள்.

தலைவர் சட்டென எழுந்தார்.

"ச்சேய்... என்னய்யா இது...? ஏ... ஏ...! போங்கப்பா போங்கப்பா. அவிய்ங்களை வெலங்கி விடுங்கப்பா..." என்று பதறியபடி கட்டளையிட, அங்கிருந்தவர்கள் ஓடிப்போய் ஆளாளுக்கு ஒருவரைப் பிடித்திழுத்து சண்டையை விலக்கிவிட்டனர். பிடியை மீறித் திமிறிக்கொண்டு அடிக்கப் பாய்ந்துகொண்டிருந்தனர் இரு தரப்பிலுமே. அவர்களை அடக்கப் பெரும்பாடுபட்டுத் திணறியது கூட்டம்.

"ஏ நிறுத்துங்கப்பா... " கோபத்தின் உச்சிக்கே சென்ற தலைவர் ஓங்கிக் கத்தினார். கீச்... கீச்சென்று மரத்திலிருந்த பறவைகளெல்லாம் ஒரு கணம் சிதறி வட்டமடித்து வந்து அமர்ந்தன. ஊரே திக்கித்து வாயை மூடி அமைதியானது. தலைவரின் கண்கள் செக்கச் செவேலெனச் சிவந்திருந்தன. கோபம் தலைக்கேறிக் கத்த ஆரம்பித்தார்.

"நான் ஒருத்தன் இங்கன இருக்குறப்பவே, ஏங் கண்ணு முன்னாலயே அடிச்சுக்கிட்டீங்கன்னா, அப்புறம் எனக்கு என்னங்கடா மருவாத...? நல்லது கெட்டத நீங்களே பார்த்துக்கங்க... நான் கௌம்புறேன்" துண்டை உதறித் தோளில் போட்டுக்கொண்டு கோபமாகக் கிளம்பினார். எல்லோரும் எவ்வளவோ சமாதானப்படுத்தியும் வேகவேகமாக நடந்து காரிலேறினார். அவருக்கு விசுவாசமான ஊர்ப்பெரியவர்கள் இருவர் அவர் பின்னாலேயே கூடப்போய் காரில்

ஏறிக்கொள்ள, முத்துப்பாண்டி அம்பாசிடர் காரை விருட்டென எடுத்துக் கிளம்பினான். ஊர் அப்படியே உறைந்து நின்றது.

புழுதி பறக்க வீட்டுக்கு வந்துசேர்ந்த காரிலிருந்து வேகவேகமாக இறங்கி முற்றத்திலிருந்த நாற்காலியில் அமர்ந்தார் தலைவர். துளிகூட கோபம் குறையாமல், முகத்தைக் கடுகடுவென்று வைத்துக்கொண்டு எதுவும் பேசாமல் சாய்வு நாற்காலியில் கண்களை மூடிக்கொண்டு சாய்ந்தார். கூட வந்த பெரிசுகளும், முத்துப்பாண்டியும் என்ன பேசுவதென்று தெரியாமல் ஆளாளுக்கு வாயை மூடிக்கொண்டு அமைதியாக நின்றுகொண்டிருந்தனர்.

பதறிக்கொண்டு இருதரப்பினரையும் அழைத்துக்கொண்டு அங்கு வந்து சேர்ந்தனர் ஊர்ப் பெரியமனிதர்கள் அனைவரும். அவர்களைப் பார்த்ததும் கண்களை மூடியபடி சாய்ந்தமர்ந்திருந்த தலைவரது காதருகே போனான் முத்துப்பாண்டி.

"பெரியப்பா...! எல்லாரும் வந்திருக்காங்க" என்று கிசுகிசுத்தான். கண்களைத் திறந்து அவர்களைப் பார்த்த தலைவர், வெகுண்டெழுந்து அமர்ந்தார்.

"எதுக்குய்யா எல்லாரும் இங்க வர்றீங்க...? அதான் ஆளாளுக்குத் தலைதூக்கிட்டீங்கள்ல?" கோபமாகக் கத்தினார். பதில் பேசாமல் வந்திருந்த அத்தனை பேரும் நிற்க, "ஏய்யா ராமலிங்கம்...! நீயே இப்படி எடுத்தெறிஞ்சு பேசலாமாப்பா. ஒன்னைய வச்சுத்தான் ஊரே. நல்லதோ கெட்டதோ எதுவாயிருந்தாலும் நீதாம்பா அனுசரிச்சு எங்களையெல்லாம் இழுத்துட்டுப் போவணும்..." ஊர் நாட்டாமை குழைந்து பேசினார். அதை ஆமோதிப்பது போல் எல்லோரும் நின்றனர்.

"ஒனக்குத் தெரியுது மாமா... மத்த யாருக்கும் தெரிய மாட்டேங்குதே. நேத்திக்கி மொளைச்ச காளானெல்லாம் டங்கு டங்குனு ஆடுதே..." முன்னால் நின்றிருந்த காளையனையும் இளவட்டங்களையும் குத்திக்காட்டிப் பேசினார்.

"யாரு கிட்ட எப்படி நடந்துக்கணும்னு ஒரு பயலுக்கும் தெரிய மாட்டேங்குது. ஆளாளுக்கு அடிச்சிக்கிட்டு உதைச்சுக்கிட்டு போலிசு கேசுன்னு திரிஞ்சாதான் புத்தி வரும். அய்யாவோட அருமை பெருமை புரியும்" தலைவரின் அருகில் நின்றுகொண்டிருந்த விசுவாசியொருவன் ஒத்து ஊதினான். முதலாளியின் மனநிலைக்கு

ஏற்றவாறு பேசுவதுதானே விசுவாசிகளின் வழக்கம்?

“ஏய்... நீயி கம்முனு இருப்பா...” என்று பின்னால் திரும்பி அவனை அடக்கிய தலைவர், முன்னால் நின்றிருந்த அனைவரையும் பார்த்தார்.

“மரியாதை இல்லாத எடத்துல எனக்கென்ன வேலை? இன்னொருவாட்டி இந்தமாதிரி நடந்துச்சுன்னா அப்புறம் எனக்கென்னான்னு தலையில தண்ணிய ஊத்திட்டுப் போயிக்கிட்டேயிருப்பேன். அப்பறம் நல்லது கெட்டதயெல்லாம் நீங்கதான் பார்த்துக்கணும். ஆமா...” என்று படபடவெனப் பேசினார்.

“இனிமே இப்புடி நடக்காதுப்பா...” என்று உத்தரவாதம் கொடுத்துவிட்டு, திரும்பி இளவட்டங்களைப் பார்த்தார் நாட்டாமை.

”ஏ...! என்னப்பா...? நானே பேசிக்கிட்டு இருந்தா எப்புடி...? சம்பந்தப்பட்டவங்க சொல்லுங்கப்பா...” என்று அவர்களையும் உத்தரவாதம் கொடுக்க அழைத்தார். காளையன் உட்பட அடித்துக்கொண்டவர்கள் அத்தனை பேரும் முன்வந்து மன்னிப்பு கேட்டுக்கொண்டனர்.

“நாந்தாய்யா புத்திகெட்டுப்போயி பேசிப்புட்டேன். என்னாலதான் இம்புட்டும். இனிமே இப்பிடி நடக்காதுய்யா...” மங்கம்மா தன் பங்குக்கு மன்னிப்பு கேட்டதும் கோபம் தணிந்தார் தலைவர்.

“சரி சரி... போங்க. யாருகிட்ட எப்புடி நடந்துக்கணும்னு தெரிஞ்சா சரிதான்” என்று அவர் ஆசுவாசமானார். எல்லோரும் வணங்கிவிட்டுப் புறப்பட்டனர். அங்கே பின்னால் நின்றிருந்த விசுவாசிகளைப் பார்த்து,

“அட நீங்க மட்டும் ஏய்யா நின்னுகிட்டு...? இன்னிக்கு நம்ம மண்டகப்படி. போங்க. போயி ஆக வேண்டியதைப் பாருங்க...” என்றதும் தலையாட்டிவிட்டு அவர்களும் நடையைக் கட்டினர்.

கோபம் தணிந்த தலைவர், சாய்வு நாற்காலியில் சாய்ந்துகொண்டு, பின்தலையில் கைவைத்தபடி வீட்டுக்குள் திரும்பினார்.

“அம்மா... வடிவூ...! ஒரு சொம்பு மோரு கொண்டுவாத்தா...” என்று கத்தினார்.

உள்ளேயிருந்து அவர் மனைவி மரகதம் மோர் சொம்பைக் கொண்டுவந்தாள்.

“என்னடி நீயி கொண்டு வர்ற…? எங்க ஏம்பொண்ணு வடிவு….?” வெடுக்கென கத்தினார்.

“அவ எங்க வீடு தங்குறா…? சின்னப் புள்ளையாட்டம் அங்கிட்டும் இங்கிட்டும் காலுல ரெக்கைய கட்டிக்கிட்டுல்ல திரியிறா…? அடக்க ஒடுக்கமா வீட்டுல இருந்தாத்தானே?” என்று மரகதம் வடிவாம்பாளை வசைபாடிக்கொண்டிருந்தபோது தூரத்தில் வந்துகொண்டிருந்தாள் வடிவாம்பாள்.

“அங்கப் பாருங்க… காலையிலயிருந்து ஒருவாயி உங்காமக் கூட வெளியே போனவ, இப்பத்தான் ஆடி அசைஞ்சு வர்றதப் பாருங்க” என்று அவள் கூறி முடிக்கும்போது ஓடோடிவந்து அப்பனைக் கட்டிக்கொண்ட வடிவு, அவரது நாற்காலி கைப்பிடிக் கட்டையில் அமர்ந்துகொண்டாள்.

“எல்லாம் நீங்க குடுக்குற செல்லம்…” என்று செல்லமாகக் கடிந்துகொண்டு,

“வாடீ… வேலை கெடக்கு” என்று வடிவாம்பாளைப் பிடித்திழுத்துக்கொண்டு உள்ளே போனாள் மரகதம். அதுவரை வடிவாம்பாளைக் கோபத்தோடு பார்த்துக்கொண்டிருந்தான் அங்கே நின்றுகொண்டிருந்த முத்துப்பாண்டி. அவன் முகம் எரிமலையாகக் கொதித்தது. அவள் வீட்டுக்குள் சென்றவுடன், ஒரு முடிவுக்கு வந்தவனாய், பெரியப்பாவுக்கு அருகில் சென்று குனிந்து அவர் காதில் கிசுகிசுத்தான்.

“பெரியப்பா…! வடிவுக்கு ஒரு நல்ல மாப்பிள்ளையா பார்த்துக் கலியாணம் பண்ணி வச்சிருவோம் பெரியப்பா” என்றவுடன் திடுக்கிட்டு சட்டென எழுந்து திரும்பி அவனைக் கூர்ந்து நோக்கினார் தலைவர். முத்துப்பாண்டியின் கண்கள் லேசாகக் கலங்கியிருந்தன. அதைக் கண்டதும் தலைவரின் முகத்தில் கலவரம் தோன்றியது.

“என்னப்பா சொல்ற…? நம்ம புள்ளையா…?” என்று பதைபதைத்துக் கேட்டார். பதில் சொல்ல முடியாமல் தலைகுனிந்து நின்றான் முத்துப்பாண்டி. அவனது தொண்டைக்குழி துடியாய்த் துடித்தது. பதற்றமடைந்த தலைவர் தடுமாறியெழுந்து அவனைப் பார்த்தார்.

“யாரு…? ஆளு யாரு…?” என்று பதறினார்…

“அதெல்லாம் நான் பார்த்துக்கிறேன் பெரியப்பா…”

“யாரு அவன்...? ஏம்புள்ள மனசைக் கெடுத்த அந்தப் பாதகன் யாருடா கண்ணு...?” என்று அவர் கத்தினார்.

தயங்கி நின்றான் முத்துப்பாண்டி.

“வாயத் தொறந்து சொல்லுடா...” தழுதழுத்தார்.

“காளையன்...!” தயங்கியபடியே சொன்னான் முத்துப்பாண்டி.

கோபம் தலைக்கேறிய தலைவர், வெறிகொண்டு அவன் சட்டையைப் பிடித்து, “என்னடா சொல்ற...? அவன உயிரோடவா விட்டே...? கண்டந்துண்டமா வெட்டிக் கொண்டுவந்து என் காலடியில போட்டுருக்க வேணாமா...?” என்று சொல்லும்போது நறநறவென அவரது பற்கள் கடிபட்டன. கண்கள் எரிமலையாய்க் கொதித்தன.

“நேத்து தான் தெரியும் பெரியப்பா. அதான் கையக் கால ஒடிச்சுப் போட்டுறலாம்னு, ராத்திரி நாடகம் பார்க்குறப்ப பசங்கள முடுக்கிவிட்டேன். தப்பிச்சுக்கிட்டான். மாட்டாமலா போயிருவான்...” சினங்கொண்டு கத்தினான் பாண்டி.

“வேணாம்... இதெயெல்லாம் காதும் காதும் வச்ச மாதிரி தான் செய்யணும். பொறு... நான் சொல்றப்ப செய்யலாம்... அங்கத் தொட்டு இங்கத் தொட்டு கடைசில அடிமடியிலயே கைய வச்சுட்டான்ல கண்டா...லி மவன். அவனோட சாவைப் பார்த்து எவனும் இனிமே நம்ம பொண்ணுங்கள நினைச்சுப் பார்க்கவே யோசிக்கணும்.” சொல்லும்போது அவரது முகம் மூர்க்கமான மிருகமாக மாறியது. கண்களில் கொலைவெறி தாண்டவமாடியது.

“ம்... போதும்... போதும்மா...”

வீட்டினுள்ளே இவையெதையும் அறியாமல் கொஞ்சலாய் அடம்பிடித்துக்கொண்டிருந்தாள் வடிவாம்பாள். ஒரு தட்டு நிறைய சோற்றைப்போட்டுப் பிசைந்துவந்து, “சாப்பிடுடீ... நாலு வாயி அள்ளி நறுக்கு நறுக்குன்னு சாப்புட்டாத்தானே ஒடம்பு வலுவா இருக்கும்... இந்தா... ஆ...” என்று வற்புறுத்தி வாயில் திணிக்கப் பெரும்பாடு பட்டுக்கொண்டிருந்தாள் அம்மாக்காரி மரகதம். வேண்டாவெறுப்போடு தின்றுகொண்டிருந்தாள் வடிவாம்பாள். தூரத்தில் நரியொன்று ஊளையிட்டுக்கொண்டிருந்தது.

19

கும்மிருட்டியிருந்த இருள்வானைப் பிளந்துகொண்டு சர்ர்ர்... சர்ர்ர்ரென சீறிப்பாய்ந்து டம்டம் டமாரென்று வெடித்துச் சிதறின வாணவெடிகள். பெண்களின் குலவைச் சத்தம் காதைப் பிளக்க, இரண்டாவது நாளாக ஊருக்குள் வலம்வரக் கிளம்பினாள் முத்துமாரியம்மன். வண்ண விளக்குகள் ஒளியலங்காரத்தில் பிரம்மாண்டமான ரதத்தின் மையத்தில் ஒய்யாரமாய் அமர்ந்தபடி வலம்வரத் துவங்கினாள் அம்மன்.

கரகாட்டப் பெண்கள் முன்னே ஆடியபடி செல்ல, அவர்களைச் சுற்றி நின்றுகொண்டு பெருசுகளும், இளசுகளும் விசிலடித்து ஆர்ப்பரித்தபடி நகர, தப்புச் சத்தமும் உறுமிச் சத்தமும் விண்ணதிர, ஊரே சூழ்ந்து வர நாட்டாமை மற்றும் தலைவர் முன்னிலையில் ரதம் நகர்ந்து நகர்ந்து ஊரை வலம் வந்துகொண்டிருந்தது.

பெண்கள் கூட்டத்தின் நடுவே பச்சை வண்ணத் தாவணியில் தோழிகளோடு பேசிக் கெக்கலித்தபடி வந்துகொண்டிருந்தாள் வடிவாம்பாள். அவளுக்கு அருகே தன் சகாக்களோடு பேசிச் சிரித்தபடி வந்துகொண்டிருந்தான் காளையன். அவ்வளவு பெருங்கூட்டத்திலும் யாருமறியாமல் ஒருவரையொருவர் ரகசியமாய்ப் பார்த்துச் சிரித்தபடியே வந்துகொண்டிருந்தனர். அவர்களிருவரையும் கடும் கோபத்தோடு நோட்டமிட்டபடி கூட்டத்தோடு கூட்டமாக நடந்து வந்துகொண்டிருந்தான் முத்துப்பாண்டி. கீழ்வானில் மின்னல்

பளிச்சிட்டது. கருமேகங்களுக்கிடையே அந்த மின்னல் கீற்றுகளாய்ப் பரவிய மறுகணமே லேசான சத்தத்தோடு தூரத்தில் இடி முழங்கத் தொடங்கியது.

ஊருக்குள் ஒவ்வொரு குடிகளும் தமது வீடு தேடி வந்து நிற்கும் அம்மனுக்கு தங்களால் இயன்ற மரியாதை செய்து அம்மனின் அருள் வேண்டி வணங்கி நிற்க, அனைத்தையும் மகிழ்வோடு ஏற்றுக்கொண்டு தெருக்களில் வலம் வந்துகொண்டிருந்தாள் அம்மன். முன்னால் வந்து கொண்டிருந்த பறையிசைக்குக் குத்தாட்டம் போட்டபடி சிறுவர்கள் முன்னே வர, நாதஸ்வர உறுமி மேளத் துள்ளலிசைக்கு ஏற்றவாறு ஆடிக் கொண்டு வரும் கரகாட்ட அழகிகளைச் சூழ்ந்து நின்று விசிலடித்து ரசித்தபடி இளசுகளும் பெரிசுகளும் அடுத்து வர, இரண்டாவது நாளாய் ஊரை வலம் வந்து முடித்த அம்மன்ரதம், ஊர்மந்தையில் வந்து நின்றது. வாணவேடிக்கை துவங்கியது. விண்ணைப் பிளந்து கருவானத்தில் சீறிப் பாய்ந்து முழங்கிய வாணவெடிகளின் வண்ணவித்தைகள் அனைவரையும் வாய்பிளந்து ரசிக்க வைத்தது. ஊரே கைதட்டியபடி வான்நோக்கி ரசித்துக்கொண்டிருக்க, முகத்தில் கோபம் கொப்பளிக்க தலைவரும், முத்துப்பாண்டியும் கூட்டத்திற்குள் நின்றுகொண்டிருந்த காளையனைப் பார்த்துக்கொண்டிருந்தனர். அங்கே அவ்வளவு கூட்டத்திற்கு நடுவிலும் காளையன் சைகைகளால் ஏதோ சொல்ல, அதற்கு நாணி வெட்கித் தலை கவிழ்ந்து, உடல் நெளிந்து, சைகைமொழி பேசி எதிர்வினையாற்றிக் கொண்டிருந்தாள் வடிவாம்பாள்.

இதையெல்லாம் பார்த்தவுடன் தனது மனக்கோட்டையில் இடி விழுந்ததைப்போல் உடைந்து நொறுங்கிய தலைவரின் முகத்தில் கோபம் கொப்பளித்தது. கண்கள் செக்கச்செவேலென்று சிவந்திருக்க அவரையும் அறியாமல் பொலபொலவென்று கண்ணீர் வழிந்து கொண்டிருந்தது. தான் வாழ்ந்த வாழ்க்கைக்கும் தனது குடும்ப கௌரவத்திற்கும் நேரப்போகும் அவமானத்தை எண்ணித் துடியாய்த் துடித்தது அவரது இதயம். வானத்தில் திடீரெனச் சத்தமாய் வெடித்த பெரும் வெடிச்சத்தமொன்று அவரை சுயநினைவுக்குக் கொண்டுவர, இயல்புக்குத் திரும்பிய அவர், யாரேனும் தன்னைப் பார்க்கிறார்களா என்று நோட்டமிட்டுவிட்டு, சட்டென தோளில் கிடந்த துண்டை எடுத்து முகத்தைத் துடைத்துக்கொண்டார். தலை சுற்றுவது போலிருந்தது அவருக்கு. நெஞ்சு படபடத்து வேர்த்துக் கொட்டியது. அதற்கு மேல் அங்கிருக்கப் பிடிக்காமல் யாரிடமும்

சொல்லிக் கொள்ளாமல் சட்டெென வீட்டுக்கு நடையைக் கட்டினார்.

திடுக்கிட்ட முத்துப்பாண்டி வேகவேகமாக ஓடிப்போய் காரின் கதவைத் திறந்து விட்டான். அதில் ஏறாமல் விறுவிறுவென்று வீட்டை நோக்கி நடந்தார் தலைவர். செய்வதறியாது அவர் பின்னேயே நடந்தோடினான் முத்துப்பாண்டி. வாணவெடிகள் போட்டி போட்டுக்கொண்டு ஒன்றின் மீது ஒன்றென வேடிக்கைகள் காட்டின. ஊரே வாய்பிளந்து ரசித்துக்கொண்டிருந்தது. இவையெதையும் அறியாமல் தன்னை மறந்து காதலில் திளைத்திருந்தாள் வடிவாம்பாள்.

வீட்டுக்குள் விறுவிறுவென நுழைந்த தலைவர், தனது அறைக்குள் சென்று கதவைத் தாழிட்டுக்கொண்டார். முத்துப்பாண்டியின் சகாவொருவன் அம்பாசிடர் காரை எடுத்து வந்து வீட்டினுள் நுழைந்தான். கூட்டாளிகள் ஒவ்வொருவராக அவ்விடம் வந்து சேர்ந்தனர். வானத்தில் மாயாஜாலம் செய்துகொண்டிருந்ந வாணவெடிகளின் வெளிச்சம் ஊர் முழுவதும் விட்டுவிட்டு ஒளி பாய்ச்சிக்கொண்டிருந்தது. வீட்டு முற்றத்தில் மஞ்சள் ஒளி வெளிச்சத்தில் கூட்டாளிகளோடு காத்து நின்று கொண்டிருந்த முத்துப்பாண்டி, 'சடக்'கென்று நாற்காலி கீழேவிழும் சத்தம் கேட்டு திடுக்கிட்டு உள்ளே ஓடினான். கூட்டாளிகளும் பதறியபடி பின்னே ஓடினர்.

"பெரியப்பா...! பெரியப்பா...!"

தலைவரின் தாழிட்ட அறையைப் பதற்றத்தோடு தட்டினான் முத்துப்பாண்டி. திறக்கவில்லை. பயந்துபோய் அருகிலிருந்த சன்னல் கதவுகளைத் திறந்து பார்த்தான். உள்ளே தலைவர் சுருக்குக் கயிற்றில் தொங்கியபடி துடிதுடித்துக்கொண்டிருந்தார். அதிர்ச்சியடைந்த முத்துப்பாண்டி, "பெரியப்பா...! பெரியப்பா...!" என்று ஆக்ரோசமாக அலறிக்கொண்டே ஓடிவந்து கதவை முட்டித் தள்ளினான். கதவு திறக்கவில்லை. அவனது கூட்டாளிகளும் சேர்ந்துகொள்ள, எல்லோருமாகச் சேர்ந்து கதவை முட்டி உடைத்துக்கொண்டு உள்ளே பாய்ந்தனர். கண்ணிமைக்கும் நேரத்தில் கூட்டாளிகள் ஓடோடிப்போய் சுருக்குக் கயிற்றில் துடிதுடித்துக்கொண்டிருந்த தலைவரைத் தாங்கிப் பிடித்துக்கொள்ள, முத்துப்பாண்டி கட்டிலில் தாவி சுருக்குக் கயிறை அறுத்துத் துண்டித்து அவரைக் காப்பாற்றினான்.

"பெரியப்பா...! பெரியப்பா...!" என்று அலறினான். மயங்கிய நிலையில் கிடந்த தலைவரின் முகத்தில் தண்ணீர் தெளித்தான்.

பேச்சும் மூச்சுமின்றிக் கிடந்தார் தலைவர். பதற்றமடைந்த அவன் பயந்துபோனான்.

“டேய்...! ஓடிப்போயி மருத்துவச்சியக் கூட்டிட்டு வாடா...” என்று கத்தினான்.

“ஏ...! நீ போயி பெரியாத்தாவக் கூட்டிட்டு வாடா...” என்று இன்னொருவனை முடுக்கிவிட்டான். வேகமாக ஓடினர் இருவரும்.

“டேய்...! டேய்...! விசயம் வெளிய தெரிஞ்சிரக்கூடாது... கவனம்” என்று எச்சரித்து அனுப்பினான். தலையாட்டிவிட்டு இருவரும் ஓடினர்.

“பெரியப்பா...! பெரியப்பா...!” அலறிக்கொண்டே பெரியப்பனின் நெஞ்சை அழுத்தியழுத்தி எழுப்ப முயற்சித்தான். டம்டம் டமாரென ஊர்மந்தையில் வாணவேடிக்கை தொடர்ந்துகொண்டிருந்தது.

ஆளுக்கொரு திசையில் போய் சகாக்களிருவரும் மருத்துவச்சியையும், தலைவரின் மனைவியையும் கையோடு அழைத்துக்கொண்டு வீட்டை நோக்கி வந்துகொண்டிருந்தபோது, வாணவேடிக்கைகள் முடிந்து கரகாட்டம் தொடங்கியிருந்தது. முத்துப்பாண்டியின் கூட்டாளி வந்து அழைத்தவுடன் வீட்டுக்குப் போக அம்மா மரகதம் அழைத்தபோது மறுத்துவிட்டு, தோழி போதும்பொண்ணுவோடு நெருக்கியணைந்து அமர்ந்துகொண்டு கரகாட்ட நிகழ்வை ரசிக்கத்தொடங்கினாள் வடிவாம்பாள். அவளுக்கு நேரெதிரே நண்பர்களோடு அமர்ந்திருந்தான் காளையன். குறவனும் குறத்தியும் நாட்டுப்புறத் தெம்மாங்குப் பாடல்களைப் பாடத் தொடங்க, பெண்கள் பாய்விரித்து கூட்டமாகச் சுற்றியமர்ந்து ரசிக்கத் தொடங்கினர்.

ஓடோடிவந்து பார்த்ததும் அதிர்ந்துபோனாள் தலைவரின் மனைவி மரகதம்.

“அய்யோ...! யாத்தீ...! என்னாச்சு...?” என்று பதறியோடிவந்து அவரருகில் அமர்ந்தபோது மருத்துவச்சி வேலையைத் துரிதமாகத் தொடங்கியிருந்தாள்.

“அய்யோ அய்யோ அய்யோ... ஏம்புருசனுக்கு என்னப்பா ஆச்சு? நல்லாத்தானே இருந்தாரு...” அவனருகில் மாரடித்துக்கொண்டு உடைந்தழுதாள். பதிலேதும் சொல்லாமல் பதற்றத்தோடு நின்றுகொண்டிருந்தான் முத்துப்பாண்டி. மும்முரமாக பச்சிலைகளைக் கைகளால் பிசைந்து மசித்தபடி அங்கு நின்று கொண்டிருந்த

முத்துப்பாண்டியிடம்,

"ஏ யெய்யா...! நெருப்புப்பெட்டி கொண்டுவாய்யா..." என்றவுடன் அங்கிருந்த தோழர்களில் ஒருவன் தன் பாக்கெட்டிலிருந்த தீப்பெட்டியை எடுத்துக் கொடுக்க, பச்சிலைகளைச் சுருட்டி மடித்த மருத்துவச்சி, தீயைப் பற்றவைத்து அதன் புகையை மயங்கிக் கிடந்த தலைவரின் மூக்கிற்குள் போகுமாறு ஊதிவிட்டாள். கண்ணை மூடி முணுமுணுத்தபடி மனைவி வேண்டிக் கொண்டிருக்க, வேர்க்க விறுவிறுக்க எல்லோரும் பதறி நிற்க, புகை மூக்கினுள் போன ஒருசில கணப்பொழுதில் தலைவர் உயிர்மீண்டு வந்து இருமத் தொடங்கினார். தலைவர் உயிர் பிழைத்ததைக் கண்டதும் எல்லோரும் நிம்மதிப் பெருமூச்சு விட்டபடியிருக்க, கண்விழித்த தலைவரைக் கட்டியழுது ஒப்பாரிவைத்தாள் மரகதம். பொறுக்கமாட்டாமல் குலுங்கி அழுதார் தலைவர்.

"அய்யா...! ராசா...! மலை மாதிரி இருக்கிற நீங்க ஒடைஞ்சு அழலாமா...?" என்று கட்டியழுதாள் மரகதம்.

"நீயேம் பெரியப்பா சாவணும்? அந்தப் பய தலைய வெட்டியெடுத்து வந்து ஓங் காலடியில போடுறோம் பெரியப்பா. நீயி கலங்காத பெரியப்பா" கண்கலங்கியபடி வீராவேசமாகப் பேசினான் முத்துப்பாண்டி. அவர்கள் பேசுவது எதுவும் புரியாமல் விழித்து நின்றாள் மரகதம்.

"யாருப்பா...? என்னப்பா நடந்துச்சு...?" என்று திரும்பி முத்துப்பாண்டியிடம் திகைத்துக் கேட்டபோது, சகாக்களில் ஒருவன் மருத்துவச்சியை அழைத்துச்சென்று வெளியேற்றிக்கொண்டிருந்தான். ஏதோ ஒரு விபரீதம் நடப்பதைப் புரிந்துகொண்ட மருத்துவச்சி பாப்பாத்தி, வெளியே போவதுபோல் போக்குக் காட்டிவிட்டு இருட்டுக்குள் ஒளிந்துகொண்டே மெதுமெதுவாக நடந்து வீட்டின் பின்புறம் சன்னலருகே வந்து காதுகொடுத்து ஒட்டுக்கேட்கத் தொடங்கினாள்.

"பாவிமக.... எங் குலசாமி கவுரவத்தைக் குழிதோண்டி புதைக்கிறதுக் குன்னே ஏவ்வயித்தில வந்து பொறந்து தொலைச்சிருக்காளே சண்டாளி..." ராகமாக ஒப்பாரி வைப்பதுபோல் இழுத்து அழுதாள் மனைவி.

"அந்தத் தே...யா மவன கொன்னுபோட்டாத்தான்டா ஏம்மனசு

ஆறும்...” நறநறவென பற்களைக் கடித்துக்கொண்டு மிருகமாய்க் கத்தினார் தலைவர்.

“நான் பார்த்துக்கிறேன் பெரியப்பா. நீயி எதையும் நெனைக்காம தூங்கு. விடியறதுக்குள்ள அவன் செத்துட்டாங்கிற சேதி ஒன்னையத் தேடி வரும்” அவர் கைமீது தன் கையை வைத்து சத்தியம் செய்து ஆறுதல்படுத்தினான்.

“என்னோட சொத்து பத்து எல்லாத்தையும் எடுத்துக்கங்கடா கண்ணுகளா. அவனோட சாவு கொடூரமா இருக்கணும்டா... ஆமா...” என்று முகமெங்கும் கொலைவெறி படர கத்தினார் தலைவர். கோபாவேசமாகத் தலையாட்டிவிட்டு தன் சகாக்களோடு கிளம்பினான் முத்துப்பாண்டி. இவற்றையெல்லாம் பின்புறம் மறைந்திருந்து கேட்டுக்கொண்டிருந்த மருத்துவச்சி பாப்பாத்திக்கு நெஞ்சு படபடத்தது. திகிலடைந்தாள். ஏதோ ஒரு விபரீதம் நேரப்போகிறது என்று பயந்து உடல் நடுங்கினாள். இரவின் மங்கலொளி வெளிச்சத்தில் யாரும் அறியாவண்ணம் பதுங்கிப் பதுங்கி அவர்களைப் பின்தொடர்ந்தாள்.

இளைஞர்களும் பெரியவர்களும் சுற்றி நின்று ஆர்ப்பரிக்க, நாதஸ்வர உறுமி மேளம் முழங்க, கரகாட்டம் களைகட்டத் தொடங்கியது. முத்துப்பாண்டி தன் சகாக்களுடன் வந்து கரகாட்டத்தைப் பார்ப்பது போல நின்றுகொண்டு காளையனை நோட்டமிடத் தொடங்கினான். அவர்கள் அறியாவண்ணம் மறைவாக ஓரிடத்தில் நின்றுகொண்டு அவர்களை நோட்டமிடத் தொடங்கினாள் மருத்துவச்சி பாப்பாத்தி.

நாட்டுப்புறத் தெம்மாங்குப் பாடல்களைத் தொடர்ந்து கரகாட்டக்காரர்களின் பேச்சிலும் பாட்டிலும் நடனத்திலும் ஆபாசநெடி வீசத் தொடங்கியது. காளையனின் தாய் மங்கம்மா தன் மூன்று பெண் பிள்ளைகளை அழைத்துக்கொண்டு கிளம்பினாள்.

“சாமி...! பிள்ளைக தூங்கி வழியுதுக. போலாங் கண்ணு...” என்று காளையனை அழைத்துக்கொண்டு கிளம்பினாள். காளையன் புறப்பட்டதைப் பார்த்தவுடன், பற்களைக் கடித்துக்கொண்டு தன் சகாக்களோடு கூட்டத்திலிருந்து விலகினான் முத்துப்பாண்டி. இரவின் மங்கலொளி வெளிச்சத்தில் யாரும் அறியாவண்ணம் பதுங்கிப் பதுங்கி அவர்களைப் பின்தொடர்ந்தாள் பாப்பாத்தி.

ஊருக்குள் மறைவானதொரு சந்தில் சகாக்களோடு வேகவேகமாகத்

தண்ணியடித்துக் கொண்டிருந்தான் முத்துப்பாண்டி. பதுங்கி நின்றுகொண்டாள் பாப்பாத்தி.

"அவனுக்கு எவ்வளவு... கொழுப்பு இருந்தா நம்ம பொண்ணெ மயக்கியிருப்பான். ஆ...ங்... மண்டையே வெடிச்சிரும் போல இருக்குடா....

மச்சான்... அந்தக் காளையன் பய இனிமே உசிரோட இருக்கக்கூடாதுடா...

போலீசு, கேசு எதுன்னாலும் பெரியப்பா பார்த்துக்குவாரு... பிசிறு தட்டாம மட்டும் வேலைய செஞ்சு முடிங்கடா. சொத்தையே எழுதி வக்கிறேன்டா..." ஆவேசத்துடன் கத்தினான்.

மறைந்திருந்து அவர்களையே நோட்டமிட்டுக் கொண்டிருந்த மருத்துவச்சி பாப்பாத்திக்கு திக்கென்று நெஞ்சையடைத்தது. உடல் நடுங்கியது. ஆளுக்கொரு வண்டியிலேறி விருட் விருட்டென முறுக்கிக்கொண்டு பறப்பட்டனர். பாப்பாத்திக்கு நெஞ்சு படபடத்து, பயம் கூட ஆரம்பித்தது. என்ன செய்வதென்று தெரியாமல் திகைத்து நின்றாள். இனி நடக்கப்போகும் கொடூரத்தைக் காணத் திராணியின்றி மேகக் கூட்டத்திற்குள் ஓடியொளிந்து ஒண்டிக்கொண்டது நிலவு... நட்சத்திரங்கள் மலங்க மலங்க விழித்துக்கொண்டிருந்தன.

20

"வண்டியில நெல்லு வரும்
வண்டியில நெல்லு வரும்
வண்டியில நெல்லு வரும் -
அய்யாவுக்கு வண்டியில நெல்லு வரும்"

கரகாட்டக்காரனின் குரல் வளத்தில் நாதசுர உறுமி மேளம் துள்ளாட்டம் போட வைத்தது. ஆண்கள், பெண்கள் சிறுவர்கள் பாகுபாடின்றி அனைவரது கவனமும் கரகாட்டப் பெண்களின் அரைகுறை ஆடைப் பகுதிகளிலேயே மையம் கொண்டிருந்தது. ஊரே வாய்பிளந்து பார்த்துக்கொண்டிருந்த கரகாட்ட மந்தைக்கு வெக்கு வெக்கென்று ஓடோடி வந்தாள் மருத்துவச்சி. உடம்பெல்லாம் வியர்த்துக் கொட்டியது. இயல்பை மீறி இருமடங்காய்த் துடிதுடித்த இதயத்தை ஏதோவொரு பெரும்பாரமொன்று அழுத்துவது போன்றிருந்தது.

மூச்சுத்திணற ஓடோடி வந்து கரகாட்டக் கூட்டத்திற்கிடையே குந்தியிருந்த சனத்தின் மீது கால்படாமல் லாகவமாகக் கால்வைத்து நடந்து வந்து, முன்னே அமர்ந்திருக்கும் தன் மகள் போதும்பொண்ணுவிடம் வந்தடைந்தாள்.

"யே...! ஆத்தா போது...! அம்மாடீ...! நம்ம காளையன கொல்லப் போறாங்கத்தா...." என்று மேல்மூச்சு கீழ்மூச்சு வாங்கியபடி

காதுக்குள் சொன்னாள். கரகாட்ட ஒலிபெருக்கிச் சத்தத்திற்கிடையே அதைக் கேட்ட போதும்பொண்ணு அதிர்ந்து திரும்பி நோக்கினாள். கண்கள் கலங்க வெறித்துப் பார்த்த பாப்பாத்தி, 'ஆமாம்' என்பது போல் தலையசைக்க, போதும்பொண்ணுவின் முகமெல்லாம் சட்டென வியர்க்கத் தொடங்கியது. சற்றும் தாமதிக்காமல் வடிவாம்பாளின் காதில் பதற்றத்தோடு விசயத்தைக் கிசுகிசுத்தாள். உடல் குலுங்கி அதிர்ந்து நெஞ்சில் கைவைத்தபடி திரும்பினாள் வடிவாம்பாள். அதிர்ச்சியோடு போதுவையும் பாப்பாத்தியையும் பார்த்தாள். பாப்பாத்தியின் மிரட்சி கலந்த சிவந்த கண்களிலிருந்து பொலபொலவென்று கண்ணீர் வடிந்துகொண்டிருந்தது.

தோழியின் கைகளை இறுகப் பற்றிக் கொண்டு பதறியெழுந்து கூட்டத்திற்குள்ளேயிருந்து வெளியேறி ஓடத்தொடங்கினாள் வடிவு.

"சூதானமா போங்க பாவிமக்கா..." என்ற மருத்துவச்சியின் கத்தலை ஒலிபெருக்கியின் மேளதாளயிசை நீர்த்துப்போகச் செய்ய, பின்னங்கால் பிடரியிலடிக்க தூரமாய் ஓடிமறைந்தனர் தோழிகளிருவரும்.

ஆழ்ந்த தூக்கத்திலிருந்த கடைக்குட்டியைத் தூக்கித் தோளில் சுமந்துகொண்டு வீடு நோக்கிக் காளையன் முன்னே நடந்தான். தூக்கக் கலக்கத்தில் தூங்கிவழிந்தபடியே மெதுவாக நடந்துவந்த பெண்பிள்ளைகளை இரு கைகளால் அணைத்தபடி மண்பாதையில் நடந்து வந்துகொண்டிருந்தாள் மங்கம்மா. பாதுகாப்புக்காக கையிலொரு தடியை ஊன்றியபடி கடைசியாக நடந்துவந்துகொண்டிருந்தார் சங்கன். ஒலிபெருக்கியில் கரகாட்டச் சத்தம் மெலிதாகக் கேட்டுக்கொண்டிருந்தது. ஊருக்கு ஒதுக்குப்புறமான தமது வீடு நோக்கி ஏதுமறியாமல் மெதுவாக நடந்துபோய்க்கொண்டிருந்தது காளையனின் குடும்பம். சில்வண்டுகளின் ரீங்காரவொலி ஒருவித அதிர்வுணர்வை ஏற்படுத்திக் கொண்டிருந்தது. மங்கிய நிலா வெளிச்சத்தில் அவர்கள் கடந்து போகும் பாதைக்கருகே 'சரக்... சர்ர்... சரக்...'கென்று மனித நடமாட்டம் நெருங்கியது. முன்னே சென்ற காளையனின் காது விடைத்தது. சுற்றுவட்டத் திசைகளை நோக்கி கவனம் குவிக்கலானது காதுமடல்கள். 'சரக்... சர்ர்... சரக்...'கென்று காலடியோசை அருகே நெருங்கியது. காளையனின் கைகள் முறுக்கேறின. கண்கள் நாலாபுறமும் உற்று நோக்கின.

விஸ்க்... விஸ்க்... விஸ்க்... விஸ்க்...

கண்மூடித் திறப்பதற்குள் காற்றைக் கிழித்துக்கொண்டு சற்றிச் சுழன்றடித்துக்கொண்டு பாய்ந்து வந்தது குத்தீட்டியொன்று. காளையனின் உடம்பெல்லாம் காதுகளாகி அந்தச் சத்தத்தை உள்ளுணர்ந்தன. கண்ணிமைக்கும் நேரத்தில் மூளை சுறுசுறுப்பானது. வளைந்து நெளிந்து சாதுரியமாகத் திரும்பி அந்தக் குத்தீட்டியைப் பிடித்து கிறுகிறுவென சுற்றிச் சுழற்றிக் கீழ்ப்பகுதியைத் தரையில் நங்கென ஊன்றி நின்றான் காளையன். சுற்றிமுற்றிச் சுழன்று நாலாபுறமும் கோபாவேசத்தோடு நோட்டமிட்டன கண்கள். அவனின் தகப்பன் சங்கன் ஓடிவந்து காளையனிடமிருக்கும் பிள்ளையை வாங்கிக்கொண்டார்.

முன்பைவிட இன்னும் அருகில் 'சரக்... சர்ர்... சரக்...'கென்ற இலைச்சருகுகளின் சத்தம் சுற்றிலுமிருந்த மனித நடமாட்டத்தைக் குறிப்புணர்த்தியது. பயந்து நடுங்கி நின்றது குடும்பம்.

எல்லோருக்கும் உள்ளுக்குள் கெதக்கென்றது. பயந்து குறுகி நாலாபுறமும் நோட்டமிட்டன அவர்களின் பீதியடைந்த கண்கள். அந்த மங்கிய நிலவொளியில் சுற்றி நின்ற மரங்களுக்கிடையே யாரையும் காண இயலாமல் வெகுண்டெழுந்தான் காளையன்.

“டேய்...! யாருடா நீங்க...? மீசை வச்ச ஆம்பளை எவனும் இப்படி ஒளிஞ்சிகிட்டு தாக்க மாட்டான். தெகிரியம் இருந்தா முன்னாடி வந்து நின்னு சண்ட போடுங்கடா பொட்டப் பசங்களா...!” என்று உரக்கக் கத்தினான். ‘சரக்... சர்ர்... சரக்...’கென்று இலைச்சருகுகளின் சத்தம்தான் கேட்டுக் கொண்டேயிருந்ததே தவிர யாரும் அவன் எதிரே வரவில்லை. கும்மிருட்டின் அமைதி எல்லோரையும் திகிலூட்டியது. காளையனின் கண்கள் சுற்றிமுற்றி நாலா திசையிலும் சுழன்று நோட்டமிட்டன. காதுகள் விடைத்து கவனம் குவித்தன. கைகள் முறுக்கேறின.

விஸ்க்... விஸ்க்... விஸ்க்... விஸ்க்...

கண்ணிமைக்கும் நேரத்தில் திடீரென யாரும் எதிர்பாராத வகையில் நாலாபுறத்திலிருந்தும் உய்உய்உய்உய்யெனச் சுழன்றபடி காற்றைக் கிழித்துக் கொண்டு அவர்களை நோக்கிப் பாய்ந்து வந்தன குத்தீட்டிகள். உயிரைக் கையில் பிடித்துக்கொண்டு வேகவேகமாக பின்னங்கால் பிடரியிலடிக்க காளையனைத் தேடி ஓடி வந்து கொண்டிருந்தாள் வடிவாம்பாள். அவளுக்கு ஈடுகொடுக்க முடியாமல்

துண்டால் காயத்தை இறுக்கிக் கட்டினார் சங்கன். பெண் பிள்ளைகள் கதறியழுதனர். அவர்களை அரவணைத்துக்கொண்டு செய்வதறியாது சுற்றிமுற்றிலும் நோட்டமிட்டபடியே பதுங்கியிருந்தார் சங்கன். ஆங்கே எதிரிகளோடு ஆவேசமாகச் சண்டையிட்டுக் கொண்டிருந்தான் காளையன்.

“ஆ…! வலிக்குது மாமா... தாங்க முடியல மாமா…” என்று மங்கம்மா வலியால் துடிதுடித்தாள்…

“கொஞ்ச நேரம் பொறுத்துக்கம்மா…” என்று சுற்றிமுற்றிலும் பார்த்தபடி செய்வதறியாது அமர்ந்திருந்த சங்கன், தாமதிக்க நேரமின்றிச் சட்டென ஒரு முடிவெடுத்தார்.

“யெம்மா பெரியவளே…! கொஞ்ச நேரம் எல்லாரையும் பார்த்துக்க. இந்தா கண்ண மூடித் தொறக்குறதுக்குள்ள வூட்டுக்குப் போயி வண்டி மாட்டப் பூட்டி ஓட்டியாந்திடறேன். அம்மாவ ஆஸ்பத்திரிக்குக் கூட்டிக்கிட்டு போயிருவோம்” என்று சொல்லிவிட்டு கணநேரம்கூட நில்லாமல் வீட்டை நோக்கி ஓடினார். பிள்ளைகள் பீதியுடன் பதுங்கியிருந்தனர். காளையன் சளைக்காமல் சண்டை போட்டுக் கொண்டிருந்தான். சுற்றிலும் ஆங்காங்கே 'சரக்… சர்ர்… சரக்…'கென்று புதர் மறைவில் மனித அசைவொலி கேட்டபடியிருந்தது. பயந்துபோன கடைக்குட்டி மீனா சட்டென பெரியவளின் பிடியை விலக்கிவிட்டு அழுதுகொண்டே, “அண்ணே…! அண்ணே…! ” என்று காளையனை நோக்கி ஓடினாள். இதைச் சற்றும் எதிர்பாராத பெண்பிள்ளைகள் பதறியோடி வந்து அவளை இழுக்க இழுக்க உதறித் தள்ளிவிட்டு ஓடிவந்தாள் மீனுக்குட்டி. பெண்பிள்ளைகள் அங்கே பதுங்கியிருந்ததைப் பார்த்ததும் முரடர்கள் அவர்களைத் தாக்க ஓடினர்.

“ஓடிருங்க... ஓடிருங்கம்மா...” என்று கத்திக்கொண்டே பாய்ந்து, முரடன்களைத் தடுத்து மல்லுக்கட்டினான் காளையன். அதையும் மீறி முரடனொருவன், காளையனை நோக்கி ஓடிவந்த மீனுக்குட்டியைப் பிடிக்கப் பாய, அவனுக்குப் பயந்து காட்டுக்குள் ஓடினாள் மீனுக்குட்டி.

“மீனுக்குட்டி…! மீனுக்குட்டி…! நில்லும்மா...” காளையன் கத்தியபடி மல்லுக்கட்டிக் கொண்டிருந்தான். அலறிக்கொண்டே ஓடிய மீனுக்குட்டியைத் துரத்தியோடினான் அந்த முரடன்.

"அண்ணே...! அண்ணே...! பாப்பாண்ணே... மீனுக்குட்டிண்ணே..." என்று பெண்பிள்ளைகள் கத்திக்கொண்டே காளையனிடம் ஓடிவந்தனர். இன்னும் மூர்க்கமாகி முரடர்களுடன் ஆவேசமாகச் சண்டையிட்டு அத்தனை பேரையும் துவம்சம் செய்துவிட்டு, ஓடோடிப்போய் பெண்பிள்ளைகளைக் கட்டியணைத்து ஓடி புதர்மறைவிலிருந்த அம்மாவிடம் சேர்த்தான். மங்கம்மா வலியால் துடித்தபடியிருந்தாள்.

அம்மாவைப் பார்த்துத் திடுக்கிட்டான்.

"அம்மா...! அம்மா...! என்னம்மா ஆச்சு...?" என்று அழுதான். எல்லோரும் சேர்ந்து அழுதனர். "அப்பா எங்க...?" என்று பிள்ளைகளைக் கேட்டான்.

"வண்டி மாட்டைப் பூட்டிக்கிட்டு வர்றேன்னு ஓடுனாரு" என்றாள் பெரியவள் கனகு.

"நீங்க எல்லாரும் இங்கனயே இருங்க. நான் போயி மீனுக்குட்டிய கூட்டிக்கிட்டு வர்றேன்." என்று சொல்லிவிட்டு வெடுக்கென எழுந்து, மீனுக்குட்டி ஓடிய திசையில் ஓடினான்.

மீனுக்குட்டி பயந்து ஓடி எங்கோ மறைந்துகொண்டாள். கொலைவெறியோடு தேடியபடி இருந்தான் முரடன். பின்னாலேயே ஓடோடி வந்த காளையன் அவனைத் தாக்கிச் சாய்த்துவிட்டு ஓடினான்.

"மீனுக்குட்டி...! மீனுக்குட்டி...!" என்று கத்திக்கொண்டே காட்டுக்குள் ஓடினான். காடு பயமுறுத்தியது.

சற்று நேரத்தில் மாட்டு வண்டியைப் பூட்டி வந்து மங்கம்மாவை அள்ளிப் போட்டுக்கொண்டு நகர் நோக்கி விரைந்து சென்றார் சங்கன். பெண்பிள்ளைகள் அம்மாவைப் பார்த்துக் கதறியழுதபடியிருந்தனர். அவர்களின் கதறலொலி காட்டையே பயமுறுத்தியது.

பதறியடித்துக்கொண்டு ஓடிவந்து எல்லா இடத்திலும் தேடிப்பார்த்து ஏமாந்துபோன தோழிகளிருவரும் இறுதியாகக் காளையனின் வீடு வந்தடைந்தனர்.

"காளையா...!" "காளையா...!" தொண்டை வலிக்க கத்தித் தேடியபடியே இருந்தாள் வடிவாம்பாள். அங்கும் யாரையும் காணாததால் அவளது அச்சம் மேலும் அதிகரித்தது.

"காளையா...! எங்கடா இருக்கே...?" அடிவயிற்றிலிருந்து ஓலமிட்டுக் குலுங்கி அழுதாள். வீட்டைச் சுற்றிலும் தேடிப் பார்த்துவிட்டு

வந்த போதும்பொண்ணு, அவளை வாரியணைத்தாள்.

“வடிவு…! அழுகாத வடிவு. அண்ணனுக்கு ஒண்ணும் ஆயிருக்காது... வா ஊருக்குள்ள போயிப் பார்ப்போம்...” என்று தேற்றினாள்.

“ஒருவேளை எங்க வீட்டுக்கு இழுத்துட்டுப் போயிருப்பாங்களோ...?” என்று அனுமானித்து சட்டென எழுந்து ஓடலானாள் வடிவு. பின்னாலேயே ஓடினாள் போது.

“வடிவு…! வடிவு…! ஒண்ணும் ஆயிருக்காது வடிவு. பார்த்து... மெதுவா ஓடு…” என்று கவனமூட்டியபடி அவளுக்கு ஈடுகொடுக்க முடியாமல் பின்னாலேயே ஓடினாள் போதும்பொண்ணு. எதையும் காதில் வாங்கிக்கொள்ளாமல் வேகவேகமாக ஓடிக் கொண்டிருந்த வடிவாம்பாளுக்கு மேல்மூச்சு கீழ்மூச்சு வாங்கியது. இதயம் படபடத்தது. உடல் சோர்ந்து வியர்த்துக் கொட்டியது. கால்கள் இசைவின்றிப் பின்னிக்கொண்டு தடுமாறத் தொடங்கின. சமாளித்துக்கொண்டு ஓடியவளுக்கு தலை சுற்றத் தொடங்கியது. கண்கள் மங்கி கருவிழிகள் மேலிமைகளுக்குள் செருகத் தொடங்கின. பார்வை மங்கி கால்கள் இடறி மயங்கிக் கீழே விழுந்தாள் வடிவாம்பாள்.

“அய்யோ…! வடிவூ…! ” என்று பதறியோடிப்போய் அவளைத் தூக்கினாள் போதும்பொண்ணு.

“வடிவு…! வடிவு…! என்னாச்சுடி…?” என்று அவள் எவ்வளவோ உலுக்கியெழுப்பியும் வடிவாம்பாளுக்கு மயக்கம் தெளியவில்லை. பயந்துபோய் அவளது கை மணிக்கட்டைப் பிடித்து நாடி பார்க்கத் தொடங்கினாள். மருத்துவச்சியான தாயுடன் கூடவே ஒத்தாசையாகப் போய் வந்து ஓரளவு மருத்துவம் கற்ற அனுபவம் அவளுக்கு ஏற்கனவே இருந்ததால் நாடி பிடித்துணர்ந்து என்ன ஏதென்று சோதித்தாள். அவளது கண்கள் அதிர்ச்சியில் விரிந்தன. முகம் திகைத்து வியர்த்துக் கொட்டியது. கைகள் நடுங்க ஆரம்பித்தன. உடல் வெடவெடத்தது. சட்டென வேகம் கொண்டு, தானறிந்த வர்மப் புள்ளியை உபயோகித்து அவளை உலுக்கி எழுப்பினாள். மயக்கம் தெளிந்து எழுந்த வடிவாம்பாள். “வடிவூ…!” என்று கட்டியணைத்து அழுதாள் போதும்பொண்ணு. அதிர்ந்து பயந்துபோன வடிவாம்பாள் அவளைப் பார்த்து, “என்னாச்சுடி போது…? ஏன் அழுவுற…?” என்று பதறிக் கேட்டாள். கண்கலங்கியபடி தயங்கிப் பார்த்தாள் போதும்பொண்ணு.

ஒருவேளை காளையனுக்குத்தான் ஏதாவது ஆகிவிட்டதோ என்று பயந்து பதறிப்போனாள் வடிவாம்பாள்.

“போது…! போது…! என்னாச்சுடி போது…? ஏன்டி அழுவுற…?” என்று அவளைப் பிடித்துக் குலுக்கினாள்.

“அத யெப்படிடீ சொல்லுவேன்… ஒன்… ஒன் வயித்துல இன்னோரு உசுரு துடிக்குதுடீ வடிவு….” என்று அழுதுகொண்டே கூறினாள் போதும்பொண்ணு. அதிர்ந்து போனாள் வடிவாம்பாள். நெஞ்சு படபடத்து உடல் வியர்த்துக் கொட்டியது அவளுக்கு. மூளை எதையெதையோ யோசித்தது. காளையனோடு காதலில் திளைத்திருந்த பொழுதுகள் கண்முன்னே வந்து வந்து போயின. சற்றே நிதானித்து கண்களை துடைத்துக் கொண்டு தன் காதலன் காளையனை எண்ணி சிறு புன்னகை பூத்துக் கொண்டாள். அடிவயிற்றை வாஞ்சையோடு தடவிக்கொண்டாள். வயிற்றினுள்ளே புதிதாக உணர்ந்த அதிர்வலைகள் விரல்கள் வழியாக மூளைக்குள் புகுந்து பளிச்சிட்டன.

“காளையா…!” அடிவயிற்றைப் பிடித்து அழுத்தி அந்த விரல்களுக்கு அழுத்தமாக முத்தமிட்டாள். அவள் கண்களிலிருந்த பொலபொலவென வழிந்தோடிய கண்ணீர்த் துளிகளின் ஈரம் பரவிய மார்புக்காம்புகள் தாய்மையுணர்ந்து பால் சுரக்கத் தொடங்கின.

கண்ணீரைத் துடைத்துக்கொண்டு காளையனைத் தேடி ஓட எத்தனித்த வேளையில் சற்றருகே புதருக்குள் ஒரு சிறுபிள்ளையின் அழுகையொலி கேட்டது. அதிர்ச்சியடைந்த வடிவாம்பாள் அந்தக் கும்மிருட்டுக்குள் மெதுவாக நடந்து புதரருகே போனாள். அங்கே இருட்டுக்குள் வழி தெரியாமல் காளையனின் தங்கை கடைக்குட்டி மீனுக்குட்டி ஒளிந்துகொண்டிருந்தாள். அழுதுகொண்டு மலங்க மலங்க விழித்தபடியிருந்தாள். அவளைப் பார்த்ததும் “வடிவு அக்கா…!” என்று முகம் மலர்ந்து துள்ளியோடி வந்து கட்டிப்பிடித்துக் கொண்டாள். ஆசையாய் அவளை வாரியணைத்து முத்தினாள் வடிவாம்பாள். அவள் கண்களிலிருந்து கண்ணீர்த் துளிகள் பொலபொலவெனக் கொட்டத் தொடங்கின.

21

காடு பேரமைதியில் ஆழ்ந்து உறங்கிக்கொண்டிருந்தது. சில் வண்டுகளின் ரீங்காரவொலி சூழ்ந்து பயமுறுத்திய அந்தக் காட்டைக் கிழித்துக்கொண்டு நகரை நோக்கி விரைந்துகொண்டிருந்தது மாட்டுவண்டி.

“ஹை... ஹை... ச்சூ...” என்று மாடுகளின் வாலைப் பிடித்து முடுக்கி வேகம் கூட்டினார் சங்கன்.

பழக்கப்பட்ட மண் பாதையில் புழுதியைக் கிளப்பியபடி நாலு கால் பாய்ச்சலில் பாய்ந்து சென்றன வண்டிமாடுகள். வலி பொறுக்க முடியாமல் துடித்து முனகிக் கொண்டிருந்தாள் மங்கம்மா. குத்துப்பட்ட இடத்திலிருந்து கசிந்து கொண்டிருந்த குருதி வழிந்து அவளது உடல் நனைந்திருந்தது.

“அம்மா...!” “அம்மா...!” என்று தாயைச் சுற்றிச் சூழ்ந்து அமர்ந்து கொண்டு அழுதவாறிருந்தனர் பெண் பிள்ளைகள். கண்முன்னே தன் தாய் உயிருக்குப் போராடிக்கொண்டிருப்பதைக் கண்டு தாங்க முடியாமல் பெண் பிள்ளைகள் இருவரும் தேம்பித் தேம்பி அழுவதைத் திரும்பிப் பார்த்த சங்கன், “அம்மாடிகளா...! கலங்காதீங்கம்மா... ரெத்தம் வராம அமுக்கிப் புடிச்சிக்கங்கம்மா... இன்னும் கூப்பிடு தூரந்தான்...” என்று அறிவுறுத்தியபடியே வண்டி மாடுகளை முடுக்கிவிட்டார்.

“ரொம்ப பயமா இருக்குப்பா... வண்டிய வெரசா ஓட்டுப்பா...” கத்தினாள் பெரியவள் கனகு. மாடுகளின் வால்களை முறுக்கிவிட்டு “ஹை... ஹை... ச்சூ...” என்று இன்னும் வேகமாக உசுப்பிவிட்டார் சங்கன். அந்தக் கும்மிருட்டிலும் மின்னல் வேகத்தில் பறந்தன வண்டிமாடுகள். கரடுமுரடான அந்த மண்பாதையில் பாய்ந்து சென்று கொண்டிருந்த மாட்டு வண்டியின் வேகம் கண்டு துள்ளிப் பயந்து தெறித்தோடின காட்டு முயல்களிரண்டு. தூரத்தில் கொலைவெறி கொண்டு பதுங்கிக் காத்திருந்தது முகம் தெரியாத கூட்டமொன்று.

கோயில் மந்தையில் குறவன், குறத்தியின் நடனத்தில் லயித்திருந்தது ஊர்சனம். பின்னிரவு நெருங்கியதும் குறவன், குறத்தியின் ஆபாச நடனம் தொடங்கியது. கரகாட்டப் பாடல்களிலும், பேச்சிலும் நடனத்திலும் ஆபாசம் கூடக் கூட பெண்கள் சிறிது சிறிதாக வெளியேறி நடையைக் கட்டினர். இளசுகளை விட பெரிசுகளின் கண்கள் குறத்திகளின் அங்க வளைவுகளை மையம் கொண்டு, ஆளையே விழுங்கும் ஏக்கப் பார்வை பார்த்துக்கொண்டிருந்தன. ஆபாச நடனங்கள் உடலுக்குள் கிளறிவிட்ட கிளர்ச்சி வாய்வழி எச்சிலாக ஊறியபடியிருக்க, அடக்க மாட்டாமல் எச்சிலைக் கூட்டி விழுங்கிக்கொண்டு இம்மியளவும் கூச்சமின்றி வாயைப்பிளந்தபடி பார்த்துக்கொண்டிருந்தனர் பெரிசுகள். ஆண்கள் மட்டுமே சூழ்ந்து பார்த்து ரசித்துக்கொண்டிருந்த அந்த ஆட்டத்திலும் பாட்டிலும் உரையாடலிலும் ஆபாசம் சிறிது சிறிதாகக் கூடத் தொடங்கியது. வைத்த கண் வாங்காமல் ரசித்துக்கொண்டிருந்தது கூட்டம்.

அம்மனும் ஒரு ஓரத்தில் ஒய்யாரமாய் அட்டணங்கால் போட்டு அமர்ந்துகொண்டு கரகாட்டத்தை ரசித்துக் கொண்டிருந்தாள்.

‘தேடிப்போன மகள் போதும்பொண்ணுவுக்கும் வடிவாம்பாளுக்கும் என்னானதோ…? ஏதானதோ…?' என்று வயிற்றில் நெருப்பைக் கட்டிக்கொண்டு எதிர்பார்த்துக் காத்திருந்தாள் மருத்துவச்சி. உள்ளுக்குள் திக்திக்கென்றிருந்தது அவளுக்கு. தலைவரின் அடிபொடிகள் கொலைவெறியோடு சென்றதைக் கண்டதிலிருந்து காளையனின் கதி என்னானதோ…? என்ற பெரும்பாரம் அவளை அழுத்தியிருந்தது. வயிற்றினுள் ஏதோவொரு உணர்வு ரங்கராட்டினம் போல் சுழன்று பீதியைக் கிளப்பியது. வீட்டுத் திண்ணையில் அமர்ந்துகொண்டு ஆளரவமற்ற வீதியில் கவனம் குவித்து தூக்கமின்றிக் காத்திருந்தாள். ஒப்புக்குக் கூட நாய்களின் நடமாட்டம் இல்லை.

மண்ணுளிப் பாம்பினைப் போல மெதுமெதுவாக ஊர்ந்து நகரத் திணறிக்கொண்டிருந்தது காலம். ஒவ்வொரு கணமும் ஒரு யுகமாய்க் கழிந்துகொண்டிருந்தது. இனியும் பொறுக்க மாட்டாமல் துணிவை வரவழைத்துக்கொண்டு தலைவரின் வீட்டை நோக்கி நடையிட்டாள் பாப்பாத்தி. மற்றெல்லா வீடுகளும் பேரமைதியில் ஆழ்ந்திருக்க, தலைவரின் வீடு மட்டும் பரபரப்பாயிருந்தது. பூனையைப் போன்று பதுங்கிப் பதுங்கி தலைவரின் வீட்டுச் சுவரினோரமாய் இருட்டுக்குள் நகர்ந்து நகர்ந்து, தக்க இடம் தேர்ந்து ஒளிந்தபடி, யாருக்கும் தெரியாமல் ரகசியமாக வீட்டுக்குள் நடப்பதை எட்டிப்பார்த்தாள். இருள் கலந்த மஞ்சள் விளக்கொளியில் நெருங்கிய நம்பிக்கைக்குரிய கூட்டாளிகள் சிலபேர் தலைவர் வீட்டில் குழுமியிருந்தனர். கரகாட்ட நிகழ்ச்சியின் ஒலிபெருக்கிச் சத்தம் காரணமாக அவர்கள் உள்ளே பேசுக்கொள்வதைக் காதுகொடுத்துக் கூர்ந்து கவனித்துக் கேட்க முயன்றும் அவளால் இயலவில்லை. வீட்டின் நிலைப்படியில் அமர்ந்துகொண்டு முந்தானையால் வாயை பொத்திக்கொண்டு குலுங்கிக் குலுங்கி சன்னமாக அழுதுகொண்டிருந்த தலைவரின் மனைவியை அங்கிருந்த யாரும் பொருட்படுத்தியதாய் தெரியவில்லை. எல்லோரது முகத்திலும் கோபம் கொப்பளித்தது.

'யாத்தீ…! கொலைக்கி அஞ்சாதவய்ங்கெ…! யென்ன செய்யக் காத்திருக்குறாய்ங்களோ... தெரியலியே….?' அடிவயிறு கலங்கியது மருத்துவச்சிக்கு.

'ஆத்தா மகமாயி…! ஒன்னிய அண்டியிருக்குற ஓங் கூட்டுக்குள்ள வாழுற எந்த உசுருக்கும் ஒரு தீங்கும் வரக்கூடாது தாயி...' வாய்க்குள் சத்தம் வராமல் வேண்டிக்கொண்டாள்.

"ஓஞ் சக்தி நெலைக்கணும். சனங்களைத் நீதாந் தாயி காத்து நிக்கணும்…" கோவில் இருக்கும் திசை பார்த்துத் தலைக்குமேல் கைகளைக் குவித்து வணங்கிக்கொண்டாள். ஊர்மந்தையின் ஓர் ஓரத்தில் ஒய்யாரமாய் அட்டணங்கால் போட்டு அமர்ந்துகொண்டு கரகாட்டத்தை ரசித்துக்கொண்டிருந்தாள் அம்மன்.

"மீனுக்குட்டி…! "

"அம்மாடி மீனுக்குட்டி…!"

தொண்டை வறளக் கத்தியபடியே காட்டுக்குள் ஓடிவந்தான் காளையன். இருட்டுக்குள் தேடித் தேடிக் களைத்துப் போயிருந்தான்

அவன். இருள் படர்ந்திருந்த காட்டின் கரடுமுரடான நிலத்தில், பழக்கப்பட்ட ஒரு காட்டு விலங்கைப்போலப் தேடிக்கொண்டிருந்தான் அவன். ஒலிபெருக்கி வழியே திக்கெங்கும் காற்றில் கரைந்து பரவிய கரகாட்டப் பாட்டொலி அவ்வளவு தூரத்திலும் மெலிதாகக் கேட்டபடியிருந்தது. நேரம் ஆக ஆகக் காளையனுக்குப் பதற்றமானது. கிரீச்சிட்ட சில்வண்டுகளின் ரீங்காரவொலி அவனது பயத்தை அதிகப்படுத்தியது.

"மீனுக்குட்டி...! மீனுக்குட்டி...!"

களைப்பையும் மீறிக் கத்திக் கூவிக்கொண்டே அந்தக் காட்டுக்குள் ஓடினான்.

"மீனுக்குட்டி...! கண்ணு மீனுக்குட்டி...!"

வடிவாம்பாளின் உள்ளுணர்வு தூரத்தில் தன் இணை காளையனின் மெலிதான குரலொலியை உணர்ந்தது. காதுகள் தம்மைத் தீட்டிக் கொண்டு கூர்ந்து கேட்கத் தொடங்கின. துள்ளித் தாண்டவமாடியது அவளது இதயம். அது காளையனின் குரல்தான் என்று மனம் ஊர்சிதப்படுத்தியது.

"காளையா...!"

குரல் வந்த திசையை நோக்கித் தொண்டை வலிக்கக் கத்தினாள். அவளது கண்கள் இதயத்தின் பிரதியாய் அங்குமிங்கும் அலைபாய்ந்தன.

"மீனுக்குட்டி...! அம்மாடி மீனுக்குட்டி...!"

தொண்டை வரளக் கத்தியபடி வந்த காளையனின் குரல் தெளிவாகக் கேட்கத் தொடங்கியது. தோழி போதும்பொண்ணுவுக்கும் காளையனின் குரல் மெலிதாகக் கேட்கத் தொடங்கியது. வடிவாம்பாளைப் பார்த்து முகம் மலர்ந்தாள். அதற்குமேல் வடிவாம்பாளுக்கு அங்கிருக்க முடியவில்லை.

"காளையா...!"

நொடிப்பொழுது கூட தாமதிக்காமல் குரல் வந்த திசையை நோக்கி ஓட்டமெடுத்தாள் வடிவு. மீனுக்குட்டியைத் தூக்கிக்கொண்டு பின்னாலேயே ஓடினாள் போதும்பொண்ணு.

"மீனுக்குட்டி...!" காளையனின் குரல் அண்மித்தது.

“*காளையா...!*” வடிவாம்பாள் நெருங்கி ஓடினாள். கத்திக்கொண்டே இருவரும் ஒருவரையொருவர் நோக்கி ஓடி வந்தனர். கரடுமுரடான அந்தக் காட்டுப்பகுதிக்குள் கண்மூடித்தனமாக ஓடிக்கொண்டிருந்த தோழியைக் கண்டு அஞ்சிய போதும்பொண்ணு, “பார்த்துப் போ வடிவூ... சூதானம்...” என்று எச்சரித்துக்கொண்டே அவள் பின்னாலேயே மூச்சிரைக்க ஓடிவந்தாள். அதையெல்லாம் காதில் வாங்கிக்கொள்ளும் மனநிலையில் வடிவாம்பாள் இல்லை. மேடு, பள்ளம், முள், கல், இருட்டு எதுவுமே அவள் கண்களுக்குத் தெரியவில்லை.

“*காளையா...! காளையா...!*” காடதிரக் கத்திக்கொண்டே கரடுமுரடுப் பாதை பற்றிய சிந்தையின்றி வேகம் கூட்டி ஓடிக்கொண்டிருந்தாள். எதிரே வந்து கொண்டிருக்கும் காளையனின் குரலோசையில் மட்டுமே கவனம் செலுத்தி ஓடிக்கொண்டிருந்தாள் அவள். கால் பாதங்களில் குத்திக் கிழித்த முட்களின் சீண்டல், அவளது காதலுணர்வின் முன் ஒரு பொருட்டாகவே தெரியவில்லை.

“*காளையா...!*” என்றவாறே ஓடிவந்த வடிவாம்பாளின் குரல் காளையனுக்கு புது ரத்தம் பாய்ச்சியது. உச்சி முதல் பாதம் வரை புதுத்தெம்பு வந்தது அவனுக்கு.

“*வடிவூ...!*”

கத்தியபடியே அவளது குரல் வந்த திசை நோக்கி வேகமெடுத்தான். 'இவள் எப்படி இந்த நேரத்தில் இங்கே வந்தாள்?' என்று மனதிற்குள் குழப்பம் தோன்றி மறைந்தது அவனுக்கு. விடை தெரியாமல் வேகவேகமாகக் கத்திகொண்டே ஓடிவந்தான்.

“*வடிவூ...!*” அவன் குரல் கணீரெனக் கேட்டது. தனது அண்ணனின் குரல் சற்றருகே கேட்டதும் பூரித்துப்போன மீனுக்குட்டி,

“*அண்ணே...! அண்ணே...!*” என்று கத்தினாள். தங்கை மீனுக்குட்டியின் குரலும் அதே திசையிலிருந்து வருவதைக் கேட்டுத் திருப்தியடைந்த காளையன் கால்களை இன்னும் வேகமாக எட்டிவைத்துத் துள்ளியோடி வந்தான்.

“*காளையா...! காளையா...!*”

“*அண்ணே...! அண்ணே...!*” இருவரும் ஒருசேரக் கத்தினர்.

தேடிவந்த தங்கையும், தன் காதலியும் ஒன்றாய் இருக்கிறார்கள்

என்ற மகிழ்ச்சியில் வேகவேகமாக ஓடோடி வந்த அவனுக்கு, எதிரில் தூரத்தில் வடிவாம்பாள் ஓடிவருவது மங்கிய நிலவொளியில் தெளிவாகத் தெரிந்தது. பின்னாலேயே மீனுக்குட்டியைக் கக்கத்தில் தூக்கிவைத்துக்கொண்டு போதும்பொண்ணு ஓடி வந்து கொண்டிருப்பதும் தெளிவாகத் தெரிந்தது.

"வடிவூ...! மீனுக்குட்டி...!"

அவளைப் பார்த்த திருப்தியில் பெருமூச்சு விட்டபடி நின்றான். நீண்ட நெடுநேரம் தேடிக் கண்டடைந்த மனநிறைவு அவன் முகத்தில் படரத் துவங்கியது. இதயம் இளைப்பாறலானது.

"காளையா...!"

அந்த இருளின் மெல்லிய வெளிச்சத்தில் கண்ணெதிரே காளையன் நின்றுகொண்டிருப்பதைக் கண்டதும் மான்போலத் துள்ளிக்கொண்டு ஓடிவந்து பாய்ந்து தாவி அவனைக் கட்டிப்பிடித்து முகமெங்கும் முத்தினாள் வடிவாம்பாள். அவளை அள்ளி அணைத்துக்கொண்ட காளையன் முத்த மழையில் நனைந்தபடி ஒருகணம் தன்னை மறந்து நின்றான்.

"அண்ணே...!"

காளையனைக் கண்முன்னே கண்டதும் இரு கைகளையும் நீட்டிக்கொண்டே தாவிப் பாய்ந்தாள் மீனுக்குட்டி. கக்கத்தில் அமர்ந்தபடி பிடியிலிருந்து நழுவிப் பாய முயலும் குழந்தையை இறுகப் பிடித்துக்கொண்டே ஓடிவந்து சேர்ந்தாள் போதும்பொண்ணு.

"மீனுக்குட்டி...! செல்லம்...!"

அவளை வாரியணைத்துக் கொண்டான் காளையன். நீண்ட நெடுநேரத்தைப் பெரும் யுகமாய்க் கழித்த மீனுக்குட்டி, பயம் நீங்கி அண்ணனின் தோளில் சாய்ந்துகொண்டு இளைப்பாறினாள். நீண்ட நேர ஏக்கத்திற்குப் பிறகு அந்தப் பிஞ்சு முகம் பூரித்து மலர்ந்திருந்தது.

ஒருவரையொருவர் மூவரும் பார்த்துக்கொண்டு ஏதோ பேச முனைந்த அக்கணத்தில், திடீரென்று வந்த ஏதோவொன்று பெரும் வெளிச்சத்தை அவர்கள் மீது பாய்ச்சியது. கண்கள் கூசி, முகம் சுளித்து, புருவம் சுருக்கிய அவர்கள் நிதானிப்பதற்குள் அம்பாசிடர் காரொன்று சர்ரென்று பாய்ந்து வந்து கிறீச்சிட்டு நின்றது. பின்னாலேயே

பத்திருபது பேர் பைக்குகளில் வந்து நின்றனர். பயந்து உடல் நடுங்கிய மீனுக்குட்டி, ஆதரவாய்த் தன் அண்ணனின் கழுத்தைக் கட்டியணைத்துக்கொண்டு கண்களை இறுக மூடிக்கொண்டாள். ஆதரவாய் அரவணைத்து அவளது முதுகைத் தட்டிக்கொடுத்துத் தேற்றியபடி நின்ற காளைகளின் கண்களில் கோபம் கொப்பளித்தது. கண்கள் செந்நிறமாக மாறிக்கொண்டிருந்தன. அதிர்ந்து நின்ற மூவருக்கும் முன்னால் வந்து நின்ற அம்பாசிடர் காரிலிருந்து இறங்கி, வேட்டியை மடித்துக் கட்டிக்கொண்டு கொலைவெறியோடு நின்றார் தலைவர். காருக்குள்ளிருந்து முத்துப்பாண்டியும் ஊர்ப் பெரியமனிதர்கள் சிலரும் இறங்கி நின்றனர். பயந்து உடல் நடுங்கினாள் மீனுக்குட்டி.

"அண்ணே...! பயமாயிருக்குண்ணே..." என்று அண்ணனின் கழுத்தைக் கட்டியணைத்துக்கொண்டு கண்களை இறுக்கமாக மூடிக்கொண்டாள்.

"ஒண்ணுமில்லடா தங்கம்..." என்றபடியே அவளைத் தேற்றியபடி நின்றான் காளையன். வடிவாம்பாளும், போதும்பொண்ணுவும் பீதியடைந்து காளையனின் கைகளைப் பிடித்துக்கொண்டனர். வடிவாம்பாளின் கைகள் கிடுகிடுகிடுவென நடுங்கின. போதும்பொண்ணுவுக்கு வியர்த்துக் கொட்டியது. ஆதரவாய் மூன்று பேரையும் தட்டிக்கொடுத்துத் தேற்றியபடி நின்ற காளைகளின் கண்களில் கோபம் தெறித்தது. நரம்பு புடைக்கக் கைகளை முறுக்கினான். அத்தனைபேரையும் தூக்கிப் பந்தாட மனம் எத்தனித்தது. ஆனால் மீனுக்குட்டி, வடிவு, போது மூவரும் உடனிருப்பதை புத்தி எச்சரித்தது. செய்வதறியாது குழம்பி நின்றான்.

என்ன நடக்கிறது என்று சுதாரிப்பதற்குள் பத்திருவது முரடர்கள் கைகளில் கொலை ஆயுதங்களோடு பாய்ந்துவந்து அவர்களைச் சுற்றி நின்றுகொண்டனர். ஒன்றும் செய்ய இயலாமல் நின்றான் காளையன்.

22

'என்ன நடக்கிறது?' என்று சுதாரிப்பதற்குள் முரடர்கள் பத்திருபது பேர் பாய்ந்துவந்து காளையனைச் சூழ்ந்து நின்றனர். அவர்கள் கைகளில் குத்தீட்டி, குத்துவாள், வீச்சரிவாள், கூர் கத்தி போன்ற கொலை ஆயுதங்கள் வாகன வெளிச்சத்தில் பளபளத்து மின்னின. பயத்தில் கட்டுப்பாட்டை இழந்து தடதடதடவெனத் துடித்த மீனுக்குட்டியின் இதய அதிர்வை தனது தோள்பட்டை நரம்புகளின் வழியாக உணர்ந்து, தேற்றும்விதமாய இறுக்கமாக அணைத்துக் கொண்டான் காளையன். ஆனாலும் அவளது உடல் நடுக்கம் நின்றபாடில்லை. திமிறித் தாக்க மனம் துடியாய்த் துடித்தது. ஆனாலும் நிலைமை கருதி எதுவும் செய்யாமல் சிலையாக நின்றான்.

பதறிப்போன வடிவாம்பாள் "அப்பா...! அப்பா...! அவர் மேல எந்த தப்பும் இல்ல... எல்லாத் தப்பும் என்னோடதுதான்... அவரை விட்டுருங்கப்பா" என்று சொல்லிக்கொண்டே தன் அப்பாவிடம் ஓடினாள். ஓடி வந்துகொண்டிருந்த அவளது கன்னத்தில் ஓங்கி அறைந்தார் தலைவர். சுருண்டு விழுந்த அவளது காதடைத்து, காதுக்குள் 'உய்ய்ய்ய்ங்' என்று சத்தம் கேட்கத் தொடங்கியது. இதுவரை தன்னிடம் அதிர்ந்து கூடப் பேசாத தந்தை, கோபம் கொண்டு ஓங்கியறைந்தது அவளுக்குப் பேரதிர்ச்சியைத் தந்தது. கண்களுக்குள் இருட்டிக்கொண்டு வந்தது.

"ஓடுகாலிக் கழுதை...! ஒன்னயக் கொன்னுப் பொதைச்சாத் தான்டி ஏம் மனசு ஆறும்" என்றபடி சுருண்டு விழுந்தவளைப்

பிடித்து இழுத்துக்கொண்டு சென்றார். அவரது உடும்புப்பிடியை விடுவிக்க முயன்று முடியாமல் தோற்ற அவள், "என்னைய என்ன வேணுன்னாலும் செஞ்சுக்கப்பா... காளையனை விட்டுருப்பா..." என்று கெஞ்சிக்கொண்டே அவரது இழுவைக்குத் தாக்குப்பிடிக்க முடியாமல் திணறினாள். முரட்டுத்தனமான இழுத்துச்செல்லும் அவருடன் செல்ல மனமில்லாமல் பிடியை விட்டு நழுவி ப்பின்னிழுத்துக் கொண்டே கால்களை எட்டிவைக்க மறுத்த அவளை, வலுக்கட்டாயமாக இழுத்துச் சென்றார் தலைவர்.

"காளையா...! காளையா...!" அலறிக் கத்தினாள். பிடிவாதமாகத் தரையூன்றி நின்ற அவளது கால்கள் சறுக்கிக் கொண்டே, தந்தையின் முரட்டுத்தனமான இழுவைக்குத் தாக்குப்பிடிக்க முடியாமல் அவர் பின்னே சென்றன.

காளையனது மனம் முன்னே பாய்ந்து தடுக்க துடியாய்த் துடித்தது. ஆனால் "அண்ணே...! பயமா இருக்குண்ணே... வீட்டுக்குப் போலாண்ணே..." என்று கழுத்தை இறுக்கி அணைத்துக்கொண்டு அழும் மீனுக்குட்டியின் உடல் நடுக்கம் உணர்ந்து எதுவும் செய்யாமல் சிலையாக நின்றான். நடப்பதனைத்தையும் பார்த்தபடி ஏதும் செய்ய இயலாமல் ஒரு ஓரத்தில் நின்றுகொண்டிருந்தாள் போதும்பொண்ணு. அவளை அங்கிருந்த யாரும் பெரிதாகக் கண்டுகொள்ளவில்லை.

ஆவேசத்துடன் வடிவாம்பாளை இழுத்துச்சென்று காருக்குள் தள்ளிவிட்டு படாரெனக் கதவை மூடிய தலைவர், காரிலேறி வண்டியை இயக்கிக் கிளப்பினார். விருட்டென புகையைக் கக்கிக்கொண்டு அம்பாசிடர் கிளம்பிச் செல்ல, வெகுண்டெழுந்த வடிவாம்பாள் சன்னல் கண்ணாடியை உடைத்துக்கொண்டு வெளியே தலையை நீட்டிக் கத்தினாள்.

"காளையா...! காளையா...! ஒன் உசுரு என் வயித்துக்குள்ள வளருதுடா... நாம ஆசைப்பட்ட நம்ம குழந்தை ..." கண்மூடித் திறப்பதற்குள் அம்பாசிடர் மின்னல் வேகத்தில் சென்று மறைந்தது. அதைக் கேட்டதும் எங்கிருந்தோ வந்து ஒரு சக்தி ஆட்டுவிப்பது போலச் சுழன்றான். சாமி வந்து ஆடுவதுபோல் வீராவேசம் கொண்டு சுற்றி நின்றோரைச் சுழன்றடித்தான். எல்லோரும் நாலாபுறமும் தெறித்துச் சிதறி விழுந்தனர். அந்த நேரத்தை சமயோசிதமாகப் பயன்படுத்திக்கொண்ட காளையன், மீனுக்குட்டியை அருகிலிருந்த போதும்பொண்ணுவிடம் கைமாற்றினான். முரண்டு பிடித்த

மீனுக்குட்டி அழத் தொடங்கியிருந்தாள். அவளை ஆறுதல்படுத்தியபடி அணைத்துப் பிடித்துக்கொண்டிருந்தாள் போதும்பொண்ணு.

வெட்டரிவாள், வீச்சரிவாள், குத்தீட்டி கொண்டு பாய்ந்துவந்த ஒவ்வொருவனையும் தேர்ந்த போர்வீரனைப் போல எதிர்கொண்டு சண்டையிட்டான் காளையன். அவனது முகம் முன்னெப்போதும் இல்லாத அளவுக்கு முறுக்கேறியிருந்தது. மீனுக்குட்டியை இறுக்கமாக அணைத்துக்கொண்டு ஓரமாக ஒதுங்கி நின்று வேடிக்கை பார்த்துக்கொண்டிருந்தாள் போதும்பொண்ணு. அப்படியே உறைந்துபோய்ப் பார்த்துக்கொண்டிருந்தாள். குலசாமியே வந்து அவன் மீது இறங்கி வீராவேசமாய் சண்டையிட்டதுபோல் தோன்றியது அவளுக்கு.

பின்னிரவுக் கதகதப்பில் காட்டு மரங்களனைத்தும் ஆழ்ந்து உறங்கிக் கொண்டிருந்தன. கொட்டக் கொட்ட விழித்தபடி உருண்டைக் கண்களால், நகரை நோக்கிய மண்பாதையில் விரைந்து சென்றுகொண்டிருந்த மாட்டுவண்டியைப் பார்த்து அலறியது ஆந்தைகள் கூட்டம். சில்வண்டுகளின் ரீங்காரவொலி பயமுறுத்தியது.

“ஹை... ஹை... ச்சூ...”

மாடுகளை முடுக்கியபடி வண்டியைச் செலுத்திக்கொண்டிருந்தார் சங்கன். குருதி கசிந்து கொண்டிருந்த உடல்பாகத்தின் வலிபொறுக்க முடியாமல் துடியாய்த் துடித்தபடி முனகிக் கொண்டிருந்தாள் மங்கம்மா. அவளது நெஞ்சுக்கூடு மேலேறியும் கீழிறங்கியும் மூச்சுவிடத் திணறிக்கொண்டிருந்தது. கண்முன்னே தன் தாய் உயிருக்குப் போராடிக்கொண்டிருப்பதைக் கண்டு, செய்வதறியாது இரு பெண்பிள்ளைகளும் தேம்பித் தேம்பியழுதனர். அவர்களைத் திரும்பிப் பார்த்து, “அம்புட்டுத்தான்... சித்த நேரம் புடிச்சிக்கங்கம்மா... இன்னும் கூப்பிடு தூரந்தான்... வந்துட்டோம்” என்று அறிவுறுத்தியபடியே வண்டிமாடுகளை முடுக்கிவிட்டார் சங்கன்.

“எனக்கென்னமோ பயமா இருக்குப்பா... வெரசா ஓட்டுப்பா...” கதறினாள் மூத்தவள்.

“டேய் செவல...! வெள்ளை...! வேகமா ஓடுங்கடா... ஹை... ஹை...” என்று வண்டிமாடுகளை அவர் உசுப்பி விட, புயல் வேகத்தில் பறந்தன வண்டிமாடுகள். அருகிலிருப்பவைகூட கண்ணுக்குத் தெரியாத அந்தக் கும்மிருட்டு மண்பாதையில் சற்றருகே

கொலைவெறியோடு பதுங்கியிருந்தது ஈவிரக்கமற்ற கொலைவெறிக் கூட்டமொன்று. அதையறியாமல் கரடுமுரடான அந்த மண்பாதையில் மின்னல் வேகத்தில் பாய்ந்து சென்றுகொண்டிருந்தது மாட்டுவண்டி. திடீரென மங்கம்மாவுக்கு வலிப்பு வந்து உடலை மேலேயும் கீழேயும் தூக்கிப் போட்டது. அலறித்துடித்தனர் பெண்பிள்ளைகள் இருவரும்.

"என்னாச்சும்மா...?"

திடுக்கிட்டு எழுந்தான் சங்கன். வண்டியோட்டிக் கொண்டிருந்த சங்கன் பதறியெழுந்து நின்று திரும்பிய அக்கணத்தில், எங்கிருந்தோ வந்த குத்தீட்டியொன்று கண்ணிமைக்கும் நேரத்தில் சர்ர்ர்ரெனப் பாய்ந்துவந்து அவரது உடலைத் துளைத்து மறுபுறம் வெளியே வந்தது. குருதி பீய்ச்சியடித்தது.

"அப்பா...!"

பெண்பிள்ளைகள் இருவரும் ஒருசேரக் கத்தியழ, நிலைதடுமாறி விழுந்தார் சங்கன். நாலாபுறத்திலிருந்தும் சரசரசரவெனப் பறந்து வந்தன குத்தீட்டிகள். சுற்றி நின்ற மரங்களெல்லாம் குத்தீட்டிகளாய் உருத்திரிந்து பாய்வது போல எட்டுத் திக்கிலிருந்தும் கூரிய குத்தீட்டிகளின் மழையடித்தது. அலறித் துடித்தனர் அனைவரும்.

சர்ர்ர்... சர்ர்ர்...சர்ர்ர்ரென காற்றைக் கிழித்துக்கொண்டு வந்த குத்தீட்டிகள் வண்டியிலிருந்த அனைவரையும் ஈவிரக்கமில்லாமல் குத்தித் துளைத்தன. அவர்களின் அலறல் சத்தம் காட்டையே உலுக்கியது. எந்தச் சலசலப்புகளுக்கும் அஞ்சாமல் ஓடிக்கொண்டே இருந்தன காளைமாடுகள்.

பின்னிரவின் மங்கிய வெளிச்சத்தில் சுற்றி நின்று தாக்குவோரைத் தடுத்து வீராவேசமாய்ச் சண்டையிட்டுக்கொண்டிருந்தான் காளையன். என்னாகுமோ ஏதாகுமோ என்று பயந்து மீனுக்குட்டியை இறுக்கிப் பிடித்தபடி ஓரமாய் நின்று பார்த்துக்கொண்டிருந்தாள் போதும்பொண்ணு. அவளது கண்கள் மிரட்சி கொண்டு காளையனை நிலைகுத்திப் பார்த்தபடி இருந்தன.

'காளையன் அண்ணனுக்கு ஏதும் ஆயிடக்கூடாது' என்று முணுமுணுத்தபடி இருந்தன அவளது உதடுகள். அண்ணனைப் பார்த்துத் தேம்பி அழுதபடியிருந்தாள் மீனுக்குட்டி.

பிடிமண்

நடப்பதைக் காண அஞ்சி மேகப் போர்வையை இழுத்து மூடி ஒளிந்துகொண்டது நிலவு. குத்தீட்டியைச் சுழற்றியபடி சுற்றி நின்று தாக்கியவர்களை ஒவ்வொருவராக வீழ்த்திக்கொண்டிருந்தான். சட்டென ஒருவன் தரையில் படுத்துக்கொண்டு பதுங்கிப் பதுங்கி ஊர்ந்துபோகத் தொடங்கினான். குத்தீட்டியைச் சுழற்றியபடி சளைக்காமல் சண்டை போட்டுக்கொண்டிருந்த காளையன் தரையில் ஊர்ந்தபடி நெருங்கிக்கொண்டிருந்தவனைக் கண்டதும் இன்னும் மூர்க்கமாகி சுழற்றியபடி பாய்ந்துபோய் குத்தீட்டியால் அவனைக் குத்தித் தூக்கினான். அவனைத் தலைக்கு மேலே குத்தீட்டியால் தூக்கி நின்றதைப் பார்த்ததும் முரடர்களெல்லோரும் ஒருகணம் உறைந்து நின்றனர். காளையனின் வீரத்தைப் பார்த்துப் பயந்து நின்றனர்.

வெறிகொண்ட முரடனொருவன் சீறிப்பாய்ந்தான். தூக்கிப் பிடித்திருந்த குத்தீட்டியைச் சட்டென அவன்மீது எறிந்தான். குத்தீட்டியால் துளைக்கப்பட்ட முரடன் போய் அவன்மீது விழுந்தான். கண்ணிமைக்கும் நேரத்தில் எல்லோரும் தாக்கப் பாய்ந்தனர். நிராயுதபாணியாக நின்றுகொண்டிருந்த காளையன் துள்ளிக்கொண்டு தாவி, ஆயுதமேந்திய அவர்கள் ஒவ்வொருவரையும் தாக்கி, விருட்டென ஒருவனிடமிருந்த வீச்சரிவாளைப் பிடுங்கிக்கொண்டான். மதம் கொண்ட யானைபோல் எதிரிகளைத் தூக்கிப் பந்தாடிக்கொண்டிருந்த காளையனின் இருப்பைக் கண்டு பொறுக்காத முத்துப்பாண்டியின் மூளை விபரீதமாக யோசிக்கத் தொடங்கியது. 'இவனை நேரடியாக மோதி வீழ்த்தமுடியாது. நயவஞ்சகமாகத்தான் கொல்லமுடியும்' என்று மனக்கணக்குப் போட்டான். அருகில் நின்ற முரடர்களிடம் காதில் ஏதோ கிசுகிசுத்தான். அவனது திட்டப்படி முரடர்கள் தங்களுக்குள் தீவிரமாகக் கலந்தாலோசித்து வியூகம் வகுத்தனர். அந்த வியூகத்தின்படி ஏழெட்டுப் பேர் பதுங்கிப் பதுங்கி காளையனைச் சுற்றிவளைத்து கைகளில் தரைமண்ணை அள்ளிவைத்துக்கொண்டு நின்றுகொண்டனர். அவர்களது சக்கர வளையத்திற்குள் காளையன் நாலைந்து முரடன்களுடன் மூர்க்கமாக மோதிக்கொண்டிருந்தான். வீச்சரிவாளால் வெறிகொண்டு விளாசிக்கொண்டிருந்த அவனைத் தாக்குவதற்கு தருணம் பார்த்துக் காத்துக்கொண்டிருந்தனர். திடீரென எல்லோரும் ஒரேநேரத்தில் பாய்ந்துபோய் காளையனின் கண்களில் மண்ணைத் தூவினர். புழுதிமண் கண்களில் பட்டு திடுக்கிட்டு சுதாரிப்பதற்குள் நாலா திசையிலிருந்தும் குத்தீட்டியைச் சுழற்றிப் பாய்ந்துவந்து எல்லோரும் ஒரேநேரத்தில் காளையனைக் குத்தினர்.

குத்துப்பட்டு நிலைதடுமாறி நின்ற காளையன் நிதானிப்பதற்குள் பின்னாலிருந்து தாவிப் பாய்ந்து நீண்ட வீச்சரிவாளால் காளையனின் தலையை வெட்டித் தலை வேறு முண்டம் வேறாகத் துண்டித்தான் முத்துப்பாண்டி. துண்டாகத் சிதறித் தூரமாய் விழுந்தது காளையனின் தலை. கண்மூடித் திறப்பதற்குள் எல்லாம் நடந்தேறியது. அந்த இடத்தைச் சூழ்ந்திருந்த புழுதிப்படலம் சிறிது சிறிதாக விலகியபோது, சீத் சீத்தெனக் குருதி பீய்ச்சியடிக்க, கையில் பிடித்திருந்த அரிவாளால் நாலாபுறமும் விளாசியபடி எதிரியை மிரளச் செய்துகொண்டிருந்தது காளையனது தலையில்லாத முண்டம். சுற்றிச் சுழற்றி வீராவேசமாக இயங்கிக்கொண்டிருந்த அவனது அரிவாளுக்குச் சிக்காமல் குத்தீட்டியால் அடக்கத் திணறியது முரடர் கூட்டம்.

“ஆ.... அண்ணே...! அய்யோ அண்ணே...!” காடதிரக் கதறினாள் போதும்பொண்ணு. அந்தக் கோரத்தைப் பார்க்க விடாமல் மீனுக்குட்டியின் கண்களைப் பொத்தி மூடிக்கொண்டாள்.

“அண்ணே...! அண்ணே...! அய்யோ காளையன் அண்ணே...!” பொறுக்கமாட்டாமல் கதறித் துடித்தாள். வீச்சரிவாளால் நாலாபுறமும் காற்றைக் கிழித்துக்கொண்டு விளாசிய காளையனின் தலையில்லாத உடல் சிறிது சிறிதாக நிலைதடுமாறி பொத்தெனத் தரையில் விழுந்தது. காளையனின் தலையை வெறிகொண்டு தாவி உதைத்தான் முத்துப்பாண்டி. பந்துபோல் பறந்து தூரமாய்ப் போய்ப்புதருக்குள் விழுந்தது காளையனின் தலை.

“பரதேசிப் பயலுக்குப் பெரிய வீட்டுப் புள்ள கேக்குதாடா... பு... மவனே” வெறிகொண்டு கத்தினான். காளையனின் உடலிலிருந்து துடிதுடித்து அடங்கியது உயிர்.

தனது சாதிக்கு இழுக்கிழைத்தவனைச் சிறுபுழுவாய்த் துடிதுடிக்கச் சாகடித்ததை உச்சநிலைக் கிளர்ச்சியுடன் பேரானந்தம் கொண்டு ரசித்துப் பார்த்தபடி நின்றான் முத்துப்பாண்டி. அவனது முகத்தில் தோன்றிய புன்னகையின் நீளம் ஆண்டாண்டு கால அவன் சாதியின் வன்மத்தை உணர்த்தியது. அதிர்ச்சியில் உறைந்து நின்ற போதும்பொண்ணு தன்னிலை மறந்து கதறினாள். “அ....ண்... ணே...!” வாய் குழறிப் பேச்சு வரத் திணறியது. ஓடிப்போய் தலையற்ற காளையனின் உடலைக் கட்டிப்பிடித்து அழுதாள். மூச்சுக்காற்று சமநிலை தவறி வார்த்தைகளைப் பிரசவிக்க மறுத்தது. என்னவென்று தெரியாமல் கண்களைக் கசக்கிக்கொண்டு அருகில்

நின்று அழுதபடியிருந்தாள் மீனுக்குட்டி. அதுவரை அங்கிருந்த தன் அண்ணனைக் காணாது அந்தச் சின்னஞ்சிறு கண்கள் சுற்றிமுற்றிலும் தேடியது.

“அய்யோ…! அண்ணே…! ஒன்னெய இந்தக் கோலத்துலயா நான் பாக்கணும்…?” அவனைத் தழுவிக்கொண்டு அழுத போதும் பொண்ணுவையும் மீனுக்குட்டியையும் பார்த்த முத்துப்பாண்டிக்குக் கோபம் மூளையைக் குடைந்தது.

“அந்தப் பொடிப் புள்ளையையும் புடுச்சுக் கொன்னு போடுங்கடா… இந்த ஈன சாதிப் பய குடும்பத்துல ஒரு உசுரு கூட மிஞ்சக் கூடாது…” என்று தன் அடியாள்களுக்குக் கட்டளையிட்டான். இதைக் கேட்டதும் அதிர்ச்சியடைந்த போதும்பொண்ணு, சட்டெனத் திரும்பினாள்.

“மீனுக்குட்டி…! ஓடும்மா… ஓடிப்போயிரு…” என்று கத்தினாள். மிரண்டு போயிருந்த மீனுக்குட்டி என்ன செய்வதென்று தெரியாமல் கண்களைக் கசக்கிக்கொண்டு அழுதபடியே அசையாமல் நின்றாள். கையில் கொலையாயுதத்தோடு அந்தச் சின்னஞ்சிறு பிள்ளையை நோக்கி கொலைவெறியோடு நெருங்கினான் ஒருவன். துடித்தெழுந்த போதும்பொண்ணு, “மீனுக்குட்டி…! ஓடு… ஓடு… ஓடும்மா…” என்று உரத்த குரல்கொடுத்தவாறே ஓடினாள். மிரட்சிகொண்டு கண்களைக் கசக்கியழுதபடி செய்வதறியாது அப்படியே சிலையாக நின்றபடியிருந்தாள் மீனுக்குட்டி. மிக அருகே நெருங்கிச் சென்றுவிட்ட முரடன் மீனுக்குட்டியை வெட்ட அரிவாளை விளாசியபோது, இடையில் புகுந்தோடிப் பாய்ந்து பிள்ளையை அள்ளிக்கொண்டு ஓட்டமெடுத்தாள் போதும்பொண்ணு. கோபம் தலைக்கேறிய முரடன் வெறிகொண்டு துரத்தியோடினான். உள்ளிருந்து ஒருவித உயிர்பயம் முன்னே செலுத்த, பிள்ளையை இறுகக் கட்டியணைத்துக்கொண்டு, கொடிய கொலைமிருகத்தின் துரத்தலுக்குப் பயந்தோடும் மான்போல் தாவியோடிப்போய் கண்மூடித் திறப்பதற்குள் புதர்களுக்குள் மறைந்து கொண்டாள் போதும்பொண்ணு. அந்தச் சின்னஞ்சிறு உயிரைக் காவுவாங்க கொலைவெறியோடு பின்தொடர்ந்தது அந்த முரடனது கூரிய கொலை ஆயுதம். நடப்பவற்றை அமைதியாக வேடிக்கை பார்த்துக்கொண்டிருந்தது காடு.

23

காட்டின் மறு எல்லையில் நகரை நோக்கி ஓடிக்கொண்டிருந்த வண்டிமாடுகள் வெள்ளையும் செவலையும். தொடர்ந்து ஓட வலுவின்றிக் கால்களின் வேகம் குறைந்துகொண்டிருந்தன. வண்டியில் பயணப்பட்டுக்கொண்டிருந்த நால்வரும் இயக்கமின்றி ரத்தவெள்ளத்தில் சுருண்டு அசைவற்றுக் கிடந்தார்கள். சுருண்டு கிடந்த அவர்களது உயிரற்ற கண்கள் அகல விரிந்து ஒருவரையொருவர் வெறித்துப் பார்த்தபடியிருந்தன. சங்கன், மங்கம்மா, இரு பெண்பிள்ளைகள் மட்டுமல்லாது வண்டிமாடுகளின் உடலையும் குத்தித் துளைத்திருந்தன குத்தீட்டிகள். மாடுகளின் குத்துப்பட்ட காயங்களிலிருந்து குருதி சொர்ர்ரென ஒழுகியபடியிருந்தது. தொடர்ந்து வண்டியிழுக்கத் திணறிய காளைமாடுகள் தட்டுத் தடுமாறிக் கீழே விழுந்தன. வண்டி சரிந்தது. வலிப்பு வந்ததுபோல செவலையின் உடம்பு வெட்டி வெட்டி இழுத்தது. உயிர்பயத்தைக் கண்களில் வெறித்துக் காட்டியபடி மூச்சுவிடத் திணறிக்கொண்டிருந்தது வெள்ளை. "அ....ம்....மா...!" அடிவயிற்றிலிருந்து கிளம்பிவந்த அதன் இறுதி மூச்சு பெரும் ஓலமாய் மாறி ஆழ்ந்த உறக்கத்திலிருந்த காட்டைக் கலங்கடித்தது...

உள்ளுக்குள் கெதக்கென்றது மருத்துவச்சி பாப்பாத்திக்கு. ஏதோவொரு விபரீதம் நேரப்போவதை உள்ளுணர்ந்த அவளது மனம் பதைபதைத்தது. தலைவரோடு சிலபேர் கொலைவெறியோடு

சென்றதைக் கண்டதிலிருந்து ஏதோவொரு பெரும்பாரம் அவளை அழுத்தியபடியிருந்தது.

'கொலைகாரப் பாவிக... யென்ன செய்யக் காத்திருக்குறாய்ங்களோ மகமாயி...?' அடிவயிறு கலங்கியது அவளுக்கு.

"ஆத்தா மகமாயி...! யாருக்கும் ஒரு தீங்கும் வரக்கூடாது தாயி..." வாய்க்குள் வேண்டிக்கொண்டு, கோவில் இருக்கும் திசை பார்த்து தலைக்குமேல் கைகளைக் குவித்து வணங்கிக்கொண்டாள். பின்னிரவு நிலவொளியில் ஆளரவமற்ற தலைவர் வீட்டு வெளிச்சுவரோரம் சாய்ந்து அமர்ந்துகொண்டு தூக்கமின்றிக் காத்திருந்தாள். பொழுது ஒரு யுகமாய்க் கழிந்தது.

நீண்ட நேரத்திற்குப் பிறகு விருட்டெனப் பெரும் சத்தத்துடன் வீட்டின்முன் வந்துநின்றது தலைவரின் கார். சத்தம் கேட்டு எட்டிப்பார்த்தாள் மருத்துவச்சி. காரிலிருந்து இறங்கி வேட்டியை மடித்துக்கட்டியவாறே எட்டு வைத்துப் பின்கதவைத் திறந்து வடிவாம்பாளை வெளியே இழுத்தார் தலைவர்.

"அப்பா...! அப்பா...! எங்களை விட்டுருப்பா... எங்கேயாவது கண்காணாத எடத்துல போயி பொழைச்சுக்குறோம்ப்பா... ஒன்னையக் கையெடுத்துக் கும்பிடுறோம்ப்பா... யெப்பா...!" கெஞ்சிக்கொண்டே இறங்கினாள் வடிவாம்பாள். அதுவரை வீட்டின் நிலைப்படியில் அமர்ந்துகொண்டு முந்தானையால் வாயைப் பொத்திக்கொண்டு தேம்பியழுதுகொண்டிருந்த மரகதம், மகளைப் பார்த்ததும் சினந்தெழுந்தாள்.

"அடியேய் சண்டாளச் சிறுக்கிமவளே...! ஏந் தலையில கல்லத் தூக்கிப் போடவா ஒன்னெய தவமா தவமிருந்து பெத்தேன்... இந்த வயசுல ஒனக்குப் புருசங் கேக்குதாடி ஓடுகாலி முண்ட...? எங்க மானத்தை வாங்குறதுக்குன்னே ஏவ் வயித்துல வந்து பொறந்திருக்கெயேடி பாவிமகளே..." அங்கு கிடந்த விளக்குமாறை எடுத்து ஓங்கிக்கொண்டு ஓடிவந்தாள். மரகதம் நெருங்கியோடி வருவதைக் கண்டு கோபத்தின் உச்சிக்கே சென்ற தலைவர்,

"........மவளே...! எல்லாம் ஒன்னாலதான்டி. வீட்டுல இருக்கிற பொட்டச்சி என்ன பண்றான்னுகூடப் பார்க்காம என்ன புடுங்கிக்கிட்டா இருந்தெ...?" என்று ஓங்கி அவளது வயிற்றில் உதைவிட்டார். துள்ளிக்கொண்டு விழுந்தாள் மரகதம்.

"ஒங்களக் கொன்னு போட்டாத்தான்டீ ஏம்மனசு ஆறும்" என்று வடிவாம்பாளின் கையைப் பிடித்து இழுத்துக்கொண்டு சென்றார். உடும்புப் பிடியை விலக்க முயன்றுகொண்டே முடியாமல் அவரோடு சென்றாள் வடிவு. ஏதும் செய்ய இயலாமல் அடிவயிற்றைப் பிடித்துக் கொண்டு கதறியபடியிருந்தாள் மரகதம்.

இருள் கலந்த மஞ்சள் விளக்கொளியில் நடப்பவற்றை வெறித்துப் பார்த்துக்கொண்டிருந்தாள் மருத்துவச்சி பாப்பாத்தி. வயிற்றைக் கலக்கிக்கொண்டு வந்து பீதியைக் கிளப்பியது. உள்ளே பேசிக்கொள்வதைக் காது குவித்துக் கேட்க முயன்றாள். ஒலிபெருக்கியின் வழியாகத் தொந்தரவு செய்த கரகாட்டச் சத்தம் காரணமாக எதுவுமே காதில் விழவில்லை. ஆனால் தலைவர் மூர்க்கமாக வடிவாம்பாளை வீட்டுக்குள் இழுத்துச் சென்றதைக் கண்டதும் மனம் பதறியது அவளுக்கு. இருளுக்குள் யாரும் அறியாதபடி சுவரோரமாகவே பதுங்கிப் பதுங்கி ஊர்ந்துசென்று வீட்டின் பின்பக்கம் வந்தடைந்தாள்.

"அப்பா...! அப்பா...! காளையனை விட்டுருப்பா... நீ என்ன சொன்னாலும் கேக்குறேம்ப்பா..." என்ற வடிவாம்பாள் அப்பனிடம் கெஞ்சும் குரல் கேட்டு சுவரின் விளிம்பில் ஏறி, சன்னல் வழியாக எட்டிப்பார்த்தாள்.

"அப்பா...! அப்பா...! அவர் மேல எந்தத் தப்பும் இல்லப்பா... எல்லாத் தப்பும் என்னோடதுதான்... அவரை விட்டுருப்பா..." என்று சொல்லிக்கொண்டே தந்தையின் கைப்பிடியை விலக்க முயன்றுகொண்டே வந்தாள் வடிவு. மிருகமாய் மாறிப்போன தலைவர் அவளை உலுக்கியிழுத்து கன்னத்தில் ஓங்கியொரு அறைவிட்டார் . "ஆ...!" வெனச் சுழன்றபடி சென்ற அவள் அங்கிருந்த மரக்கட்டிலின்மீது தலைமோதிச் சுருண்டு விழுந்தாள். நெற்றியில் காயம்பட்டு ரத்தம் வழிந்தது. கண்களுக்குள் இருட்டிக் கொண்டு வந்தது.

"ஓடுகாலிக் கழுதை...! நீ செத்தாத்தான்டீ எனக்கு நிம்மதி..." என்றவாறே அங்கிருந்த சேலையொன்றை எடுத்து, வெறிகொண்டு ஓடிவந்து வடிவாம்பாளின் கழுத்தைச் சுற்றினார். திடுக்கிட்டு அதிர்ச்சியடைந்த வடிவாம்பாள் பயந்து மிரண்டுபோனாள். "யெம்மா...! யெம்மா...! ஓடியாம்மா.... காப்பாத்தும்மா..." என்று தொண்டை வரளக் கத்தினாள். அவளது கைகள் தன் கழுத்தில்

பிடிமண்

முடிச்சிட விடாமல் அவரைத் தடுத்துக் கொண்டிருந்தன.

“யெம்மா…! யெம்மா…! ஓடியாம்மா…. காப்பாத்தும்மா...” என்று பெருங்குரலெடுத்துக் கூச்சலிட்டாள் வடிவு. வயிற்றைப் பிடித்துக்கொண்டு வாசலருகே சுருண்டு கிடந்த மரகதம், வீட்டுக்குள்ளிருந்து மகளின் அலறல் கேட்டுப் பதறிக்கொண்டு உள்ளே ஓடினாள்.

சன்னலின் வழியாக இவற்றையெல்லாம் எட்டிப்பார்த்துக் கொண்டிருந்த பாப்பாத்திக்குக் கையும் ஓடவில்லை, காலும் ஓடவில்லை. நெஞ்சு படபடத்தது. இதயம் இரு மடங்காய்த் துடித்தது. வடிவாம்பாளைக் காப்பாற்ற மனம் துடியாய்த் துடித்தது. சமயோசிதமாக யோசித்துத் தாவிக் குதித்து இருளில் ஓடினாள்.

“யெம்மா…! அய்யோ யெம்மா…!” அலறினாள் வடிவு. பதைத்து ஓடிவந்த மரகதம், அறைக்குள்ளே மூர்க்கமாகத் தன் கணவர் சேலையின் முந்தானையால் மகளின் கழுத்தைச் சுற்றிச் சுருக்கு முடிச்சிட்டதைக் கண்டதும் பதறித் துடித்தாள்.

“அய்யோ…! ஆத்தீ…! ஏங்க... என்ன செய்யிறீங்க...?”

ஓடிப் பாய்ந்து அவர் காலைப் பிடித்தாள்.

“ஏய்…! மூச்... எவளும் ஒரு வார்த்தைகூடப் பேசக்கூடாது. ஏம் மானத்தைக் கப்பலேத்திட்டு இப்ப பேச்சுப் பேசுறீங்களா பேச்சு…?”

அவளை ஒரு பொருட்டாகக் கூட மதிக்காமல் கழுத்தில் சுருக்குக்கயிற்றை முடிச்சிட்டு இறுக்கினார்.

“யெம்மா…! யெம்மா…! காப்பாத்தும்மா. நாஞ் சாவ மாட்டேன்... நாஞ் சாவ மாட்டேன்...“

தன் பலம்கொண்டு சுருக்கை விடுவிக்க முயற்சித்தாள் வடிவு. பதற்றத்தில் அவளது மூளை வேலை செய்யவில்லை. உடல் நடுங்கினாள்.

“ஏங்க…. ஒங்க காலுல விழுறேன். அப்படியெல்லாம் எதுவுஞ் செஞ்சுறாதீங்க ... தவமாத் தவமிருந்து பெத்த நம்ம புள்ளைங்க... விட்டுருங்க சாமீ... ஒங்களுக்குக் கோடி புண்ணியமாகப் போகும் ” கெஞ்சி ஒப்பாரி வைத்தாள் மரகதம். மதம் கொண்ட யானையைப் போல ஆவேசங்கொண்டு சேலையின் மறுமுனையை மேல்நோக்கி வீசினார் தலைவர். அது உத்தரத்தில் தொங்கிக்கொண்டிருந்த

மின்விசிறியில் நுழைந்து மறுபக்கம் கீழே விழுந்தது. கணப்பொழுது கூடத் தாமதிக்காமல் அதைப் பிடித்து ஆவேசமாக இழுத்தார் தலைவர். சேலை வடிவாம்பாளின் கழுத்தை இறுக்கி மேலே இழுத்தது. சுருக்கின் இறுக்கத்தை விடுவிக்க முயன்றும் முடியாமல் திணறிய வடிவு, "யெப்பா...! யெப்பா...! வேணாம்ப்பா... எங்கள விட்டுருப்பா...." கெஞ்சிக் கைகுவித்தாள்.

"அய்யோ அய்யோ...! வேணாஞ் சாமீ..." பாய்ந்து அவர் காலில் விழுந்தாள் மரகதம். கோபத்தின் உச்சத்திற்கே சென்ற தலைவர், ஒரு அரக்கனைப் போல் வெறிகொண்டு, சேலை முந்தானையைக் கைகளில் சுற்றிப்பிடித்து இழுத்துக்கொண்டே பின்னகர்ந்தார். சுருக்குப்பிடி கிடுகிடுவென அவள் கழுத்தையிறுக்கி மேல்நோக்கி இழுக்க, அந்தரத்தில் தொங்கியபடி துள்ளித் துடிதுடித்தாள் வடிவாம்பாள். கைகளைக் கழுத்துக்குள் செருகி சுருக்குப்பிடி கழுத்தை இறுக்காமல் சேலையைப் பிடித்துக்கொண்டு தத்தளித்தாள். அவளுக்குப் பேச்சு வரவில்லை. ஏதும் செய்ய இயலாமல் பதறிப்போய் வெளியே ஓடினாள் மரகதம்.

"ஓடியாங்க... ஓடியாங்க... அய்யா யாராச்சும் ஓடியாங்க..." மாரிலடித்துக்கொண்டு ஊரதிரக் கத்திக் கூச்சலிட்டுக்கொண்டே கோயில் மந்தையை நோக்கி ஓடிவந்தாள் பாப்பாத்தி. கரகாட்டத்தில் ஆழ்ந்திருந்த சனக்கூட்டம் திடுக்கிட்டுத் திரும்பிப் பார்த்தது.

"காப்பாத்துங்க... காப்பாத்துங்க... ஓடியாங்கய்யா..." தனது பருத்த உடலைத் தூக்கமுடியாமல் தூக்கிக்கொண்டு பூமியதிரக் குலுங்கிக் குலுக்கி ஓடிவந்துகொண்டிருந்தாள் பாப்பாத்தி. ஊர்சனமே பதறிப்போய் அவளை நோக்கியோடியது. சனம் கலைந்தோடுவதைக் கண்டதும் கரகாட்டம் நிறுத்தப்பட்டது.

"என்னாச்சு...?" "என்னாச்சு...?" ஓடிவந்த சனம் பதறி விசாரித்தது. திகிலடைந்திருந்த பாப்பாத்தி தலைவர்வீட்டைக் கைகாட்டி நடந்தவற்றைக் கூறி அவர்களை முடுக்கித் விட்டாள். திகைத்த ஊர்சனம் தலைவர் வீட்டை நோக்கி தெறித்தோடியது.

"யாராவது ஓடியாங்களே... அய்யோ அய்யோ அய்யோ...!" அலறியபடி தலைவரின் மனைவி மரகதம் வாசலுக்கு வெளியே ஓடிவருவதற்கும், சனம் பறந்தோடிச் சென்று தலைவரின் வீட்டுக்குள்ளே புகுவதற்கும் சரியாக இருந்தது. கும்பிடப் போன தெய்வம் குறுக்கே வந்ததுபோல ஊர்சனத்தைப் பார்த்ததும் அவளுக்கு வார்த்தைகள் வரத் தயங்கின.

வார்த்தைகளின்றி உடல்மொழியால் உள்ளே ஓடச் சொன்னாள். பின்னங்கால் பிடரியிலடிக்க வீட்டுக்குள் பதறியோடியது சனம்.

கூரிய அரிவாளைக் கையில் பிடித்துக்கொண்டு துரத்தியோடிய முரடனுக்குப் பிடிகொடுக்காமல் பிள்ளையைத் தூக்கிக்கொண்டு ஓடினாள் போதும்பொண்ணு. மூர்க்கமாகப் பின்னால் ஓடிவந்து கொண்டிருந்தான் முரடனொருவன். அவனது கோரமுகத்தைக் கண்டு மிரண்டுபோய் போதும்பொண்ணுவை இறுகக் கட்டிக்கொண்டு அழுதவாறிருந்தாள் மீனுக்குட்டி. கொலைவெறியோடு துரத்தும் முரடனின் பிடிக்குச் சிக்காமல் நழுவியபடி தலைதெறிக்க இருட்டுக்குள் ஓடிக்கொண்டிருந்தாள் போதும்பொண்ணு. அந்த மண்பாதையின் முடிவில் காளையனின் குடிசைவீடு மஞ்சள் வெளிச்சத்தை சிணுங்கலாய்க் கக்கியபடியிருந்தது. ஒரு நிலைக்குமேல் பொறுமையிழந்த முரடன் தன் கையிலிருந்த அரிவாளை அவளை நோக்கி வீசியெறிந்தான். காற்றைக் கிழித்துக்கொண்டு சுழன்று பாய்ந்த அந்த அரிவாள், ஓடிக்கொண்டிருந்த போதும்பொண்ணுவின் பின்னங்காலைக் கவ்வியது.

"ஆ...!"

பெரும் சத்தமிட்டவாறு தொப்பெனத் தரையில் விழுந்தாள் போதும்பொண்ணு. அவள் கையிலிருந்த மீனுக்குட்டி தெறித்து மட்ட மல்லாக்க விழுந்தாள். "அம்மா...!"

மீனுக்குட்டியின் அலறல் கேட்டு குடிசைக்குள்ளே அசந்து தூங்கிக் கொண்டிருந்த அடைகோழி திடுக்கிட்டு விழித்து "கொக்...." எனக் கொக்கரித்து அலறியது. பற்களைக் கடித்துக்கொண்டு ஆவேசமாக மீனுக்குட்டியைத் தாக்க ஓடினான் முரடன். விழுந்து கிடந்த தன்னைத் தாண்டியோடிய அவனது முறுக்கேறிய காலொன்றைக் கவ்விப் பிடித்துக்கொண்டாள் போதும்பொண்ணு.

"அண்ணே... அண்ணே...! வேணாண்ணே... பச்செப் புள்ளண்ணே..." அவனது காலைப் பிடித்துக்கொண்டு கெஞ்சினாள். கால்களை உதறி விடுவித்துக் கொள்ள முயற்சித்தான் முரடன். அவனது ஆவேசங்கண்டு, மீனுக்குட்டியைப் பார்த்து,

"மீனுக்குட்டி...! ஓடுத்தா... எந்திரிச்சி ஓடுத்தா..." என்று கத்தினாள். என்ன நடக்கிறது என்று புரியாமல் சுற்றிமுற்றிப் பார்த்து மிரண்டுபோய் நின்றாள் மீனுக்குட்டி. பின்புறம் சற்றருகே தனது

குடிசையைப் பார்த்ததும், உள்ளூர மகிழ்ந்து "அம்மா...!" என்று ஆசையாசையாய் அம்மாவை அழைத்தபடி குடிசையை நோக்கி ஓடினாள்.

"அண்ணே...அண்ணே...! வேணாண்ணே... விட்டுருண்ணே..." அவனது காலை விடாமல் பிடித்துக்கொண்டு கெஞ்சினாள் போதும்பொண்ணு. உதறியுதறி விடுவித்துக்கொள்ள முயற்சித்த அவன், ஆவேசங்கொண்டு அவளது வயிற்றில் உதைத்துத் தள்ளிவிட்டு வேகமாய் முன்னகர்ந்தான். அடிவயிற்றைப் பிடித்துக்கொண்டு அலறித் துடித்தாள் அவள்.

"அம்மா...! அக்கா...!" என்று கத்திகொண்டே தன் வீட்டுக்குள் நுழைந்தாள் மீனுக்குட்டி. தன் அம்மா, அக்காக்கள் வீட்டுக்குள்ளே இருப்பதாக எண்ணிக்கொண்டு அழுதபடி தேடின அந்தப் பிஞ்சுக் கண்கள். இனிப் பிடிப்பது சுலபம் என்று எண்ணிக்கொண்டு மீனுக்குட்டியை நோக்கி நடந்துபோனான் அந்த முரடன். "அய்...யோ...! மீ....னு...குட்...டி...! ஓடீருத்தா..." அடிவயிறைப் பிடித்துக்கொண்டு உரக்கக் கத்தினாள் போதும்பொண்ணு.

"அம்மா...! அப்பா...! அக்கா...! அண்ணே...! " என்று தன் வீட்டுக்குள்ளே அழுதபடியே தேடிய மீனுக்குட்டி, அங்கே யாருமில்லாமல் வீடே வெறிச்சோடிக் கிடப்பதைக் கண்டு அதிர்ந்து நின்றாள். யாரையும் காணாமல் சுற்றிமுற்றி மலங்க மலங்கப் பார்த்துக்கொண்டு நின்றுகொண்டிருந்த வேளையில் ஈவிரக்கமற்ற முரடன் வீட்டுக்குள்ளே நுழைந்தான். யாரோ ஒரு புது மனிதரின் நடமாட்டத்தைக் கண்டு "கொர்ர்ர்...." என்று அலறி தன் எதிர்ப்பைக் காட்டியது அடைகோழி.

"கொர்ர்ர்....கொக்..."

கழுத்து இறகுகள் சில்லிட்டு விறைத்துநிற்க, ஒரு மூலையில் முட்டைகளை அடைகாத்துக் கொண்டிருந்த அடைகோழி சிறகுகளை லேசாக விரித்து, முரடனைக் கண்களால் வெறித்து பார்த்தது.

"அங்...."

சத்தம் கூட்டி ஊளையிட்டு அழுத மீனுக்குட்டியின் ஓலம் கேட்டுத் துடித்தெழ முயற்சித்தாள் போதும்பொண்ணு. அரிவாளால் வெட்டப்பட்ட கால்கள் ஒத்துழைக்க மறுத்தன.

வீட்டுக்குள்ளே மீனுக்குட்டியின் அலறலொலி அதிகமானது.

“அண்ணே...! ஒனக்குக் கோடி புண்ணியமாப் போகும்... பிள்ளைய விட்டுருண்ணே...”

நகர முடியாமல் உரத்துக் கெஞ்சினாள். மீனுக்குட்டியின் அலறல் சத்தம் இன்னுமின்னும் அதிகமானது.

“மீனுக்குட்டி...! ஓடியாந்துருத்தா... அக்காட்ட வந்துருத்தா...” ஓங்கிக் கத்தினாள் போதும்பொண்ணு.

“அக்....கா...!” அழுதுகொண்டே வீட்டுக்குள்ளேயிருந்து வெளியே ஓடி வந்தாள் மீனுக்குட்டி. அவளைப் பார்த்ததும் பரவசப்பட்ட போதும்பொண்ணு,

“ஓடியாந்துருத்தா... அக்காட்ட வந்துருத்தா...” என்று அமர்ந்தவாறே கைகளை விரித்து அழைத்தாள்.

அவளை நோக்கி ஓடோடி வந்த மீனுக்குட்டியின் பின்புறம் வேகமாக வந்த முரடன், கையிலிருந்த தீக்குச்சியைப் பற்றவைத்து அந்தச் சிறுபிள்ளை மீது எறிந்தான். கண்ணிமைக்கும் நேரத்தில் பெருந்தீயாய்ப் பற்றியெரிந்தாள் மீனுக்குட்டி. இதைச் சற்றும் எதிர்பாராது உலுங்கிய போதும்பொண்ணு வீச்...சென அலறினாள்.

“அடப்பாவி...! அய்யோ...! கண்ணே...!” கதறித் துடித்தாள்.

“அக்கா...! அக்கா...! அக்....கா...!” கதறித் துடித்தபடி அவளைக் கட்டியணைக்க ஓடிவந்துகொண்டிருந்தாள் பெருந்தீயாய் எரிந்து கொண்டிருந்த மீனுக்குட்டி.

சின்னஞ்சிறுபிள்ளை மீனுக்குட்டி பெரும் தீப்பிழம்பாய் உயிர்துடிக்க அலறிக்கொண்டு தன் கண்முன்னே ஓடிவருவதைக் கண்டு மனம் பதைத்து ,

“மீனுக்குட்டி...! மீனுக்குட்டீ...! அய்யோ எங்கண்ணு மீனுக்குட்டி...!” என்று தொண்டை வறளக் கத்திக்கொண்டே மயங்கிச் சரிந்தாள் போதும்பொண்ணு. ஓடிவந்துகொண்டிருந்த தீப்பிழம்பு பொத்தென ஓரிடத்தில் கீழே விழுந்து, துடிதுடித்துக் கொஞ்சம் கொஞ்சமாய்த் தன் இயக்கத்தை நிறுத்திக்கொண்டது. அசைவற்றுக் கிடந்த அந்தச் சிறு உருவத்தைத் தின்று செரித்துப் புகைவிட்டது பெருந்தீ. குபுகுபுவென்று அதிலிருந்து கிளம்பிய புகை மேல்நோக்கிச் சுழலாய்ச் சென்று கருவானத்தில் அடைக்கலம் தேடிக்கொண்டது.

24

துடிதுடித்தபடி தூக்கில் தொங்கிக்கொண்டிருந்த வடிவாம்பாளின் பாரம் தாங்காமல் கிழியத் துவங்கியது சேலை. அவளது கால்கள் கிடுகிடுவென அந்தரத்தில் அலைபாய்ந்து கொண்டிருந்தன. கழுத்துக்கும் சேலைக்கும் இடையில் இரு கைகளையும் செருகி, சுருக்குப்பிடி கழுத்தை இறுக்காமல் சேலையைப் பிடித்துக்கொண்டு தத்தளித்தபடியிருந்தாள் வடிவாம்பாள். அவளுக்குப் பேச்சு வரவில்லை. சேலை இறுக்கத்தின் வலு கூடிக்கொண்டிருந்தது.

பரம்பரை பரம்பரையாகக் காத்துவந்த குடி மானத்தைக் குழிதோண்டிப் புதைக்கத் துணிந்த செல்ல மகளைச் சற்றும் இரக்கமின்றி கொன்றுகொண்டிருந்தார் தலைவர். கோபத்தின் மூர்க்கத்தில் தன் வலுவையெல்லாம் ஒன்றிணைத்து பலம்கொண்ட மட்டும் சேலை முந்தானையைக் கைகளில் சுற்றிப்பிடித்து இழுத்துக்கொண்டே பின்னகர்ந்தார். அவரது சிவந்து விரிந்த கண்கள் ஆசையாசையாய் வளர்த்துவந்த அன்பு மகளின் வாழ்வுப் போராட்டத்தையும், தவிப்பையும் கொலைவெறியோடு ரசித்துக்கொண்டிருந்தன.

சுருக்குப்பிடி அவள் கழுத்தை இறுக்கி மேல்நோக்கி இழுக்க, அந்தரத்தில் துள்ளித் துடிதுடித்துக்கொண்டிருந்தாள் வடிவாம்பாள். அவளது பாரம் தாங்காமல் கொஞ்சங் கொஞ்சமாகக் கிழியத் துவங்கிய சேலை ஒருகட்டத்தில் சரட்டென அறுந்து விழுந்தது.

சேலையின் இழுவிசையினைத் தாங்க மாட்டாமல் மின்விசிறியும் கீழே விழுந்தது. மடார் எனத் தரையில் விழுந்தாள் வடிவாம்பாள். சேலை முந்தானை வெடுக்கென்று இலகுவாகி லேசாக, ஆவேசமாக இழுத்துக் கொண்டிருந்த தலைவர் தட்டுத்தடுமாறி மடார் எனச் சுவரில் பின்தலை மோதி விழுந்தார்.

என்னானதோ, ஏதானதோ என்று வீட்டுக்குள் பதறியோடிவந்த ஊர்சனம், டமார் என்று ஏதோவொன்று விழுந்த சத்தம் கேட்டு வேகம்கூட்டி விரைந்து வந்து அந்த அறைக்குள் பார்க்கையில் தலைவரும் வடிவாம்பாளும் அங்கே விழுந்து கிடந்தனர்.

ஊர்சனம் ஓடிவருவதைக் கண்டதும் உள்ளுக்குள் தைரியமடைந்த வடிவாம்பாள் திடுக்கிட்டு எழ எத்தனித்தாள். முதலாய் ஓடிவந்தவர் வேகமாக அவளைப் பிடித்துத் தாங்கி, எழுந்தமர ஒத்தாசை செய்தார். பின்னாலேயே முண்டியடித்துக் கொண்டு உள்ளே ஓடிவந்த கூட்டம் பதறிப்போய்த் தலைவரைத் தூக்கியது. பின்தலையில் அடிபட்டு மயங்கிக் கிடந்தார் தலைவர்.

"ஏ....ஏ...! யாராச்சும் தண்ணீ கொண்டுவாங்கப்பா..." என்று தலைவரை அள்ளித்தூக்கி மடியில் கிடத்திய ஒருவன் குரலிட்டான். ஓடிவந்தவர்களில் ஒருவன் அடுப்படிக்கு ஓடினான். கூட்டம் ஓடிவந்து கொஞ்சம் கொஞ்சமாக நெருக்கியடித்துக்கொண்டு வேடிக்கை பார்க்க முண்டியடித்தது.

"எல்லாரும் வெலகி நில்லுங்கப்பா... காத்து வரட்டும்..." என்று பெரிசு ஒருவர் கூட்டத்தை விலக்கிவிட்டார்.

"என்னாச்சு...? ஏதாச்சு...? " என்று சனத்திற்கிடையே கூச்சல் குழப்பம் நிலவியது. தங்களுக்குள் எதெதையோ கிசுகிசுத்துக் கொண்டது. ஈர் பேனாகி பேன் பெருமாளாகிக் கொண்டிருந்தது.

கீழ்வானம் பளிச்செ்சன மின்னி இடிமுழக்கமிட்டது. தலைவர் வீட்டை நோக்கி வேகவேகமாக ஓடிக்கொண்டிருந்த கூட்டத்திற்கு ஈடுகொடுக்க முடியாமல் சிறுஓட்டமும் நடையுமாக வந்து கொண்டிருந்த மருத்துவச்சி பாப்பாத்தியின் முகத்தில் சுழன்றடித்த காற்று தூசிகளை அப்பிவிட்டுப் போனது. முகத்தைத் துடைத்துக் கொண்டு வானத்தை நோக்கினாள். அந்த இருட்டுக்குள் புருவத்தில் நெட்டுவாக்கில் கைமறைத்து வானை உற்றுநோக்கினாள். மழை வரும் அறிகுறிகள் தென்படுவது போன்று தோன்றியது. பளிச்

பளிச்சென மின்னல் மின்னி இடி இடித்துக்கொண்டிருந்தது வானம்.

கிழக்கிலிருந்து மேற்கு நோக்கி வானம் இருண்டு கொண்டு வந்தது. அப்போதுதான் தன் மகள் போதும்பொண்ணுவின் நினைவு வந்தது அவளுக்கு.

"அம்மாடி போது...! ஏம் மவளே...!" என்று நெஞ்சைப் பிடித்துக்கொண்டாள்.

'மகள் என்னானாளோ...?' என்று மனம் பதைபதைக்கத் தொடங்கியது. விறுவிறுவென்று வீட்டுக்குள் வடிவாம்பாளை நோக்கி ஓடினாள். வானம் தூறல் போட ஆரம்பித்தது.

சடசடவென முகத்தில் பட்டுத் தெறித்த மழைத்துளிகள் காட்டுக்குள் மயங்கிச் சுருண்டுகிடந்த போதும்பொண்ணுவைத் தட்டியெழுப்பின. மயக்கம் தெளிந்து சிலிர்த்தெழுந்தவள் ஒருகணம் கண்களைக் கசக்கி, சுற்றி முற்றிலும் விழித்துப் பார்த்தாள். முன்னால் சற்று தூரத்தில் குபுகுபுவெனப் பற்றியெரிந்துகொண்டிருந்தது குடிசை. நடந்தவையனைத்தும் அவளது மனக்கண் முன்னே வந்து வந்து போயின.

அதிர்ந்து திரும்பி நாலாபுறமும் சுற்றிச்சுற்றி மீனுக்குட்டியின் நிலை காண கண்களால் துழாவினாள். சற்றருகே கரிக்கட்டையாகக் கிடந்தது அந்தச் சின்னஞ்சிறு குழந்தை. உள்ளுக்குள் கெதக்கென்றது அவளுக்கு.

"ஆங்..."

அடிவயிற்றிலிருந்து எழுந்த அழுகையை அடக்க மாட்டாமல் காடதிர ஊளையிட்டாள். சோவெனப் பெய்யத் துவங்கியது மழை. வலியைப் பொறுத்துக்கொண்டு வெட்டுப்பட்ட கால்களை அசைக்கமாட்டாமல் சிரமப்பட்டு அசைத்தசைத்து எழுந்து ஓடினாள். பேச்சு மூச்சின்றி கரிக்கட்டையாகக் கிடந்த மீனுக்குட்டியை அள்ளிக் கட்டிக்கொண்டு கதறினாள்.

"ஆ...! கண்ணே...! ஏம் மரிக்கொழுந்தே...! ஏந் தங்கமே...! ஒன்னெய இந்த நெலையில பார்க்கறதுக்கா நான் உசுரோட இருக்கேன்...?!" கட்டிப்பிடித்துக்கொண்டு ஓலமிட்டாள். சடசடவென ஊற்றிய மழை பற்றியெறிந்துகொண்டிருந்த குடிசையை மெல்ல மெல்ல அணைத்துக்கொண்டிருந்தது.

தன்னை மறந்து கதறி ஓ...வென உயிர்வலிக்க ஓலமிட்டபடியிருந்தாள்

போதும்பொண்ணு. பளிச்சென ஒரு மின்னல் வெட்டியது. காதைப் பிளக்கும் இடிச்சத்தம் கேட்டதும் அவளுக்குத் தோழி வடிவாம்பாளின் நினைவு வந்தது. சுற்றி முற்றி நோட்டமிட்டாள். யாருமில்லை. நெஞ்சு படபடத்தது. உயிரற்ற மீனுக்குட்டியின் கரிய நெற்றியை முத்திக் கிடத்திவிட்டு, ஊரை நோக்கிப் பதறியடித்துக் கொண்டு ஓடினாள்.

ஊர்சனம் மொத்தமும் தலைவர் வீட்டுக்குள் கூடிநின்றது. மண்டையில் அடிபட்டு மயங்கிக்கிடந்தார் தலைவர். என்ன ஏதென்று யாருக்கும் ஏதொன்றும் தெரியாமல் விழிபிதுங்கிக் குழம்பி நின்றனர். அரை மயக்கத்திலிருந்த மகளிடம் ஓடினாள் மரகதம்.

“அம்மாடி வடிவு...! இந்த மனுசன் இதுக்குமேலயும் ஒன்னெ உசிரோட வுடமாட்டாருடீயாத்தா... பெத்தவ நாஞ் சொல்லுறேன். ஓடீருத்தா... எங்கேயாவது கண்காணாத எடத்துக்குப் போயாவுது பொழைச்சுக்க ஆத்தா...” என்று அவசரப்படுத்தினாள். என்ன ஏதென்று தெரியாமல் கூட்டம் சூழ்ந்து நின்றுகொண்டிருந்தது.

“யோசிக்காத ஆத்தா...! போயிரு... நீ எங்கயோ உசிரோடவாவது இருக்குறேங்கிற திருப்தியே எனக்குப் போதும் கண்ணு... அந்த மனுசன் எந்திரிக்கிறதுக்குள்ள ஓடீருடியாத்தா...” கைகுவித்துக் கெஞ்சினாள் மரகதம்.

மூச்சுவாங்கியபடி ஓடிவந்து கூட்டத்தை விலக்கிக்கொண்டு உள்ளே வந்தாள் மருத்துவச்சி பாப்பாத்தி. உடல் தளர்ந்து சோர்வாக அமர்ந்திருந்த வடிவாம்பாளின் முன் மண்டியிட்டு அமர்ந்தாள்.

“கண்ணு...! ஏம்மக... ஏம்மக போதும்பொண்ணு எங்க கண்ணு...? நீங்க ரெண்டு பேரும் தான போனீங்க கண்ணு...” என்று பதறிக் கேட்டபோது அவளது கண்கள் கலங்கியிருந்தன. திடுக்கிட்டாள் வடிவு. விருட்டென எழுந்து வெளியே ஓடினாள். எழுந்து அவள் பின்னாலேயே ஓடினாள் பாப்பாத்தி. இருவரும் வாசலுக்கு ஓடிவந்தபோது நான்கைந்து பைக்குகள் காம்பவுண்டுக்குள் சர்ர்ர் சர்ர்ரென நுழைந்தன. பைக் வெளிச்சத்தைப் பார்த்ததும் சுதாரித்த பாப்பாத்தி, வேகமாய்ப் பாய்ந்து முன்னால் ஓடிய வடிவாம்பாளின் கையைப் பிடித்து இழுத்து நிறுத்தினாள். பைக்குகள் ஒவ்வொன்றாக விருட் விருட்டென நுழைந்தன. அவர்கள் பார்ப்பதற்குமுன் அவளை இழுத்துக்கொண்டு மறைவாக ஒதுங்கி வேறு பக்கமாக இழுத்துச் சென்றாள்.

பைக்கிலிருந்து இறங்கிய முத்துப்பாண்டி வேட்டியை மடித்துக் கட்டிக்கொண்டே முன்னே நடக்க, உடன் வந்தவர்கள் விறுவிறுவென்று உள்ளே நுழைந்தார்கள். ஊர் சனமே அங்கே கூடி இருப்பதைக் கண்டு என்ன ஏதென்று தெரியாமல் திகைத்துப் போய் நின்றுகொண்டிருந்த கூட்டத்தை விலக்கிக்கொண்டு உள்ளே வந்தார்கள்.

சொம்புத் தண்ணீரை உள்ளங்கையில் ஊற்றி தலைவரின் முகத்தில் தெளித்தார் பெரியவர் ஒருவர். சுளீரென்று புருவம் சுளித்து மெதுமெதுவாக கண்விழித்தார் தலைவர்.

“யாருக்கு என்னாச்சு?” என்று பதறியபடி தன் சகாக்களோடு உள்ளே ஓடிவந்து நின்றான் முத்துப்பாண்டி. உள்ளே தனது பெரியப்பா மயங்கிக் கிடந்ததைக் கண்டதும் அதிர்ந்து, மண்டியிட்டு அவர் முன்னே அமர்ந்து பதறினான்.

“பெரிப்பா…!பெரிப்பா…! என்ன நடந்துச்சு பெரிப்பா…?” என்று அவரை உலுக்கினான். நிதானித்த தலைவர், மெதுவாக நிமிர்ந்து எழுந்து நின்றார். சுற்றிமுற்றிப் பார்த்து நிதானித்து வடிவாம்பாளைத் தேடினார்.

“எங்கெ அந்த ஓடுகாலி முண்ட…?” ஓங்கிச் சத்தமிட்டார். கூட்டம் என்னவென்று புரியாமல் ஒருவருக்கொருவர் பார்த்துக்கொண்டு நின்றது.

“அவ எங்கடா...?” வீடதிரக் கத்தினார் தலைவர். அவரது கடும் கோபத்தையும் முகத்தின் கோரத்தையும் பார்த்த சனம் திகைத்து விலகி நின்றது. கத்திக்கொண்டே அறைக்குள்ளே துழாவிய தலைவரின் பின்னால் குட்டிபோட்ட ஆட்டினைப்போல நடந்தான் முத்துப்பாண்டி. அறைக்குள் எங்கு தேடியும் மகளைக் காணவில்லை. மரகதம் மட்டும் அவரைப் பார்த்ததும் பயந்து நடுங்கியபடி நின்றுகொண்டிருந்தாள்.

“எங்கடீ போனா அவ…?” என்று அவளைப் பார்த்து ஆவேசமாகக் கேட்டுக்கொண்டே முன்னே வந்தார் தலைவர். பதிலேதும் சொல்லாமல் கூனிக் குறுகி நின்றாள் மரகதம். புரிந்துபோனது தலைவருக்கு. கோபத்தை எல்லாம் கைகளில் இறக்கி ஓங்கியறைந்தார். அலறிக்கொண்டு சுருண்டு விழுந்தாள் அவள். கோபம் அடங்காமல் மூச்சிரைத்தது அவருக்கு.

“ஏ...ய்...!”

ஆற்றாமையால் உடம்பை விறைத்து வான் பார்த்துக் கோபமாக அவர் கர்ஜித்ததைக் கண்ட ஊர்சனம் ஒரு கணம் திகைத்து மலைத்து நின்றது. விறுவிறுவென்று வெளியே போனார் தலைவர். பின்னாலேயே சகாக்களுடன் ஓடினான் முத்துப்பாண்டி.

“டேய் பாண்டி...! அவ உசுரோட இருக்கக் கூடாதுடா... உசுரோடவே இருக்கக் கூடாதுடா... அவ ஈரக்குலையை எடுத்து வந்து எங்காலால மிதிச்சு நசுக்குனாத்தான் ஏவ்வாயில பச்சத் தண்ணி படும்... ஆமா...” என்று கத்தியவாறே வெளியே நடந்தார். தலையசைத்து ஆமோதித்தவாறே கூட்டாளிகளோடு பின்னாலேயே சென்றான் முத்துப்பாண்டி. இடி மின்னலுடன் பொத்துக்கொண்டு ஊற்றியது வானம்.

கொட்டும் மழையில் காட்டுக்குள் காளையனை நோக்கி ஓடிக்கொண்டிருந்தாள் வடிவாம்பாள். அவள் பின்னாலேயே மூச்சுத் திணறியபடி ஓடிவந்து கொண்டிருந்தாள் பாப்பாத்தி. மின்னல் பளிச் பளிச்சென வெட்டி பெரிதாய் இடி இடித்துக்கொண்டிருந்தது.

காதைக் கிழிக்கும் இடிச் சத்தம் கேட்டு நிலைதடுமாறிக் கால் வழுக்கிக் கீழே விழுந்தாள் போதும்பொண்ணு. அந்தக் கும்மிருட்டுக்குள் நிதானித்து எழுந்து வடிவாம்பாளின் வீட்டை நோக்கி ஓடினாள். வெட்டுப்பட்ட அவளது கால்கள் அவளுக்கு ஒத்துழைக்க மறுத்தன. ஈரமண்ணில் கால்கள் புதைந்து அவளது வேகத்தைக் குறைத்தன. நொண்டிக்கொண்டே ஓடினாள். பேரமைதியில் உறைந்திருந்தது காடு.

இருளைப் போர்த்திக்கொண்டு உறங்கிக்கொண்டிருக்கும் காட்டினுள்ளே மஞ்சள் ஒளிகளைப் பாய்ச்சியபடி வந்துகொண்டிருந்தன முத்துப்பாண்டி கூட்டாளிகளின் பைக்குகள். கொட்டும் மழையிலும் கோபத்தீ தணியாமல் கொலைவெறியோடு வந்துகொண்டிருந்தது அந்தக் கும்பல். எல்லோருக்கும் முன்னால் தனது பைக்கில் முன்னே சென்றுகொண்டிருந்தான் முத்துப்பாண்டி.

ஒருபக்கம் வடிவாம்பாள்...

ஒருபக்கம் போதும்பொண்ணு...

ஒருபக்கம் முத்துப்பாண்டி...

மூன்று வெவ்வேறு திசைகளிலிருந்து மூவரும் முன்னேறிக்

கொண்டிருப்பதைக் கண்டு பெருமழைக் குளிரில் நடுங்கிக் கொண்டிருந்தது காடு. மூன்று பேரும் ஒருவரையொருவர் நெருங்கிக்கொண்டிருந்தார்கள். வானம் விடாமல் அழுது கொண்டிருந்தது.

காதலனையும் தோழியையும் தேடிக்கொண்டு முன்னே வேகவேகமாக ஓடிக்கொண்டிருந்த வடிவாம்பாளுக்கு ஈடுகொடுக்க முடியாமல், அவள் பின்னாலேயே மூச்சுத் திணறியபடி ஓடிவந்து கொண்டிருந்த பாப்பாத்தி, கால் இடறிக் கீழே விழுந்து கத்தினாள்.

"ஆ... அம்மா...! மகமாயி...!" என்று ஓங்கிக் கத்தினாள். திடுக்கிட்டுத் திரும்பிப் பதறியோடிவந்தாள் வடிவாம்பாள். தன் தாயின் சத்தம் கேட்டு முகம் மலர்ந்தாள் எதிர்த்திசையில் ஓடிவந்துகொண்டிருந்த போதும்பொண்ணு.

"யெம்மா...!"

கத்திக்கொண்டே சத்தம் வந்த திசையை நோக்கி ஓடிவந்தாள் போதும்பொண்ணு.

"என்னாச்சும்மா...?"

பதறியோடிப்போய்க் கீழே விழுந்துகிடந்த பாப்பாத்தியை அள்ளித் தூக்கினாள் வடிவாம்பாள். அதே வேளையில் "யெம்மா...! யெம்மா...!" என்று கத்திக்கொண்டே அங்கு ஓடோடி வந்துசேர்ந்தாள் போதும்பொண்ணு. மழை விட்டபாடில்லை.

"போது...!" வடிவாம்பாள் ஓடிப்போய் அவளைக் கட்டிக்கொண்டாள்.

"வடிவூ...!" என்று கண்கலங்கியபடி கட்டியணைத்துக்கொண்டாள் போதும்பொண்ணு.

இருவரும் கட்டிப் பிடித்துக்கொண்டு கதறியழுதனர்.

"அம்மாடி போது...! ஏந்தாயி...!"

அழுதுகொண்டே வந்து அவர்களைக் கட்டிக்கொண்டாள் பாப்பாத்தி.

"சித்த நேரத்துல பயந்தே போயிட்டேன். என் வயித்துல பாலெ வார்த்துட்டடீ யாத்தா..." என்று குலுங்கிக் குலுங்கியழுதாள். மூவரும் ஒன்றாகக் கட்டியணைத்துக்கொண்டு கதறினர். மூவரின் அடக்க முடியாத அழுகையைக் கண்டு வானமும் சேர்ந்துகொண்டு பெரிதாய் அழுதது.

நிதானத்திற்கு வந்தாள் பாப்பாத்தி.

“ஆத்தா...! காளையன் எங்க...? இனிமே இவுங்க ரெண்டு பேரும் இங்க இருக்கிற ஒவ்வொரு கணமும் ஆவத்து. எங்கயாவது ஓடிப் போயாவுது பொழச்சிக்கட்டும். காளையன் எங்கெடீ யாத்தா...?” என்று படபடப்பாக மகளைக் கேட்டாள். இதைக் கேட்டதும் உ ் ல் துடித்தாள் போதும்பொண்ணு.

“ஆ...ங்... அய்யோ... அம்மா...!”

அடிவயிற்றிலிருந்து ஓங்கிக் கத்தி ஓலமிட்டாள். நெஞ்சிலடித்துக் கொண்டு கதறியழுத அவளைக் கண்டு இருவரும் திகைத்து நின்றனர். ஒருவரையொருவர் திகைத்துப் பார்த்துக்கொண்டனர். அவளது ஓலம் வடிவாம்பாளை ஏதோ செய்தது. உடல் நடுங்கினாள். உள்ளுக்குள் திக்கென்றது. தோழியைப் பிடித்து நிறுத்தி முகத்தின் நேரே விழிகள் பார்த்தாள்.

“என்னடீ போது....? எங்க ஏங் காளையன்...?” குரலுடைந்து கேட்டாள்.

“வடிவூ...! வடிவூ...! அண்ணனெ... காளையன் அண்ணனெ...” அதற்குமேல் பேசமுடியாமல் வார்த்தைகளின்றித் தவித்தாள் போதும்பொண்ணு. அழுதுகொண்டே திரும்பி தான் வந்த திசை நோக்கி கைகாட்டினாள். அவளால் அழுகையை அடக்க முடியவில்லை. திடுக்கிட்டாள் வடிவாம்பாள்.

“என்னடி சொல்ற...? காளையன் எங்க...? ஏங் காளையன் எங்கடீ...?” என்று அவளை உலுக்கிக் கேட்டாள்.

சொல்லத் திராணியின்றிக் கதறிக்கொண்டே திரும்பி, தான் வந்த திசையை நோக்கி கைகாட்டியபடியிருந்தாள் போதும்பொண்ணு. அவ்வளவுதான்...! வடிவாம்பாளுக்கு நெஞ்சு படபடத்தது. உடல் வெடவெடத்தது. துள்ளியெழுந்து அவள் காட்டிய திசையில் சிட்டாய்ப் பறந்தாள். பின்னாலேயே ஓடினார்கள் இருவரும்.

கொட்டும் மழையில் அந்த இருண்ட காட்டினுள்ளே மண்பாதையில் சர்ர்ர்... சர்ர்ரென வந்துகொண்டிருந்தன பைக்குகள். வெறிகொண்ட முத்துப்பாண்டியைப் பின்தொடர்ந்து கொலைவெறியோடு வந்துகொண்டிருந்தனர் அவனது கூட்டாளிகள். அவர்களின் பின்னால் தலைவரின் கார் ஒளியைப் பீய்ச்சியடித்தபடி வந்து கொண்டிருந்தது.

மடைத் திறந்த வெள்ளமெனக் கண்களிலிருந்து கண்ணீர் பெருக்கெடுத்து வழிந்தோடிக் கொண்டிருக்க, வாய்விட்டுக் கதறியழுதபடி சிட்டாய் பறந்தோடி வந்த வடிவாம்பாள், கடைசியாகக் காளையனைச் சந்தித்த இடத்திற்கு வந்துசேர்ந்தாள். இருளில் எதுவும் சரியாகத் தெரியவில்லை. நாலாபுறமும் அங்குமிங்கும் தேடியபடி பதறி நின்றுகொண்டிருந்த பொழுது, பின்னாலேயே ஓடி வந்து சேர்ந்தாள் போதும்பொண்ணு. "அங்க பாரு வடிவூ..." அழுகையை அடக்க முடியாமல் அப்படியே கதறிக்கொண்டு மண்டியிட்டபடி தூரத்தில் கிடந்த காளையனின் உடலைக் கைகாட்டினாள் போதும்பொண்ணு. பளிச் பளிச்சென வெட்டிய மின்னல் வெளிச்சத்தில் அவள் காட்டிய இடத்தை நோக்கினாள் வடிவாம்பாள். அங்கே ஒரு உருவம் வெட்டுப்பட்டுக் கிடந்தது. திக்கித்து மூச்சடைத்தது அவளுக்கு. நிலைகுலைந்து பேச்சு மூச்சற்று உறைந்து நின்றாள். இருளில் அந்த உருவத்தையே வெறித்துப் பார்த்தபடி இருந்தாள். அவளது உடல், பொருள், ஆவி அனைத்தும் இயக்கமற்று அப்படியே உறைந்து நின்றாள். பொலபொலவென ஆறாய்ப் பெருகியோடின கண்ணீர்த்துளிகள். ச்சோவென கொட்டிக்கொண்டிருந்தது பெருமழை.

அவ்வேளையில் சர்ர்ர்... சர்ர்ரென பெரும் இரைச்சலிட்டபடி அங்கு வந்து சேர்ந்தன பைக்குகள். வெறிபிடித்தவனைப் போல் வந்துநின்ற முத்துப்பாண்டியைப் பின்தொடர்ந்து கொலைவெறியோடு வந்து நின்றனர் அவனது கூட்டாளிகள்.

அந்த வண்டிகளின் வெளிச்சத்தில் காளையனின் தலையற்ற உடலைக் கண்டு பீதியடைந்து திக்பிரமை பிடித்தவளாய் அதை நோக்கி நடந்துகொண்டிருந்தாள் வடிவாம்பாள். சுற்றி நடப்பது எதுவுமே கண்களுக்குத் தெரியவில்லை அவளுக்கு.

திடீரென அங்கு வந்துநின்ற முத்துப்பாண்டியின் வண்டிகளைப் பார்த்ததும் திகிலடைந்த போதும்பொண்ணு, சற்றும் தாமதிக்காமல் வடிவாம்பாளைப் பிடிக்க ஓடினாள். வண்டியிலிருந்து இறங்கிய முத்துப்பாண்டி பெரும் ஆவேசத்துடன் வடிவாம்பாளை நோக்கி வந்தான். அவன் பின்னே முரடர்கள் வேகவேகமாக வந்து கொண்டிருந்தனர்.

காளையனின் உயிரற்ற உடலருகே வந்து நின்ற வடிவாம்பாள்,

"ஏஞ்சாமீ...!" என்று காடதிரக் கத்திக்கொண்டு அவனை அள்ளியணைக்க எத்தனித்த வேளையில், பாய்ந்து வந்த போதும்பொண்ணு அவளை

இழுத்துக்கொண்டு புதர் மறைவை நோக்கியோடினாள். வர மறுத்த அவளை வலுக்கட்டாயமாகப் பிடித்து இழுத்துக்கொண்டு இருளில் ஓடிப்போய் இருட்டுக்குள் மறைந்துகொண்டாள். மயிரிழையில் தப்பித்தோடிய அவளைப் பிடிக்க இருளுக்குள் ஓடியது முரடர் கூட்டம். மூச்சுவாங்கியபடி தாமதமாக அங்கு வந்துசேர்ந்த பாப்பாத்தி, அந்த இருட்டுக்குள் முரடர்களைக் கண்டு பதபதைத்து நின்றாள். புதர்மறைவில் ஓரமாய் ஒளிந்துகொண்டாள். கண்களை இடுக்கியபடி இரண்டாம் சாமத்தின் அந்த இருட்டுக்குக் கண்களைப் பழக்கிக்கொண்டு நடப்பவற்றை உற்றுப் பார்த்தாள். வடிவாம்பாளைப் பிடித்துக்கொண்டு போதும்பொண்ணு பதைத்து ஓடுவதையும், முரடர்கள் துரத்திக்கொண்டு ஓடுவதையும் பார்த்துக் குலையே நடுங்கியது அவளுக்கு. புதர் மறைவுகளில் பதுங்கியவாறு மகள் ஓடிய திசையில் ஓடினாள்.

பின்னங்கால் பிடரியிலடிக்க நீண்டதூரம் இழுத்துக்கொண்டு ஓடிய போதும்பொண்ணு, ஒரு புதர் மறைவில் மேல்மூச்சு கீழ்மூச்சு வாங்கியபடி வந்தமர்ந்தாள்.

ஓ...வென வாய்விட்டுக் கதறிய வடிவாம்பாளின் வாயைக் கையால் இறுகப் பொத்திக்கொண்டு, அந்தக் கும்மிருட்டிற்குள் வியர்க்க விறுவிறுக்க சுற்றிமுற்றி நோட்டமிட்டபடியிருந்தாள் போதும்பொண்ணு.

“இனிமே இந்த ஒடம்புல உசிரு இருந்து என்ன பிரயோசனம்... நானும் சாகுறதுதான் சரி” என்று அழுதபடி பிடி தளர்த்த முரண்டு பிடித்துக்கொண்டிருந்தாள் வடிவு.

“வடிவூ...! வடிவூ...! சத்தம் போடாதடி... ஊவ் வயித்துல வளுருற பிள்ளைக்காகவாவது சித்த நேரம் சத்தம் போடாமயிரு வடிவூ...” என்று போதும்பொண்ணு கெஞ்சினாள். வயிற்றில் வளரும் குழந்தையை நினைவுபடுத்தியதும் வடிவாம்பாளின் உடல் தளர்ந்தது. கண்களிலிருந்து பொலபொலவென்று கண்ணீர் கொட்டியது.

“காளையன் அண்ணனோட உசுரு இது வடிவூ” என்று அவளது வயிற்றைக் காட்டிக் கைகுவித்தாள். மெதுமெதுவாகப் பதுங்கியபடி அவர்கள் இருவரையும் வந்தடைந்தாள் பாப்பாத்தி.

“எம் மக்கா...! என் நெஞ்சுக்குலையெல்லாம் பதறுதேடீ... யாத்தா...! நான் யென்ன பண்ணுவேன்...?” என்று அவர்களைக்

கட்டியணைத்துக்கொண்டு சன்னமான குரலில் ஒப்பாரி வைத்தாள். பொத்துக்கொண்டு வந்த அழுகையை அடக்கமுடியாமல் வடிவாம்பாளும் உடைந்து அழ, மூவரும் கட்டிக்கொண்டு ஓவென அழுதனர்.

“டேய்...! அந்தப் பொட்ட முண்ட இங்கயிருந்து தப்பிச்சுப் போயிரக் கூடாது. நல்லாத் தேடுங்கடா...” முத்துப்பாண்டியின் ஓங்கிய குரல் சற்றருகே கேட்டதும் பதைத்துப்போய் கண்களைத் துடைத்துக்கொண்ட பாப்பாத்தி,

“வா தாயி... நான் ஒன்னய கூட்டிட்டுப் போறேன்...” என்று வடிவாம்பாளின் கையைப் பிடித்து இழுத்துக்கொண்டு முன்னே ஓட பின்னாலேயே ஓடினாள் போதும்பொண்ணு. அவர்கள் ஓடிய திசையில் வானம் மின்னிக் கிளைபரப்பி இடியிடித்து அதிர்ந்தது. சற்றருகே காவிரியாறு கரைபுரண்டு ஓடிக்கொண்டிருந்தது. தீராப் பெருமழை ஓயாது நெடுநேரமாகப் பெய்துகொண்டேயிருந்தது.

மூவரும் காவிரியாற்றை நோக்கி ஓடிக்கொண்டிருக்க, பின்னாலேயே தேடி நெருங்கி வந்துகொண்டிருந்தனர் முரடர்கள். ஏதோவொரு சக்தி வந்து தன்னுள்ளே புகுந்துகொண்டது போல் வடிவாம்பாளை இழுத்துக்கொண்டு ஆற்றை நோக்கி ஓடினாள் பாப்பாத்தி. வெட்டுப்பட்ட கால்களை எடுத்து வைக்க வலுவின்றி, பெருமுயற்சியெடுத்து சக்தியை வரவழைத்துக்கொண்டு கெந்திக் கெந்திப் பின்னாலேயே ஓடிக்கொண்டிருந்தாள் போதும்பொண்ணு. வேகவேகமாக விரட்டி வந்து போதும்பொண்ணுவின் தலைமுடியைப் பிடித்தான் முத்துப்பாண்டி.

“ஆத்தா...!” அலறினாள் போதும்பொண்ணு. திடுக்கிட்டு பாப்பாத்தியும், வடிவாம்பாளும் திரும்பிப் பார்த்தனர். போதுவின் கூந்தலைப் பிடித்துக்கொண்டு கொலைவெறியோடு நின்றுகொண்டிருந்தான் முத்துப்பாண்டி.

“யெய்யா...! யெய்யா...! பாண்டி...! வேணாம்யா...” என்று பாப்பாத்தி கைகுவித்துக் கெஞ்சிக்கொண்டே வந்தாள். அவனைப் பார்த்துப் பயந்துகொண்டே பின்னாலேயே நகர்ந்தாள் வடிவாம்பாள்.

“வடிவூ...! ஓடீரு வடிவு...” கத்தினாள் போதும்பொண்ணு. அதைக் கேட்டதும் விருட்டென திரும்பி ஓடத்தொடங்கினாள் வடிவு. அவள் ஓடுவதைப் பார்த்ததும், கோபமாய்ப் போதும்பொண்ணுவைத்

தள்ளிவிட்டு வேகமாக நடந்தான். சுழன்றுகொண்டே போய் தூர விழுந்தாள் போதும்பொண்ணு.

“யெய்யா...! யெய்யா...! பாண்டி...! வேணாம்யா... பெரும்பாவமுய்யா...” என்று எதிர்நின்று கெஞ்சினாள் பாப்பாத்தி. அவள் பேச்சை ஒரு பொருட்டாகவே எடுத்துக் கொள்ளாத முத்துப்பாண்டி, தூரமாய் ஓடுகிற வடிவாம்பாளைப் பார்த்துக்கொண்டே வேகவேகமாக நடந்தான். தன்னைக் கடந்து செல்ல எத்தனித்த அவனது தோள்களைப் பிடித்து நிறுத்தி,

“யெய்யா பாண்டி... உசுருய்யா... வேணாம்யா” கெஞ்சிக்கொண்டே எதிரே வந்துகொண்டிருந்த பாப்பாத்தியைப் புறங்கையால் தள்ளிவிட்டு நடந்தான். தடுமாறி விழுந்த பாப்பாத்தி, பதறிப் பாய்ந்து முத்துப்பாண்டியின் காலைப் பிடித்துக்கொண்டு கெஞ்சினாள்.

சிலுப்பி உதறிய அவன், “ஏய் பாப்பாத்தி...! ஒனக்கு இது தேவையில்லாதது. நாங் கடுங் கோவத்துல இருக்கேன். ஒழுங்கு மரியாதையா ஓடிப் போயிரு...” என்று மிரட்டிவிட்டுக் கடந்துபோனான்.

“யெய்யா யெய்யா...! ஓங் காலுல வேணுமுன்னா விழுகுறேன். வேணாம்யா... பெரும்பாவமுய்யா...” என்று காலைப் பிடித்துக் கொண்டு விடாமல் கெஞ்சினாள் மருத்துவச்சி. கால்களை உதறியுதறிப் பிடிதளர்த்த பெரிதாய்ப் போராடினான் முத்துப்பாண்டி. அவனை நகரவிடாமல் இறுகக் கட்டிப்பிடித்துக்கொண்டு கெஞ்சிக் கொண்டிருந்தாள் பாப்பாத்தி. கோபத்தின் உச்சிக்கே சென்று மிருகமாக மாறிய அவன், “ஏய்...! என்னைய கொலைக்கு மேல கொலை செய்ய வச்சிராத...” என்றபடியே அவளை ஓங்கி எத்திவிட்டான். துள்ளிக்கொண்டு தூர விழுந்தாள் அவள்.

“வாங்கடா...” என்று அடியாட்களைக் கூட்டிக்கொண்டு முன்னேறினான் முத்துப்பாண்டி.

நிலைமை கைமீறிப் போய்விட்டதைக் கண்டு பதைத்த பாப்பாத்தி, எழுந்து ஓடிச்சென்று முத்துப்பாண்டியின் சட்டையைக் கோத்துப் பிடித்து நிறுத்தினாள்.

“டேய்...! இன்னும் ஒரு அடி எடுத்து வைச்சீங்கன்னா, அப்புறம் என்னைய வேற மாதிரி பார்க்க வேண்டியிருக்கும்...” என்று கத்திக்கொண்டே பலத்தையெல்லாம் திரட்டி அவனைப் பின்னால்

தள்ளிவிட்டாள். தட்டுத்தடுமாறி பின்னே விழுந்த முத்துப்பாண்டியைத் தாங்கிப்பிடிக்க முயன்ற கூட்டாளிகளும் சேர்ந்து கீழே விழுந்து உருண்டனர். இதுதான் சமயமென்று துள்ளித்திரும்பி, வடிவாம்பாளை நோக்கி வேகவேகமாக ஓடினாள் பாப்பாத்தி. சுதாரித்து எழுந்த முரடர்கள் விரட்டிக்கொண்டு ஓடினர். புலிப்பாய்ச்சலில் ஓடிய பாப்பாத்தி, முன்னே ஓடிய வடிவாம்பாளைப் பிடித்து இழுத்துக்கொண்டு ஆற்றின் திசையில் ஓட்டமெடுத்தாள்.

கொட்டும் மழையில் கரைபுரண்டு ஓடிக்கொண்டிருந்த காவிரியாறு காட்டாற்று வெள்ளமாய் எதிரே பயமுறுத்தியது. வெறிபிடித்தவன் போல் துரத்திக்கொண்டு ஓடிவந்த முத்துப்பாண்டி, தன் கையிலிருந்த குத்தீட்டியைச் சுழற்றி ஓடிக்கொண்டிருந்த வடிவாம்பாள் மீது வீசியெறிந்தான். மழைநீரைக் கிழித்துச் சிதறடித்தபடி சுழன்று சுழன்று பாய்ந்து சென்ற குத்தீட்டி வடிவாம்பாளின் முதுகில் குத்தி நின்றது.

“அம்....மா...!” என அலறி விழப்போன அவளைத் தாங்கிப் பிடித்துக்கொண்டாள் பாப்பாத்தி.

சீத்தென ரெத்தம் பீறிட்டுப் பீய்ச்சியடித்தது. என்ன செய்வதென்று புரியாமல் படபடத்த பாப்பாத்தி சுற்றிமுற்றிப் பார்த்தாள். எதிரே காவியாறு கரைபுரண்டு ஓடிக்கொண்டிருந்தது.

கொலைவெறியோடு ஓடிவந்துகொண்டிருந்தான் முத்துப்பாண்டி. பின்னாலேயே அடியாட்கள் ஓடிவந்துகொண்டிருந்தார்கள். பதைபதைத்து நின்ற பாப்பாத்திக்குப் பயம் தொற்றிக்கொண்டது. குலைநடுங்கியது.

“ஆத்தா...! மகமாயி...!” கண்ணீரோடு வான்நோக்கிக் கைகுவித்து வேண்டி நின்றாள்.

திடீரென எங்கிருந்தோ பாய்ந்தோடிவந்து தாவிக்குதித்து முத்துப்பாண்டியை மறித்து நின்றாள் போதும்பொண்ணு. கூரான வீச்சரிவாளைப் பிடித்திருந்த அவளது கைகள் கிடுகிடுவென நடுங்கின.

“ஆத்தா...! வடிவ கூட்டிட்டு ஓடு ஆத்தா... இவுங்கள நான் பார்த்துக்கிறேன்...” என்று கத்திக்கொண்டே கண்ணை மூடிக்கொண்டு வீச்சரிவாளை விளாசினாள். மழையைக் கிழித்துக்கொண்டு சர்ர்ர் சர்ர்ர்ரென வீசிய வீச்சரிவாளின் கூர்முனைக்குச் சிக்காமல் முரடர்கள் அனைவரும் பின்வாங்கியபடியிருந்தனர்.

என்ன செய்வதென்று புரியாமல் படபடத்த பாப்பாத்தி சுற்றிமுற்றி பார்த்தாள். எதிரே காவிரியாறு கரைபுரண்டு ஓடிக்கொண்டிருந்தது.

சட்டென ஒரு முடிவுக்கு வந்தாள். வடிவாம்பாளைக் கைத்தாங்கலாகப் பிடித்துக்கொண்டு ஆற்றங்கரைக்கு ஓடினாள். குன்று போலிருந்த அந்த மண்மேட்டில் மோதித் திரும்பி, சுழித்துக்கொண்டு ஆர்ப்பரித்து ஓடியது ஆறு.

அவர்கள் ஓடுவதைக் கண்ட முத்துப்பாண்டிக்கு வெறியேறியது.

“வேணாம் போது...! நான் கொலைக் காண்டுல இருக்கேன். தள்ளிப் போயிரு...” அவளை மிரட்டினான். எதையும் காதில் வாங்காமல் சர்ர்ர் சர்ர்ர்ர்ரென சகட்டுமேனிக்கு வீச்சரிவாளை வீசியபடியிருந்தாள் போதும்பொண்ணு.

வலியால் துடித்துக்கொண்டிருந்த வடிவாம்பாளைக் கைத்தாங்கலாகப் பிடித்துக்கொண்டு மெதுமெதுவாக மண்மேட்டில் ஏறினாள் பாப்பாத்தி. அதைப் பார்த்ததும் கோபத்தின் உச்சிக்கே சென்ற முத்துப்பாண்டி, மூர்க்கம் கொண்ட மிருகம் போல் பாய்ந்துபோய் போதும்பொண்ணுவைத் தள்ளிவிட்டான். நிலைகுலைந்து பாறையில் மோதி விழுந்தாள் போதும்பொண்ணு.

“வாங்கடா...” என்றபடியே ஓடினான் முத்துப்பாண்டி. பின்னாலேயே கொலையாயுதங்களோடு ஓடினார்கள் அடியாட்கள்.

மெதுமெதுவாக இருவரும் கரைமேட்டிலேறி வந்து பார்த்தபோது எதிரே காவியாறு கரைபுரண்டு ஓடிக்கொண்டிருந்தது. குன்று போலிருந்த அந்த மண்மேட்டில் மோதித் திரும்பி, சுழித்துக்கொண்டு ஆர்ப்பரித்து ஓடிய ஆற்றைப் பார்த்து இருவருமே ஒருகணம் திக்கித்துப் பயந்து நின்றனர்.

கொலைவெறியோடு ஓடிவந்துகொண்டிருந்தான் முத்துப்பாண்டி. பதற்றமானாள் பாப்பாத்தி.

“அம்மாடி...! ஆத்துக்குள்ள குதிச்சிரும்மா. அந்தக் காவேரித் தாயி ஒன்னைய நிச்சயம் காப்பாத்திக் கரைசேர்ப்பா. யோசிக்காத... குதிச்சிருடீயெம்மா” வேறுவழியின்றி வடிவாம்பாளைக் கெஞ்சினாள் பாப்பாத்தி.

ஆர்ப்பரித்து ஓடும் ஆற்று நீரைக் கண்டு மலைத்து நின்றாள் வடிவாம்பாள்.

“நமக்கு வேற வழியில்லை... தயங்காத கண்ணு... இந்தக் காவேரித் தாயி ஒன்னைய நிச்சயம் காப்பாத்திக் கரைசேர்ப்பா... யோசிக்காத... குதிச்சிரு கண்ணு...” என்று கத்தினாள் பாப்பாத்தி.

“எனக்கு நீச்சலடிக்கத் தெரியாதும்மா... தண்ணியக் கண்டாலே எனக்கு பயம்மா...” சுழன்றோடும் ஆற்றுநீரைக் கண்டு மிரண்டுபோய்த் தயங்கியடி நின்றாள் வடிவாம்பாள்.

“அவளைப் பிடிச்சுக் கொல்லுங்கடா...” தப்பியோட வழியின்றி நிற்கும் அவர்களை நோக்கி கொலைவெறியோடு கைநீட்டிச் சுட்டிக் கத்தினான் முத்துப்பாண்டி. அடியாட்கள் ஆவேசமாக நெருங்கி வந்துகொண்டிருந்தனர். அவர்கள் மிகவும் நெருங்கிவிட்டதைப் பார்த்ததும் இன்னும் பதற்றமானாள் பாப்பாத்தி. பயந்து நின்ற வடிவாம்பாளைக் கட்டியணைத்துக் கொண்டாள். ஆர்ப்பரித்து ஓடும் ஆற்றை நோக்கிக் கத்தினாள்.

“ஏ....யாத்தா... காவேரித் தாயே...! ஏவ் வுசுரைக் கூட எடுத்துக்கிட்டு, இந்த மவராசி உசிரெக் காப்பாத்திக் கரைசேரு தாயீ... ஓன் நீதி நெலைக்கணும்டீ யாத்தா...” என்று கத்திக்கொண்டே நீச்சல் தெரியாத வடிவாம்பாளைக் கட்டியணைத்துக்கொண்டு ஆற்றுக்குள் குதித்தாள். அவர்கள் இருவரையும் விழுங்கிக் கொண்டு ஆர்ப்பரித்து ஓடியது ஆறு. இதைச் சற்றும் எதிர்பாராத முத்துப்பாண்டி, கத்திக்கொண்டே ஓடிவந்து ஏமாந்து நின்றான்.

“ச்சை...” என்று ஆற்றாமையால் காடதிரக் கத்தினான். பின்னாலேயே ஓடி வந்த முரடர்கூட்டம் செய்வதறியாது திகைத்து நின்றது. பெரும் இரைச்சலுடன் ஆர்ப்பரித்து ஓடிக்கொண்டிருந்தது ஆறு.

கொட்டும் மழையில் அந்தக் கும்மிருட்டில் மங்கலாகத் தெரிந்த இவற்றையெல்லாம் பார்த்து உறைந்துபோன போதும்பொண்ணு எழ முடியாமல் ஓவெனக் கதறியழுதாள். கணநேரத்தில் யாருமற்ற அனாதையாகிப்போன அவளோடு சேர்ந்துகொண்டு ஓவென அழுது கொண்டேயிருந்தது வானம்.

25

“பெத்த தாயையும் உசுருக்கு உசுரான தோழியையும் என் கண்ணு முன்னாலேயே சாகக் கொடுத்துட்டனே இந்தப் பாவி... ஆங்...” வாய்விட்டு ஒப்பாரிவைத்தாள் தற்போதைய கிழவி போதும்பொண்ணு. நடந்த கதைகேட்டு அதிர்ச்சியோடு உறைந்து நின்றான் மாயாண்டி.

“முப்பது வருஷத்துக்கு முன்னாடி நடந்த அத்தனையும் நேத்து நடந்த மாதிரி ஏங் கண்ணுக்குள்ளேயே நிக்குதுய்யா. ராசா மாதிரி திரியிற ஏங் காளையன் அண்ணனெ தல வேற, முண்டம் வேறயா ஏங் கண்ணு முன்னாலேயே வெட்டுனாய்ங்களே... அதெத்தான் மறக்க முடியுமா...?

பச்சப் புள்ளயின்னு கூட பாக்காம மீனுக்குட்டிய ஈவிரக்கமில்லாமல் பத்தவச்சி எரிச்சிக் கொன்னாய்ங்களே... அதெத்தான் மறக்க முடியுமா...? பெத்த மகளுன்னு கூட பாக்காம சாதிதான் முக்கியமுன்னு என்னோட வடிவாம்பாளக் கொல்லத் துடிச்சாய்ங்களே... அதெத்தான் மறக்க முடியுமா...? ஏந் தோழியோட உசிரக் காப்பாத்த தன்னோட உசுரக் கொடுக்கத் துணிஞ்சு என்னெப் பெத்த ஆத்தா, அந்த மகராசி ஆத்துல குதிச்சு உசுர விட்டாளே ... அதெத்தான் மறக்க முடியுமா...?

நடந்த எல்லாமே ஏம் மனசப் போட்டுக் கரையானாட்டம் அரிச்சிக்கிட்டு தூங்கவிட மாட்டேங்குதுய்யா...”

மூச்சுவிடாமல் புலம்பிக் கதறினாள் கிழவி போதும்பொண்ணு. அந்த மண்பாதையோரத்தில் இருந்த வேப்பமரத்தடியில் கால்களை நீட்டி அமர்ந்துகொண்டு, இரு கைகளையும் விரித்து ஏந்தியபடி கதறியழுதுகொண்டிருந்தாள் கிழவி.

முப்பது வருடங்களுக்கு முன்பு நடந்த அனைத்தையும் கேட்ட மாயாண்டி அதிர்ச்சியில் அப்படியே உறைந்து நின்றான். அவன் கண்களிலிருந்து கண்ணீர்த்துளிகள் ஆறாக வழிந்தபடியிருந்தன.

'முப்பது ஆண்டுகளுக்கு முன்பு தனது அக்கா வடிவாம்பாள் நடமாடிய புண்ணிய பூமி இதுதானா...?' என்று அந்த ஊர்ப்பகுதியைச் சுற்றிமுற்றிக் கவனித்தான். அப்போது இருந்ததாகச் சொல்லும் பசுமையான இயற்கைச்சூழல் இப்போது இல்லை. நாலாபுறமும் பொட்டல் வெளியாகக் காட்சியளித்தது. ஆடுமாடுகள் மேய்வதற்குக் கூட பச்சைகள் இருப்பதற்கான அடையாளமே தெரியவில்லை. காரணம் புரியாமல் குழம்பி நின்றான்.

செம்மறி ஆட்டு மந்தைகளை ஓட்டிக்கொண்டு வீடு திரும்பிக் கொண்டிருந்த அந்த ஊர்க்கிழவி சிறுப்பாயி, மரத்தடியில் ஆள்நடமாட்டத்தைக் கண்டு கண்களை இடுக்கிப் புருவ நெற்றியின்மீது கைவைத்துக் கூர்ந்துநோக்கினாள்.

“ஆரது அங்கன ஒக்காந்துகிட்டு இருக்குறது...? நம்ம போதுவா...?” என்று கேட்டாள்.

கண்களைத் துடைத்துக்கொண்டு,

“ஆமா சின்னாயி... நாந்தான்... ” என்று பதில் சொன்னாள் போதும்பொண்ணு.

“ஏன்டிம்மா பொழுது சாயுற நேரத்துல இங்கன ஒக்காந்திருக்க...? அதாரு...? யாரோ நிக்கிற மாதிரி தெரியுது...?” சிறும்பாயிக் கிழவி உற்றுப்பார்த்தாள்.

“ஏம் மருமகப்புள்ளத்தான் சின்னாயி. தூரத்து ஒறவு. இம்புட்டு காலஞ்செண்டு இப்பத்தான் இந்தக் கெழவியத் தேடி வந்திருக்குது.” என்று பதிலளித்துக்கொண்டே போதும்பொண்ணு கையூன்றி எழுந்தாள். வெற்றிலைக் கறைபடிந்த பற்கள் தெரிய இளித்தாள் சிறும்பாயிக் கிழவி.

“எனக்கு ஒட்டு ஒறவுன்னு யாரும் இல்ல. நாஞ் செத்தா ஊரு

மொத்தமுஞ் சேந்து நல்லபடியா தூக்கிப் போட்டுருங்கன்னு எப்பப் பார்த்தாலும் வேதனைப்பட்டு பொலம்பிக்கிட்டு இருந்தியே... இப்பப் பார்த்தியா...? ஆத்தா கண்ணெத் தொறந்திட்டா... சந்தோசமாத்தா... ரெம்ப சந்தோசம்...'' என்று வாழ்த்திவிட்டு நிற்காமல் ஆட்டுமந்தையின் பின்னால் நடந்தோடினாள். இதைக் கேட்டதும் உள்ளம் பூரித்துப்போனாள் போதும்பொண்ணு. தனக்கு உறவென்று சொல்ல ஒரு நாதியும் இல்லாமல் சதா எந்நேரமும் புலம்பிக்கொண்டிருந்ததை நினைத்துப் பார்த்தாள். யாரைப் பார்த்தாலும் எடுத்தெறிந்து பேசாமல் கரிசனத்துடன் பேசி உறவாடியதை எண்ணிப்பார்த்தாள். எல்லா வீடுகளுக்கும் சென்று பேச்சுக்கொடுத்து வேலைகளை இழுத்துப்போட்டுக்கொண்டு செய்ததை மனக்கண்முன்னே ஓட்டிப்பார்த்தாள். இத்தனை வருட கண்ணீருக்கும் புலம்பலுக்கும் மருந்து தடவ தேவதூதனாய் ஒருவன் தன் கண் முன்னே உருவமாய் வந்து நிற்பதைக் கண்டு உள்ளம் பூரித்தாள். உள்ளுக்குள் துள்ளிக்குதித்தாள். புதிதாயொரு தைரியம் உருவானதை போல மனம் நிறைந்தாள்.

அந்தி சாய்ந்து கொண்டிருந்தது. போதும்பொண்ணு கூடையைக் கக்கத்தில் வைத்துக்கொண்டு முன்னே நடக்க, மாயாண்டி பின்னே நடந்துபோனான். கண்ணுக்கெட்டிய தூரம்வரை நிலமெல்லாம் வானம் பார்த்த பூமியாகவே தென்பட்டது. என்னவென்று புரியாமல் அவளிடம் கேட்டேவிட்டான் மாயாண்டி.

“கண்ணுக்கெட்டுன தூரம்வரைக்கும் ஒரு பச்சை, பூண்டு கூட காணலையே... தரையெல்லாம் அனலா தகிக்கிதே...'' என்று வாய்விட்டுக் கேட்டேவிட்டான்.

“அந்தக் கொடுமைய ஏங்கண்ணு கேக்குற...? கரைபுரண்டு தண்ணீ ஓடிக்கிட்டிருந்த காவிரியாத்துல இப்ப மணலு லாரிகதான் ஓடிக்கிட்டு இருக்குது. எங்க காலத்துலயே இந்தக் காவேரித் தாயெ துடிக்கத்துடிக்கக் கொன்னு போட்டுட்டாய்ங்க அந்தப் படுபாவிப் பசங்க. இப்ப அவளோட வெறும் சவத்தைத்தான் வெட்டிக்கிட்டு இருக்காய்ங்க படுபாவிக...'' என்று வருந்திப் புலம்பினாள்.

“என்னத்தா சொல்ற...?'' என்று குழம்பிக் கேட்டான் மாயாண்டி.

“நிலத்தடி நீர்மட்டம்லாம் பாதாளத்துக்குப் போயிருச்சு காள. விவசாயம் பார்த்தவங்க எல்லாம் பொழப்பத் தேடி அசலூரு போயிட்டாங்க. குடிக்கிற தண்ணிக்கிக்கூட கால்கடுக்க நடந்துபோயி

புடிச்சிட்டு வர வேண்டியிருக்கு. வசதி படைச்சவன் வாழுறான். எங்கள மாதிரி வசதியில்லாத சனங்க கெடந்து அல்லாடுதுக...” வேதனைகளை வார்த்தைகளால் வெளியிட்டாள் போதும்பொண்ணு.

“யாரு இதயெல்லாம் பண்ணுறது...? ” என்று மாயாண்டி கேட்டான்.

“வேற ஆரு...? எல்லாம் ஒனக்கு வேண்டப்பட்டவங்க தான். வா... எல்லாம் ஒனக்குப் போகப்போகத் தெரியும். கம்முன்னு வா காள... ஊரு வந்துருச்சு” என்று அவனை வாயடக்கிவிட்டு ஊருக்குள் நுழைந்தாள். ஊர்சனம் அவர்களை நோட்டமிட்டது.

“ஏ....போது...! ஆளு யாரு? புதுசாத் தெரியுது?”

“யாருக்கா இது...?”

“தம்பி யாரு...? புது மொகமா இருக்கு...”

ஊர்சனத்தின் விசாரிப்புகளுக்குத் தகுந்தவாறு பதிலளித்துக்கொண்டே மாயாண்டியைக் கூடவே கூட்டிக்கொண்டுவந்தாள் கிழவி.

“இந்தா... தெரியுதுல்ல? இதுதாய்யா ஓம் மாமியா வூடு... பார்த்துக்க” என்று யாரும் அறியா வண்ணம் காதுக்குள் கிசுகிசுத்துச் சுட்டிக்காட்டினாள். பேராவலுடன் திரும்பிப் பார்த்தான் மாயாண்டி. ஒரு பாழடைந்த பங்களா அங்கிருந்தது. சுவரெல்லாம் கருமைபடிந்து உள்ளே இருள்சூழ்ந்து பார்க்கவே பரிதாபமாக இருந்தது. தன் அக்கா வடிவாம்பாள் பிறந்து வளர்ந்த வீடு இதுதானா என்று மனம் நம்ப மறுத்தது. மலைத்துப்போய் வைத்த கண் வாங்காமல் உறைந்து நின்றான். வேற யாரும் கவனிக்கிறார்களா என்று சுற்றிமுற்றி நோட்டம்பார்த்துவிட்டு வெடுக்கென்று அவன் கையைப் பிடித்து இழுத்துக்கொண்டு நடந்தாள் போதும்பொண்ணு.

வீடு வந்து சேரும் வரை அவன் மனம் அங்கேயே, அந்தப் பாழடைந்த மச்சுவீட்டின்மீதே தங்கியிருந்தது. அவன் மனதுக்குள் ஏதேதோ எண்ணவோட்டம் ஓடத்தொடங்கியது. வீட்டுக்குள் அவனை வரவேற்றுப் பாய்விரித்து அமரவைத்தாள் போதும்பொண்ணு.

“சித்த நேரம் பொறுய்யா. கண்ண மூடி முழிக்கிறதுக்குள்ள சோறாக்கிடுறேன்...” என்று பரபரத்தாள். ஓடியாடி அவள் சமைத்து முடிக்கும்வரை ஏதோ ஆழ்ந்த யோசனையில் கிடந்தான் மாயாண்டி. மனம் அந்தப் பாழடைந்த மச்சுவீட்டின்மீதே தங்கியிருந்தது. சிறிது நேரத்திற்குள் ஆவிபறக்க சோற்றைப் போட்டுவந்து அவன் முன்னால்

தட்டை நீட்டினாள் கிழவி.

“சாப்புடு கண்ணு... ஏதோ அவசரத்துக்கு இந்தக் கெழவியால முடிஞ்சது” என்று நீட்டினாள். அதை வாங்கிப் பிசைந்து ஏதோவொரு யோசனையில் வாயில் சோற்றை அள்ளிப்போட்டு மென்றுகொண்டிருந்தான் மாயாண்டி.

“என்ன காள யோசனை...? நீ என்ன நினைக்கிறேன்னு தெரியும். சாப்புடு சொல்றேன்...” என்று கிழவி சொன்னாள். ஏதும் பேசாமல் ஏதோ யோசனையிலேயே சாப்பிட்டுக்கொண்டிருந்தான் மாயாண்டி.

“வடிவு வீடு இருளடைஞ்சுக் கிடக்குறதப் பார்த்தா அவ அப்பா, அம்மா ரெண்டு பேரும் என்ன ஆனாங்கன்னு தானே யோசிக்கிற...?” கிழவி கேட்டாள்.

“ஆமாத்தா...” என்று தன் ஐயத்தை ஒப்புக்கொண்டான் அவன்.

“அவ அம்மாக்காரி போயிச் சேர்ந்துட்டா. ஏம் புள்ளைய கொன்னுட்டாங்க... ஏம் புள்ளையக் கொன்னுட்டாங்க...ன்னு புத்தி பேதலிச்சுத் திரிஞ்சா அந்த மனுசி. பார்க்காத வைத்தியமில்ல, போகாத கோயிலில்ல, செய்யாத சாங்கியம் இல்ல... ஒடம்பு நோவுன்னா அதுக்கு மருந்து இருக்கும். மனசு நோவுக்கு எங்கய்யா மருந்து இருக்கு...? சேலையக் கிழிச்சுக்கிட்டு ஊருக்குள்ள திரிஞ்சவளப் புடுச்சு வூட்டுக்குள்ள சங்கிலியால கட்டிப்போட்டாங்க. ராத்திரியும் பகலுமா அவ கத்துற சத்தத்தில ஊரே தூக்கமில்லாம தவியாத் தவிச்சுச்சு. பொலம்பிப் பொலம்பி ஒருநா அதுவும் போயிச் சேர்ந்திருச்சு. அதுவா செத்துப் போச்சா, இல்ல... மூச்சப் பொத்தி கொன்னுட்டாய்ங்களான்னு தெரியல... அதுக்குப் பொறவு வீடே களையிழந்து போச்சுய்யா...” என்று கண்களைத் துடைத்துக்கொண்டாள்.

“அக்காவோட அப்பாரு...?” என்று கேட்டான் மாயாண்டி.

“அந்த மவராசி நாண்டுகிட்டு செத்ததுக்கு அப்புறம் அந்தப் பெரிய மனுசரு என்ன நெனச்சாரோ தெரியல... களையிழந்து போயிட்டாரு. இப்ப நடைப்பிணமாத்தான் நடமாடுறாரு. அந்தப் பழைய மிடுக்கு இல்லை, நடை, உடை, பேச்சு இல்லை. ஏதோ மனுசன் ஒப்புக்கு உசிரோட இருக்குறாரு.” என்று கிழவி வருந்தினாள்.

“என்னாது...? அக்காவப் பெத்தவரு இன்னும் உசிரோடதான் இருக்குறாரா...?” ஆச்சரியமாகக் கேட்டான் மாயாண்டி.

“ஆளா இருக்குறாரு. அம்புட்டுத்தான். ஏவ் வடிவு போனதுக்கப்புறம் ஆங்காரமா வந்து மந்தையில வந்து மண்ணை வாரி இறைச்சுப்புட்டு வந்தவதான் நானு. அதுக்கப்புறம் துஷ்டனைக் கண்டா தூரப்போகுற மாதிரி, அந்தாளு இந்தப் பக்கமா வந்தா, நானு அந்தப் பக்கமா ஒதுங்கிப்போயிருவேன்.

அந்த மனுசி மரகதம்மா நாண்டுகிட்டுச் செத்துப்போன பொறவு ஆளே ஒடைஞ்சு போயிட்டாரு. ஒருநா என்னத்தேடி இந்த வூட்டுக்கே வந்தாரு. நான் தெகைச்சுப்போயி நின்னேன். மடார்னு காலுல வுழுந்துட்டாரு. ‘ஏம்மகமேல நீ காட்டுன அக்கறையக் கூட நாங் காட்டல. புத்தி கெட்டுப் போயி ஒன்னையும் அனாதையாக்கிட்டேன். அந்தப் பாவந்தான் இப்ப என்னைய அனாதையாத் திரிய வச்சிருச்சு’ன்னு தரையில் விழுந்து கும்புட்டவரு, வம்படியா எந்திரிக்காம சின்னப்புள்ளை மாதிரி அழுதுக்கிட்டே இருந்தாரு. நான் இளகிப்போயிட்டேன். எம்புட்டோ சொல்லியும் எந்திரிக்க மாட்டேனுட்டாரு. அப்புறம் நான் 'மன்னிச்சுட்டேன்'னு சொன்னதுக்கு அப்புறந்தான் மனுசன் எந்திரிச்சாரு. பெறகென்ன...? என் உசுருக்குசுரான தோழி வடிவாம்பாளெப் பெத்தவர ஏவ் வொறவா நெனச்சுப் பணிவிடை செஞ்சுக்கிட்டு வாரேன்.

இப்பல்லாம் ரொம்ப நடமாட்டம் குறைஞ்சு போச்சு. வயசாயிருச்சுல்ல... லொக்கு லொக்குன்னு இருமிக்கிட்டு இப்பவோ அப்பவோன்னு உசிரக் கையில புடிச்சிக்கிட்டுக் கெடக்குறாரு....” என்று தன் மனவேதனையைக் கொட்டித்தீர்த்தாள்.

“அக்கா உசுரோட இருக்குறத அவர்ட்ட சொல்லிப் பார்ப்போமா...? நான் பார்க்க வரட்டுமா...?” என்று மாயாண்டி படபடத்தான்.

“எனக்கும் அதேதான் ஒரே ரோசனையா இருக்கு.” என்று யோசித்தவள், ஒரு முடிவுக்கு வந்தவளாய், “சரி... இப்ப அவருக்குத்தான் சோறு கொண்டு போறேன். நீயி இங்கேயே இரு. நான் போயி சொல்லிப் பார்க்குறேன். அவரு என்ன சொல்றாரோ அதுக்கேத்த மாதிரி அவரப் பார்க்குறதா, வேணாமான்னு முடிவு எடுப்போம்,” என்று சொல்லிவிட்டு ஒரு சட்டியில் சோற்றை அள்ளிப் போட்டுக்கொண்டு புறப்பட்டாள்.

வயிற்றுப் பிழைப்புக்காக ஓடியாடி உழைத்துவிட்டு வீடடைந்த சனம் அசதியில் தூக்கத்தைத் தழுவிக்கொண்டிருந்தது. ஒருசிலரே வீட்டு வாசலில் விரிப்பு விரித்துக் கதைபேசிக்கொண்டிருந்தனர்.

சட்டியில் சோற்றைப் போட்டுக்கொண்டு தெருவின் ஊடாகப் போய்க்கொண்டிருந்த கிழவி போதும்பொண்ணுவைப் பார்த்து,

"யென்ன கொழம்புடீ வச்சே போது...?" என்று கேட்டாள் லெட்சுமாயி கிழவி.

"நாலு கத்திரிக்காய அறுத்துப் போட்டுப் புளிக்கொழம்ப வச்சேன் லெச்சுமிக்கா..."

"இந்தா... கொஞ்சம் சுண்டவத்தல கொண்டு போ..." என்று கைநிறைய சுண்டைக்காய் வத்தல்களை அள்ளிக்கொடுத்தாள் லெட்சுமாயி கிழவி. அதை வாங்கிக் கொண்டு தலைவரின் வீட்டை நோக்கி நடந்துபோனாள் போதும்பொண்ணு. தெரு ஊடாகப் போய்க்கொண்டிருந்த போதும்பொண்ணுவின் கையிலிருந்த சட்டி உணவை மோப்பம் பிடித்துக்கொண்டு வாலாட்டியபடியே தெருநாயொன்று பின்னாலேயே வந்தது. அவள் தலைவரின் வீட்டுச் சுற்றுச்சுவர் வாசலுக்குள் நுழைந்தாள். இருள் அப்பிக்கிடந்த வீட்டின் முற்றத்திலிருந்து வந்த இருமல் சத்தம் தலைவரின் இருப்பை அறிவித்துக்கொண்டிருந்தது. உடலை வருத்தித் துள்ளித்துடித்து இருமியபடி கயிற்றுக் கட்டிலில் படுத்துக்கிடந்த அவர், போதும்பொண்ணுவின் காலடியோசை கேட்டு மெதுவாக எழ எத்தனித்தார். அதுவரை பின்தொடர்ந்து வந்த தெருநாய், முற்றத்துத் திண்ணையில் அவள் ஏறியதைக் கண்டு வாசலிலேயே நின்றுகொண்டது. சிரமப்பட்டு எழ முயற்சித்த அவரை எழுந்து அமர உதவினாள் கிழவி. அடிவயிற்றிலிருந்து கிளம்பி வந்த கடும் இருமல் அவரைப் பாடாய்ப் படுத்திக்கொண்டிருந்தது. நெஞ்சுக்கூட்டைத் தடவி விட்டு, குடிக்கத் தண்ணீர் கொடுத்துவிட்டு சட்டியிலிருந்த சோற்றையள்ளித் தட்டில் போட்டுக் குழம்பூற்றிக் கொடுத்தாள். தட்டிலிருந்த சோற்றைப் பிசைந்து வாயில் வைத்த அவரிடம், தயங்கித் தயங்கி, "அப்பூ...! நம்ம வடிவு இன்னும் உசிரோட இருக்குறாளாம்ப்பூ..." என்று சொல்லும்போது அவளது கண்கள் கலங்கி குரல் உடைந்தது. சோற்றை மென்றுகொண்டிருந்த தலைவர், அதைக்கேட்டதும் அதிர்ந்து உறைந்து அவளையே பார்த்தார். பொலபொலவென்று கண்ணீர் சிந்திக்கொண்டிருந்த போதுக்கிழவியின் முகம் அதை ஆமோதிப்பது போலத் தலையசைத்தது. இத்தனை வருடகாலம் இறுகிப்போயிருந்த அவரது முகம் நீண்ட நாட்களுக்குப் பிறகு மலர்ந்து பிரகாசிக்கத் தொடங்கியது.

26

மனசெல்லாம் மகிழ்ச்சி ஆறாகப் பெருகியோட, தனது வீடுநோக்கி வெக்குவெக்கென்று ஓடிவந்தாள் கிழவி போதும்பொண்ணு.

"அய்யா மாயாண்டி…! வாய்யா… வாய்யா… பெரியவரு ஒன்னைய கையோட கூட்டிக்கிட்டு வரச்சொன்னாரு. வாய்யா போவலாம்…" என்று வாயெல்லாம் வெற்றிலைக் கறைப்பற்கள் தெரியக் கூப்பிட்டாள். இதைக் கேட்டதும் மாயாண்டியின் மனம் மகிழ்ந்தது. தூக்கமின்றி எதையெதையோ நினைத்துக்கொண்டு புரண்டு புரண்டு படுத்துக்கிடந்த மாயாண்டி, அவளது சத்தம் கேட்டு எழுந்து அமர்ந்தான்.

"நாங்கூட என்ன சொல்லுவாரோ, பழையபடி வேதாளம் முருங்கை மரத்து மேல ஏறிருமோன்னு உள்ளுக்குள்ள திக்குதிக்குன்னு பதறிக்கிட்டு இருந்தேன். நல்லவேளை… அந்த மகமாயி புண்ணியத்துல நான் பயந்த மாதிரி எதுவும் நடக்கல…" முகம் மலர வானைநோக்கிக் கையெடுத்துக் கும்பிட்டாள் கிழவி. ஓடோடிவந்த களைப்பால் அவளது வயதான உடல் மூச்சிரைத்தது. வியர்த்துக் கொட்டியது. விருட்டென எழுந்து அவளருகில் வந்தான் மாயாண்டி. வியர்க்க விறுவிறுக்க அவளது முகப்பூரிப்பைக் கண்டு அவனுக்கு நம்பிக்கை பிறந்தது.

“ஒன்னைய இப்பவே கையோட கூட்டிட்டு வரச் சொன்னாரு காளெ. எதையும் யோசிச்சு மனசப் போட்டுக் குழப்பிக்காத. நாம பயப்பட்ட மாதிரி எதுவும் இல்ல. நம்பி வா கண்ணு...” என்று அவன் கையைப்பிடித்து இழுத்துக்கொண்டு நடந்தாள். தூரத்தில் நாயொன்று ஊளையிட்டுக்கொண்டிருந்தது.

ஊரே ஆழ்ந்த உறக்கத்தில் மூழ்கியிருக்க, வெளிறிப்போன தனது கண்களை இடுக்கி நெற்றியின்மீது நீட்டவாக்கில் கைவைத்து வாசலைக் கூர்ந்து நோக்கிக் கொண்டிருந்தார் தலைவர். அவரது மனம் தனது வருங்காலச் சந்ததியை எதிர்பார்த்துக் காத்திருந்தது. மனம் முப்பது வருடங்களுக்கு முன்பு அங்கு ஓடியாடி மான்போலத் துள்ளி விளையாடிய தன் அன்பு மகள் வடிவாம்பாளை நினைத்துப் பார்த்தது. வடிவாம்பாள் மனக்கண்முன் தெரியத்தொடங்கினாள்.

தாவணி போட்ட தனது செல்ல மகள் முற்றத்து சாய்வுநாற்காலியில் அமர்ந்திருந்த தன்மடியில் அமர்ந்துகொண்டு, தனது கம்பீரமான முறுக்குமீசையைப் பிடித்து இலகுவாக்கிக் கீழிறக்கிச் சீவிவிட்டு, “ம்.... இப்பத் தாம்ப்பா பார்க்க அழகா ராசா மாதிரி இருக்குறீங்க...” என்று சிறுகுழந்தைபோலத் தனது கன்னத்தைப் பிடித்து அந்த விரல்களை முத்தமிட்டுக் கொஞ்சிய காட்சி கண்முன்னே நிழலாடியது. கண்கள் கலங்கித் துடித்தன. அழுகையை மீறி இருமல் பீறிக்கொண்டு வந்தது. உடல் குலுங்கி லொக்குலொக்கென்று இருமிக்கொண்டிருந்த அவ்வேளையில், மாயாண்டியைக் கைபிடித்து அழைத்துக்கொண்டு உள்ளே நுழைந்தாள் கிழவி போதும்பொண்ணு.

ஆளரவம் கேட்டுக் கண்களை இடுக்கி உற்றுநோக்கினார் தலைவர். கண்ணுக்கெட்டும் சற்றுதூரத்தில் அவர்கள் வந்துகொண்டிருப்பதை மங்கலாகக் கண்டுணர்ந்து, உள்ளம் மகிழ்ந்து பரவசமாகி, உடல் துடித்து, தட்டுத்தடுமாறி கட்டிலிலிருந்து எழ எத்தனித்தார். அவர் தடுமாறியபடி எழுந்து நிற்க முயற்சிப்பதைக் கண்டு துடித்துப்போன போதும்பொண்ணு, சட்டென்று ஓடிப்போய் அவரைத் தாங்கிப்பிடித்து கைத்தாங்கலாக நிறுத்தினாள். மாயாண்டி வந்துகொண்டிருந்தான்.

“வா கண்ணு... இதுதான் சாமி ஒஞ் சொந்தம். இத்தனை வருசமா உசிரைக் கையில புடிச்சிக்கிட்டு அனாதியாக் கெடந்ததுக்கு அந்த ஆத்தா மகமாயி கண்ணைத் தொறந்து வழி காட்டியிருக்குறா...” கண்கள் கலங்க போதும்பொண்ணு கூறினாள். நடை தளர்ந்து நெருங்கிவந்தான் மாயாண்டி. தட்டுத்தடுமாறி மாயாண்டியைக்

ஜீவிதன்

கட்டியணைக்கக் கைகளை விரித்துக்கொண்டே நடந்துவந்தார் தலைவர். அவனை அறியாமல் கலங்கி நின்றன மாயாண்டியின் கண்கள். அவனைத் தாவி அணைக்க முற்பட்ட கிழவாடி, தடுமாறிக் கீழே விழப்போக, பாய்ந்துவந்து கீழே விழாமல் அவரைத் தாங்கிப்பிடித்து நின்றான் மாயாண்டி. இருவரும் ஒருவரையொருவர் இமைகொட்டாமல் பார்த்து நின்றனர். அவர்களையறியாமல் இருவரின் கண்களிலிருந்தும் பொலபொலவென்று கண்ணீர்த்துளிகள் அருவியாகக் கொட்டின. வானமும் சேர்ந்துகொண்டு அழத் தொடங்கியது....

27

கீழ்வானம் வெளுத்து பறவைகள் கீச்சிட்ட பொழுது போதுக்கிழவி சமைத்து முடிக்கும் தறுவாயிலிருந்தாள். நாட்டுக்கோழியொன்றைப் பிடித்து அடித்து மணமணக்க குழம்பு வைத்துக்கொண்டிருந்தாள். நாட்டுக்கோழிக் குழம்பென்றால் வடிவாம்பாளுக்கு அம்புட்டு உசிர்...! அவள் சப்புக்கொட்டிச் சாப்பிடுவது நினைவுக்கு வந்தது. உள்ளம் புழுங்கிக் கண்கள் கலங்கின. விறகுப்புகை கண்களை உறுத்த, கண்களைக் கசக்கிக்கொண்டே விறகுக்குச்சிகளை அடுப்புக்குள் கூட்டிவைத்து, ஊதுகுழலால் ஊதியூதி அடுப்பை எரிக்கப் பெரும்பாடு பட்டுக்கொண்டிருந்தாள். கமகமவெனக் கறிக்குழம்பு கொதிக்கத் தொடங்கியது. கொதிக்கும் குழம்பை கரண்டியில் கொஞ்சம் அள்ளியெடுத்து, உள்ளங்கையில் சுடச்சுட ஊற்றியெடுத்து மறுகணமே நாக்கால் நக்கி ருசிபார்த்துக்கொண்டாள். எல்லாம் சரியாக இருக்க முகம் மலர்ந்தாள். அடுப்பில் விறகுகளைக் கூட்டி வைத்துவிட்டு, எழுந்துபோய் கயிற்றுக்கட்டிலில் உறங்கிக்கொண்டிருக்கும் மாயாண்டியை எழுப்பிவிட்டாள்.

“மாயாண்டி...! அய்யா மாயாண்டி...! ஏந்திரி காளெ....” என்று எழுப்பினாள்.

இரவு முழுக்கத் தூக்கமின்றி எதையெதையோ நினைத்துக்கொண்டு படுத்துக்கிடந்த மாயாண்டி, அவளது குரல் கேட்டு, “இந்தா... முழிச்சுக்கிட்டு தாங்க்கா இருக்குறேன்” என்று எழுந்து அமர்ந்தான்.

“ஏந்திரி காளெ... வானம் இருண்டு கெடக்குது. பொழுதோட போனாத்தான் வெரசா ஊரு போயிச் சேரமுடியும்” என்று முடுக்கினாள்.

“இல்லக்கா... சாப்புடயெல்லாம் நேரமில்லைக்கா... காலாகாலத்துல நான் ஊருக்குப் போயாகணும். அங்க என்னாச்சோ ஏதாச்சோன்னு மனசு கெடந்து தவியாத் தவிச்சுக்கிட்டு இருக்கு. கோவிச்சுக்காதக்கா...” என்று அவன் சொல்லிமுடிக்குமுன்னே குறுக்கிட்டாள் போதுக்கிழவி.

“அய்யா...! காளெ...! என்னய்யா இப்புடிச் சொல்லிப்புட்ட...? இந்த அனாதைச் சிறுக்கிக்கி ஒட்டு ஒறவுன்னு சொல்லிக்க ஒரு நாதியும் இல்லியேன்னு ராவும் பகலுமா எம்புட்டு வெசனப்பட்டுருப்பேன்? புழுங்கிப் புழுங்கி வேதனைப்பட்டுருப்பேன்? அனாதைப் பொணமாப் போயிறக்கூடாதுன்னு, அடிச்சாலும் புடிச்சாலும் இந்த ஊரையே குட்டிபோட்ட ஆடாட்டம் சுத்திச்சுத்தி வந்துகிட்டு, வெந்ததைத் தின்னுப்புட்டு விதி வந்தாச் சாவோமுன்னு காலத்த ஓட்டிக்கிட்டு இருந்தேன். எந்தச் சாமி புண்ணியமோ...? மதுரைவீரன் சாமியாட்டம் திடுதிப்புனு வானத்துலயிருந்து குதிச்சு நீயி நிக்கிற. என்னோட வடிவாம்பா உசுரோட இருக்குறான்னு சொல்லுற. நடக்குறதையெல்லாம் பார்க்குறப்போ ஏங் கண்ணெ என்னாலயே நம்பமுடியல ராசா...

இப்ப எனக்கு எப்படி இருக்குது தெரியுமா...? பத்து யானைபலம் வந்தமாதிரி தெம்பா இருக்குய்யா. இனிமே நீயி வடிவோட தம்பி மட்டுமில்லை. என்னோட தம்பியுந்தான். ஒன்னைய வெறும் வவுத்தோட அனுப்பறதுக்காய்யா நாட்டுக்கோழிய அடிச்சி ஆசையாசையா சமைச்சு வச்சிருக்கேன். கெளம்பிட்டு வா காளை... இந்த அக்காவுக்காக ஒரு வாயி சாப்பிடுய்யா காளை...” என்று கெஞ்சினாள்.

அதற்குமேல் அவனால் மறுக்க முடியவில்லை. அவன் அரக்கப்பரக்கக் குளித்துவிட்டு வந்தபோது, நடுவீட்டில் தட்டுநிறையச் சோறு போட்டுக்கொண்டிருந்தாள் போதுக்கிழவி. அதில் நாட்டுக்கோழிக் குழம்பூற்றி ஆவிபறக்கத் தயாராய்க் குந்தியிருந்தாள் அவள்.

தன் பாழடைந்த பங்களாவின் ஒரு இருட்டு அறையினுள்ளே புழுதி படிந்துகிடந்த பொருட்களை ஒவ்வொன்றாக நகர்த்தி எதையோ மும்முரமாக தேடியபடியிருந்தார் தலைவர். தன்னை விட்டு மனைவியும் போனபின்னர், வீட்டுக்குள்ளேயே இருக்கப்பிடிக்காமல்

வீட்டுமுற்றத்திலேயே ஒரு கயிற்றுக் கட்டிலைப் போட்டுக்கொண்டு விதிவந்தால் சாகலாம் என வைராக்கியமாக இருந்த அவரை ஏதோவொன்று உந்தித்தள்ளிவந்து இந்தத் தள்ளாதவயதிலும் மும்முரமாக்கியிருந்தது.

கிளர்ந்து பரவிய தூசித் துகள்களின் உறுத்தலால் இடைவிடாது உடலைக் குலுக்கி இருமிக்கொண்டு தேடியபடியிருந்தார். இருமிக்கொண்டும், மூச்சு விடச் சிரமப்பட்டுக்கொண்டும் சளைக்காமல் தேடிக்கொண்டேயிருந்த அவர், ஓரிடத்தில் மிகப்பழைய இரும்புப் பெட்டியொன்றைக் கண்டதும் தேடியது கண்டடைந்த கிளர்ச்சியுற்றார். முதிர்ந்து தளர்ந்த தனது உடம்பைப் பொருட்படுத்தாமல் வேகவேகமாக அதை நோக்கிப் போகும்போது தட்டுத்தடுமாறி, பின் நிதானித்து நெருங்கினார். பெட்டியின் மீது படிந்திருந்த தூசிகளைக் கைகளால் தட்டிவிட்டார். ஆர்வம் மேலிட இனியும் பொறுக்காமல் பெட்டியைத் திறந்தார். உள்ளே அவர் குடும்பப் புகைப்படங்கள் பொக்கிசமாகப் பாதுகாக்கப்பட்டிருந்தன. ஒவ்வொரு புகைப்படமாக எடுத்து உற்றுநோக்கியபடியிருந்தார். அனைத்தும் அந்தக் கால கறுப்புவெள்ளை புகைப்படங்களாக இருந்தன. ஆர்வமிகுதியால் ஒவ்வொன்றாக எடுத்துப்பார்த்து ஏமாற்றத்தோடு வைத்துக்கொண்டிருந்த அவரது முகம், கடைசியாக இருந்த ஒரு புகைப்படத்தைப் பார்த்ததும் மகிழ்ச்சியில் மலர்ந்தது. உடல் நடுங்கியது. உள்ளம் குதூகலித்தது. தன்னையறியாமல் கண்களிலிருந்து கண்ணீர் பெருக்கெடுத்து வழிந்தது. தோளில் கிடந்த துண்டையெடுத்துப் படபடப்போடு அந்தப் புகைப்படத்தைத் துடைத்து ஆசையாசையாக உற்றுநோக்கினார். சீவிச் சிங்காரித்துத் தலைநிறைய பூவோடு பட்டுத்தாவணியில் நாணத்தோடு புன்னகைத்தபடி இருந்தாள் வடிவாம்பாள். காண்போரை வசீகரிக்கும் அழகுப் பதுமையாக தனது ஆசைமகள் கறுப்புவெள்ளைப் புகைப்படத்தில் நின்றுகொண்டிருப்பதைக் கண்டு விம்மியழுதார் தலைவர்.

“அம்மாடி ராசாத்தி…! ஏங் குலதெய்வமே…!” நெஞ்சோடு அணைத்துக்கொண்டு விம்மிவிம்மியழுதார்.

“கூச்சப்படாம நல்லா அள்ளித் தின்னு காளெ...” என்று கூறிக்கொண்டே குழம்புக்குள் கரண்டியைவிட்டுக் கிண்டி கறித்துண்டங்களை அரித்துப்போட்டாள் கிழவி. ருசியில் மயங்கிப்போய் நன்றாக ருசித்துப் புசித்துக்கொண்டிருந்தான்

மாயாண்டி. அக்கா வடிவாம்பாளுக்கு உடல்நிலை சரியில்லாமல் போனதிலிருந்து சரிவரச் சாப்பிடாமலிருந்த மாயாண்டி, இதுவரை சாப்பிட்டிராத சுவையிலிருந்த நாட்டுக்கோழிக் குழம்பை தன்னை மறந்து தின்றுகொண்டிருந்தான். அவன் அவ்வாறு சுவைத்து ருசித்துச் சாப்பிடும் தோரணையைக் கண்ட போதுக்கிழவிக்குத் தன் உயிர்த்தோழி வடிவாம்பாளை நினைவுபடுத்தியது. நாட்டுக்கோழிக் குழம்பென்றால் வடிவாம்பாளுக்கு அவ்வளவு உயிர். பாப்பாத்தியின் கைப்பக்குவத்தில் சொக்கிப்போன அவள், பாப்பாத்தியிடம் வந்து நச்சரித்து நாட்டுக்கோழிக் குழம்பு வைக்கச்சொல்லி ருசித்துச் சாப்பிடுவாள்.

நினைவுகளில் வந்து வந்து போன வடிவாம்பாளை நினைத்துப் பார்த்த போதும்பொண்ணு, கண்களில் கண்ணீர் பொங்கப் பேசத்தொடங்கினாள்.

“ராணிமாதிரி இந்த ஊரையே ஆளவேண்டியவ... இப்படி எங்கெயோ கண்காணாத எடத்துல, யாருக்கும் தெரியாம தலைமறைவா இருந்துருக்குறாளே பாவிமக. இந்தக் கேணச்சிறுக்கியக்கூடப் பார்க்கத்தோணாம மனசக் கல்லாக்கிக்கிட்டு இருந்துருக்குறாளே சண்டாளி...” என்று முந்தானையால் மூக்கைச் சிந்திக்கொண்டாள்.

“ஹும்... அவ மனசுல என்ன இருந்துச்சோ... யாரு கண்டா...? எந்தச் சாமி புண்ணியமோ... அவ இன்னிக்கு உசுரோட இருக்கிறதே போதும். ஏம்மனசு நிறைஞ்சுருக்கு. அது போதும் எனக்கு...” என்று தன்னையே தேற்றிக்கொண்டு கண்களைத் துடைத்துக்கொண்டாள். ருசித்துச் சாப்பிட்டுக்கொண்டிருந்தான் மாயாண்டி.

“நம்மவூடு மாதிரி நல்லா அள்ளித்தின்னு காளெ...” என்று கூறிக்கொண்டே குழம்புச்சட்டிக்குள் கரண்டியைக் கிண்டி கறித்துண்டங்களை அரித்துப் போட முயற்சித்தபோது பதறிப்போய் தடுத்துவிட்டுக் கைகழுவிக்கொண்டான் மாயாண்டி.

அடுத்த சில மணித்துளிகளில் வீட்டைச் சாத்திவிட்டு இருவரும் புறப்பட்டனர். தூரத்து வானம் இருண்டுகொண்டு வந்தது.

பளீரென்று பொழுது விடிந்தபோது மாயாண்டியைக் கூட்டிக் கொண்டு ஊருக்கு வெளியேயுள்ள காளையனின் வீடுநோக்கி வந்துகொண்டிருந்தாள் போதும்பொண்ணு. குப்பைகூளங்களை வாரியள்ளிக்கொண்டு சுழன்றடித்தது காற்று.

'ஊஊஊ'வென சத்தமிட்டபடி பலமாக வீசிய பெருங்காற்றை எதிர்த்து, தம்மீது விழும் தூசிதுகள்களைப் பொருட்படுத்தாமல் அந்தப் புதர்க்காட்டுக்குள் காளையனின் வீடுநோக்கி எதிர்நடை போட்டுக்கொண்டிருந்தனர் இருவரும். தூரத்து வானில் கருமேகங்கள் திரண்டு இருண்டுகொண்டு வந்தன.

ஊர் எல்லையில் தனது அம்பாசிடர் காரில் வந்துகொண்டிருந்தான் முத்துப்பாண்டி. ஆரம்பத்தில் ஆற்றுமணலை அள்ளி விற்றுக்கொண்டிருந்தவன், அமைச்சருக்கு நெருக்கமாகி, அரசியலில் குதித்து படிப்படியாக முன்னேறி, இப்போது அமைச்சரின் வலதுகரமாக மாறியிருந்தான்.

28

ஊருக்கு வெளியே மக்கள் புழக்கமில்லாத புதர்க்காட்டின் பொட்டல் வெளியொன்றில் மாயாண்டியோடு நின்று கொண்டிருந்தாள் போதுக்கிழவி. வார்த்தைகள் தொண்டைக்குள் சிக்குண்ட பரிதவிப்பில் முந்தானையால் வாயைப் பொத்திக்கொண்டு குலுங்கிக்குலுங்கி அழுது நின்றாள். பழைய நினைவுகளெல்லாம் அவளது நெஞ்சுக்குள் நிழலாடத் தொடங்கின. கண்களிலிருந்து மடைதிறந்த வெள்ளமாய் கண்ணீர் வழிந்துகொண்டிருந்தது.

"காளையன் அண்ணே பொறந்து வளர்ந்த வூடு இதுதாங் கண்ணு..." என்று அங்கு பாழடைந்து கருகிக்கிடந்த ஒரு குடிசைவீட்டின் குட்டிச்சுவரைச் சுட்டிக்காட்டினாள். அதனைக் கேட்டதும் மாயாண்டியின் கண்கள் விரிந்தன. தன்னையறியாமல் வீட்டை நோக்கி நடைபோட்டன கால்கள். நீண்டகாலமாக யாரும் புழங்காததால் புதர்மண்டிக் கிடந்தது வீடு. சின்னஞ்சிறு செடிகளை விலக்கிக்கொண்டு வீட்டுக்குள் அடியெடுத்துவைத்தான் மாயாண்டி. சலசலசலவென மழை தூறத்தொடங்கியது. அந்தச் சின்னஞ்சிறு குடிசைவீட்டின் சிதிலமடைந்த பாகங்களைச் சுற்றி நோக்கிக் கொண்டிருந்த அவனது கண்கள், துக்கம் தாளாமல் கண்ணீர் வடித்துக்கொண்டிருந்தன.

“ஏங் கண்ணு முன்னாடியே.... இங்கதான்.... இந்த வீட்டுக்குள்ள தான்.... காளையன் அண்ணனோட கடைசித் தங்கச்சி மீனுக்குட்டிய.... பச்சப்பிள்ளையின்னுகூட பாக்காம.... கதறக் கதற உசுரோட எரிச்சுக் கொன்னானுங்க பாவிக...” என்று கதறியழுதாள் போதுக்கிழவி.

“வடிவாம்பா வந்து வாழ்ந்திருக்க வேண்டிய வூடு. அவ காலடி வச்சா குடிசை கூட கோபுரமாகும். அம்புட்டு ராசிக்காரி. யாரு கண்ணு பட்டுச்சோ... எல்லாம் சிதைஞ்சு சின்னாப்பின்னமாப் போயிருச்சு. இப்பவும் என் வடிவாம்பாவோட மூச்சுக்காத்து இந்த வீட்டையே தான் சுத்திக்கிட்டு இருக்கும் காள. அள்ளிக்க.... ஒரு பிடி மண்ணை அள்ளிக்க காள... அவ ஆசையெல்லாம் இங்க வந்து ஏங் காளையன் அண்ணனோட சேர்ந்து வாழணுங்கறது தான். பிடிமண்ணை அள்ளி எடுத்துட்டுப் போ காள” என்று அழுதுகொண்டே சொன்னாள்.

மாயாண்டி மண்டியிட்டு அமர்ந்தான். கரிபடிந்த அந்த மண்ணை இரு கைகளால் அள்ளினான். அவன் கண்களிலிருந்து கண்ணீர்த்துளிகள் பொலபொலவெனக் கொட்டின.

“அள்ளி எடுத்துட்டுப் போ காள... அவ நெஞ்சுக்குழி குளுர்ந்துபோயி உசுரு நோகாம பிரியும் பாரு... அள்ளிக்க காள...” என்று அவளும் மண்டியிட்டு அமர்ந்தாள். அவனது தோளில் கிடந்த வெள்ளைநிறக் கதர்த்துண்டை எடுத்து விரித்து ஏந்தினாள். மாயாண்டி இரு கைநிறைய வீட்டுமண்ணை அள்ளியெடுத்து அந்தத் துண்டில் போட்டுக்கொண்டே,

“என் வடிவு அக்காவோட உசிரு அலுங்காமக் குலுங்காமப் பிரியணும் சாமீ...” என்று குலுங்கி அழுதான். துண்டிலிருந்த பிடிமண்ணை லாகவமாக மடித்து முடிந்தாள் போதுக்கிழவி. வானத்தில் டமாரென காதைக்கிழித்து இடியிடித்தது. சடசடவென மழை பெய்யத்தொடங்கியது. துரிதமாகச் செயல்பட்டாள் கிழவி.

“கண்ணு...! வெரசா வாய்யா...! மழை வந்துருச்சு...” என்று சேலைமுந்தானையைத் தலையில் போட்டுக்கொண்டு கிளம்பினாள். ஏதோ ஒரு உள்ளுணர்வு உள்ளிருந்து ஈர்க்க, அங்கிருந்து நகர மனமில்லாமல் அந்த வீட்டையே சுற்றிச்சுற்றிப் பார்த்துக்கொண்டிருந்தான் மாயாண்டி. மழை கொட்டத் தொடங்கியது.

“அய்யா...! வெரசா வாய்யா... இன்னும் உள்ளார ஊருக்குள்ள

போக வேண்டியிருக்கு...'' என்று அவனது கையைப்பிடித்து இழுத்துக் கொண்டு ஓடினாள். போக மனமின்றி, வடிவக்கா வாழ்ந்திருக்கவேண்டிய வீட்டையே திரும்பிப் பார்த்தபடி, கிழவியின் பின்னாலேயே போய்க்கொண்டிருந்தான் மாயாண்டி.

கொட்டும் மழையில் புதர்க்காடு திகிலூட்டியது. ஏதோவொரு உள்ளுணர்வு உந்த, துண்டில் முடிந்திருந்த பிடிமண்ணைத் தோளில் போட்டுப் பிடித்தபடி, ஒற்றையடிப்பாதையில் சுற்றிமுற்றி நோட்டம்விட்டபடியே நடந்துசென்றான். ஆற்ற மாட்டாமல் குலுங்கியழுதுகொண்டே வந்தாள் கிழவி. மழை விடாமல் சொர்ர்ரெனக் கொட்டிக்கொண்டிருந்தது.

ஒற்றையடிப் பாதையில் சற்றுதூரம் வந்த அவள், ஓரிடத்தில் நின்று, அந்த இடத்தைப் பார்த்துக்கொண்டே ஓங்கியழத் தொடங்கினாள். திடுக்கிட்டுச் சுற்றி நோக்கினான் மாயாண்டி. அந்த புதர் காட்டுக்குள் அவனால் எந்த வேறுபாடும் கண்டுணர முடியவில்லை. ஓவென்று கதறியபடி மண்டியிட்டு மண்ணையள்ளினாள் கிழவி.

“யெய்யா...! இந்த இடத்துலதாய்யா ஏங் காளையன் அண்ணனெ தலை வேற, முண்டம் வேறயா வெட்டிப் போட்டாய்ங்கெ...'' என்று மாரில் அடித்துக்கொண்டு கதறினாள். தலையில் அடித்துக்கொண்டு ஓலமிட்டாள்.

ஊருக்கு வெளியே... பச்சைச் பசேலென நெல்வயல்கள் சூழ்ந்திருந்த தென்னந்தோப்புக்கு நடுவே, ஊரிலேயே பெரிய தனது பங்களா முற்றத்தில், வந்திருந்த ஊர்ப்பெருசுகள் மத்தியில் நடுநாயகமாக கால்மீது கால்போட்டுக்கொண்டு அமர்ந்தபடி ஊர் நிலவரங்களைப் பேசிக்கொண்டிருந்தான் முத்துப்பாண்டி. இப்போதெல்லாம் அவனைக் கையில் பிடிக்க முடிவதில்லை. அமைச்சருடனேயே இருப்பதால் மாதமொருமுறையோ, இருமுறையோதான் வீட்டுக்கு வந்து போகுமளவுக்கு முக்கியப் புள்ளியாகியிருந்தான்.

எல்லோருக்கும் தேநீர் கொண்டுவந்து கொடுத்தாள் முத்துப்பாண்டியின் மனைவி முத்துலட்சுமி. ஆசுவாசமாகத் தேநீர் பருகிக்கொண்டே ஊர்க்கதைகளைப் பேசிக்கொண்டிருந்த அவனது காதோரமாய் வந்து ரகசியமாய் எதையோ கிசுகிசுத்தான் அவனது விசுவாசி ராசு. அதைக் கேட்டதும் முத்துப்பாண்டியின் முகம் மாறியது. திடுக்கிட்டுத் திரும்பி அவனது முகத்தை நோக்கினான். தான் சொன்னதை ஆமோதிப்பது போல அவன் தலையசைக்க, அதிர்ச்சியில்

அப்படியே உறைந்துபோனான் முத்துப்பாண்டி. திடுதிப்பென முத்துப்பாண்டியின் முகம் மாறியதைக் கவனித்த ஊர்ப்பெருசுகள் குழம்பி ஒருவரையொருவர் பார்த்துக்கொண்டனர்.

"யென்னய்யா மாப்ளே... ஆளு என்னமோ மாதிரி ஆயிட்டீரு. முகமெல்லாம் பேயறைஞ்ச மாதிரி வேர்த்துக்கொட்டுது... எதும் பிரச்சினையா...?" ஊர் பெரிசுகளின் சார்பாக வெள்ளைத்துரை மாமா கேட்டார்.

"அதெல்லாம் ஒண்ணும் இல்ல மாமா... பேசிக்கிட்டு இருங்க. இந்தா வந்தர்றேன்..." என்று சமாளித்தபடி ராசுவின் கையைப்பிடித்து இழுத்துக்கொண்டு வீட்டுக்குள் சென்றான் முத்துப்பாண்டி. ஆனாலும் என்ன ஏதென்று புரியாமல் ஊர்ப்பெருசுகள் குழம்பிக் கிடந்தனர்.

விறுவிறுவென்று வீட்டுக்குள் விசுவாசியை இழுத்துச்சென்று, அவன் சட்டையைப் பிடித்து உலுக்கி, என்ன ஏதென்று விசாரித்தான் முத்துப்பாண்டி. உடல் நடுங்கியபடி விசயத்தைச் சொன்னான் ராசு. அவன் சொன்னதைக் கேட்டதும் முத்துப்பாண்டியின் உடல் துடித்தது. மூளை பதறியது. கோபம் தலைக்கேறியது. கைகள் முறுக்கேறின. நீண்ட நாட்களுக்குப் பிறகு மூர்க்கத்தனமான மிருகம் மண்டைக்குள் எட்டிப்பார்த்தது.

விறுவிறுவென வெளியே வந்த அவன், முற்றத்தில் அமர்ந்திருந்த ஊர்ப்பெருசுகள் யாரிடமும் எதுவும் சொல்லிக்கொள்ளாமல் அவர்களைக் கடந்துசென்று, தனது காரை எடுத்துக்கொண்டு விருட்டென புறப்பட்டுச் சென்றான். அவன் கோபமாகச் செல்வதைக் கண்ட ஊர்ப்பெருசுகள் திகைத்து நின்றனர்.

"ஏ... என்னப்பா...? ஏதாச்சும் பிரச்சினையா...? மாப்ள இப்புடிச் சொல்லாமக் கொள்ளாம பதற்றமா போறாப்ள...? ஏலேய் ராசு... என்னடா சங்கதி சொன்ன...?" என்று ஊர்ப்பெரியவர் வெள்ளைத்துரை கேட்டார்.

"அதெல்லாம் ஒண்ணும் இல்லீங்கய்யா... பேசிக்கிட்டு இருங்க. இந்தா சித்தோடத்துல அண்ணே வந்துருவாரு..." என்று ராசு சமாளித்தான்.

"லேய்... என்னடா மென்னு முழுங்குறே...? பங்காளி போற போக்கே சரியில்லையேன்னு கேட்டா இஞ்சி தின்ன கொரங்காட்டம்ல முழிக்கிற? ஏ...! எல்லாரும் வாங்கப்பா... என்னா ஏதுன்னு ஒரு எட்டு போயிப் பார்த்துட்டு வந்துருவோம்..." என்று அனைவரையும்

முடுக்கினார் கோவிந்தன் தாத்தா.

பதறிப்போன ராசு ஓடிவந்து அவரது கையைப்பிடித்து அழுத்தி, “அய்யா அய்யா…! பதறாம ஒரு அஞ்சு நிமிசம் ஒக்காருங்க… அண்ணேன் பெரியய்யா வூட்டுக்குத்தான் போயிருக்காரு… சித்தோடத்தில வந்துருவாரு… எல்லாரும் ஒக்காருங்கய்யா” என்று அவர்களை வற்புறுத்தி அமரவைத்தான். அவன் கூறியதைக் கேட்டதும்தான் ஆசுவாசமடைந்தனர் அனைவரும்.

“அதைச் சொல்றதுக்கென்னடா வெண்ணெ… இஞ்சி தின்ன கொரங்காட்டம் எதுவுஞ் சொல்லாம முழிச்சா நாங்க என்னான்னு காங்கிறது?”

“ச்செய்… சித்த நேரத்துல என்னமோ ஏதோன்னு பதறிப் போச்சுப்பா…” என்று அவர்களுக்குள் சிரித்துப் பேசி ஆசுவாசப்படுத்திக் கொண்டனர்.

“ஏய்யா… பெரிய பண்ணைக்கி ஏதாவது ஒடம்பு கிடம்பு சரியில்லையா… மாப்ள பதட்டமா போனாப்டி தெரிஞ்சுச்சு?”

“அப்பிடியெல்லாம் ஒண்ணும் இல்லியே… முந்தாநேத்து பொழுதுசாயிறப்ப போயி நான் பார்த்துப் பேசிப்புட்டுத்தானே வந்தேன். நல்லாத்தாய்யா இருந்தாரு…”

“பின்ன என்னாவா இருக்கும்?”

“ஏய்யா… அப்பன் மவனுக்கு இடையில ஆயிரம் இருக்கும். அதெல்லாம் நமக்கு எதுக்கு? மாப்ள வந்தாப்டீன்னா தெரிஞ்சிறப் போவுது… கம்முன்னு ஒக்காருங்கய்யா…”

ஊர் பெருசுகள் தங்களுக்குள் பேசிக்கொண்டிருந்த அதே நேரம் முத்துப்பாண்டி தலைவர் வீட்டை நெருங்கிக்கொண்டிருந்தான். கடுகைப் போட்டால் பொரிந்துவிடும் அளவுக்கு அவனது முகம் கடுகடுவென்றிருந்தது….

29

ஆசைமகள் வடிவாம்பாளின் புகைப்படத்தை நெஞ்சோடு அணைத்துக்கொண்டு வாசல்நோக்கிக் காத்துக்கொண்டிருந்தார் தலைவர். வெளிறிப்போன அவரது கண்கள் மாயாண்டியின் வருகைக்காக வழிமேல் விழிவைத்துக் காத்திருந்தது. புயல் மையம்கொண்டதுபோல் வானம் இருண்டுகிடந்தது. மழை இடைவிடாது கொட்டிக்கொண்டிருந்தது.

முற்றத்திலிருந்த தனது கட்டிலில் வைக்கப்பட்டிருந்த மஞ்சள்பை நிறைய தங்கநகைகள் நிரம்பியிருந்தன. தன் மகள் வடிவாம்பாளுக்காக ஆசையாசையாக வாங்கி வைத்திருந்த அந்த நகைகளனைத்தும் இத்தனை ஆண்டுகாலம் இரும்புப் பெட்டிக்குள் முடங்கிக் கிடந்ததால் மங்கிப்போய்ப் பொலிவிழந்து காணப்பட்டன. சிறிய இரும்பு உருளைப் பெட்டியொன்று அருகிலிருந்தது. கட்டிலில் அமர்ந்திருக்க மனமில்லாமல் அந்தத் தள்ளாத வயதிலும் கால்கடுக்க நின்றபடி காத்துக்கொண்டிருந்தார் அவர். பசி வயிற்றைக் கிள்ளியது.

மழையில் நனைந்தபடி ஓடிவந்து கொண்டிருந்தார்கள் கிழவி போதும்பொண்ணுவும் மாயாண்டியும். தலையில் முக்காடு போட்டுக்கொண்டு போதுக்கிழவி முன்னே ஓடிவர, நனைந்துகொண்டே பின்னால் ஓடிவந்துகொண்டிருந்தான் மாயாண்டி. சொதசொதவென்று மழையில் நனைந்தபடி இருவரும் ஓடிவந்துகொண்டிருப்பதைக் கண்டதும் தலைவர் பதைபதைத்தார்.

“பார்த்து... பார்த்து... சூதானமா வாங்கப்பா... வழுக்கி விட்டுறப் போவுது...” என்று பரபரத்தார்.

ஓடோடி வந்த இருவரும் படிகளில் ஏறி முற்றத்திற்கு வந்து நின்றபோது மேல்மூச்சு கீழ்மூச்சு வாங்கியது. அவர்கள் உள்ளே நுழைந்த மறுகணமே வேகவேகமாகத் திரும்பி, முற்றத்தில் தனது துணிமணிகள் தொங்கிக்கொண்டிருந்த கொடிக்கயிற்றை நோக்கி எட்டினார் தலைவர். காலங்காலமாக அழுக்கேறிப் பழுப்புநிறமாக மாறிப்போயிருந்த வெள்ளை வேட்டிகளுக்கு மத்தியில் தொங்கிக்கொண்டிருந்த சிவப்புநிறக் கதர்த்துண்டை எடுத்து அவனிடம் நீட்டினார்.

“என்னைக்குமில்லாம இன்னிக்கி வானம் ஏந்தான் இப்புடி பொத்துக்கிட்டு ஊத்துதோ...? இந்தாய்யா... முதல்ல தலையத் தொவட்டுய்யா சாமி...” என்று மனம் படபடத்தபடி அவர் நீட்டிய துண்டை வாங்கித் தலையைத் துவட்டத்தொடங்கினான் மாயாண்டி.

“அம்மாடி போது...! அந்தத் துணிமணிகள்ல ஏதாவது ஒண்ண எடுத்து தொவட்டிக்கத்தா...” என்று போதும்பொண்ணுவிடம் கூறினார்.

“அதெல்லாம் ஒன்னும் வேணாமுய்யா...” என்று முற்றத்துத் திண்ணையோரத்திற்கு வந்து, சேலை முந்தானையைப் பிழிந்து உதறிவிட்டு தலையைத் துவட்டிக்கொண்டாள் கிழவி.

பளிச் என்ற சத்தத்துடன் பெருவெளிச்சத்துடன் மின்னல் மின்னியது. ஊர் எல்லையில் தன்னந்தனியாக நின்றுகொண்டிருந்த ஒற்றைப் பனைமரமொன்றின்மீது மின்னல் தாக்கியது. தகதகவெனப் பற்றியெரியத் துவங்கியது பனைமரம். டமார்ர்ர்ர்....ரென வானமும் பூமியும் அதிருமளவிற்குப் பெரிதாயொரு இடிச்சத்தம் காதைப் பிளந்தது. திடீரென பெரிதாய்க் கேட்ட இடிச்சத்தத்தைக் கேட்டதும் தடுமாறி விழப்போன தலைவரைத் தாங்கிப்பிடித்தான் மாயாண்டி. “பாத்து....பாத்துய்யா...” என்று பதறி ஓடிவந்து தாங்கிப் பிடித்தாள் போதுக்கிழவி. இருவரும் கைத்தாங்கலாக அவரை அங்கிருந்த கட்டிலில் அமரவைத்தார்கள்.

“அந்த ஈஸ்வரன் இன்னமும் என்னைய மேல கூப்புட்டுக்காம எதுக்கு இப்புடிக் கஷ்டப்படுத்துறானோ .... தெரியலியே...? ” சொல்லி முடிப்பதற்குள் நாலைந்து தடவை இருமியிருமி மேல்மூச்சு கீழ்மூச்சு வாங்கினார்.

“சாகுற வயசுல நான் உசுரோட இருக்குறேன். வாழுற வயசுல ஏம்மக சாகக் கிடக்குறாளே... நான் யென்ன பண்ணுவேன்...? ஈஸ்வரா...! இதப் பாக்குறதுக்குத்தானா என்னைய இன்னும் உசுரோட வச்சிருக்கிற...? எல்லாம் நாஞ் செஞ்ச பாவம்... பாவம்... நான் செஞ்ச பாவம்தான் இன்னிக்கு ஏம்பிள்ளையெச் சுத்துது....” தலையிலடித்துக்கொண்டு கதறியழுதார் அவர். அவரின் நிலைகண்டு செய்வதறியாது இருவரும் கலங்கிநின்றனர்.

கட்டிலிலிருந்த மஞ்சள்பையை எடுத்துக் கொடுத்தார்.

“அய்யா...! கண்ணு...! இந்தா... எவ்வளவு செலவானாலும் பரவாயில்லை. இந்த நகைநட்டுகளை வித்தாவது ஏம்மகளக் காப்பாத்திப்புடுய்யா... போதாததுக்கு.... இந்தா... இந்த சொத்துபத்துகளை வித்துக் காசாக்கி, எப்புடியாவது ஏவ்வீட்டு மவராசிய மீட்டுக் கொண்டுவந்துருய்யா சாமி... ஒன்னயக் கோயில் கட்டிக் கும்புடுறேன்...” என்று உருளைப்பெட்டிக்குள்ளிருந்த மங்கிப்போன சொத்துப்பத்திரத் தாள்களை நீட்டிக் கைகுவித்துக் கெஞ்சினார். என்புதோல் போர்த்திய அந்த வயதான உடம்பு அழுது குலுங்கியது. வாங்காமல் நிலைகுத்தாக நின்று கலங்கினான் மாயாண்டி. எப்படிச் சொல்வதென்று தெரியாமல், போதுக்கிழவியைப் பார்த்து கலங்கிநின்றான். கிழவி புரிந்துகொண்டாள்.

“யாரு தலையில என்ன எழுதியிருக்கோ அதுப்படித்தான் எல்லாம் நடக்கும்யா. நம்ம வடிவாம்பா விதி முடிஞ்சு போச்சு. உசுரு மட்டும் கெடந்து அல்லாடுது. அதை நல்லபடியா வழியனுப்பி வைக்கணும்னு தான் தம்பி மாயாண்டி ஊரு மண்ணெ எடுத்துட்டுப்போக நம்மளத்தேடி வந்துருக்கு. பெரியமனுசரு ஒமக்குச் சொல்லி எதையும் புரியவைக்கத் தேவையில்ல. கண்ணத் தொடைச்சுக்கிட்டுப் போயி ஆகவேண்டியதப் பாருங்கய்யா...” என்று குரலுடைந்து அழுதாள். அதைக் கேட்டதும் நெஞ்சு பொறுக்காமல் வாயில் துண்டைப் பொத்திக்கொண்டு குலுங்கிக் குலுங்கியழுதார். அவரால் ஆற்றமுடியவில்லை. அவரைத் தேற்றியபடி கைத்தாங்கலாகப் பிடித்து படியிறங்கி வெளியே வாசலுக்குக் கூட்டிவந்தாள் கிழவி. பின்னாலேயே வந்தான் மாயாண்டி. மழை சடசடவெனக் கொட்டிக்கொண்டிருந்தது. மழையில் நனைந்துகொண்டே கிழக்குத் திசை பார்த்துநின்று இரு கைகளை வான்நோக்கிக் குவித்து வணங்கினார் கிழவாடி. அவரையறியாமல் அழுகை பீறிட்டுக்கொண்டு

வந்தது. கீழே குனிந்து வாசற்படி மண்ணை இரு கைகளால் அள்ளியெடுத்தார். கைகளிலிருந்த ஈர மண்ணிலிருந்து மழைநீர் சொட்டியது. கீழ்வானைப் பார்த்துத் தலைதூக்கினார்.

“ஆத்தா…! அங்காள பரமேஸ்வரி…! ஏம்பிள்ளெ உசிரு நோகாம பிரிய அருள்புரி யாத்தா… வாழுறப்பதான் அவ நல்லபடியாப் வாழல. போறப்பயாவது நல்லபடியா போவட்டும். ஆத்தா…! தாயே…!” என்று குலுங்கிக்குலுங்கி வேண்டியழுதார். நனைந்துகொண்டே இருவரும் அழுதபடி நின்றனர். சற்றருகே டமார் என இடியிடித்து வானதிர்ந்தது. அழுகையை நிறுத்திக்கொண்டு நீண்ட பெருமூச்சு விட்டுவிட்டு, கண்களை மூடி வணங்கிவிட்டு, மாயாண்டியிடம் பிடிமண்ணை நீட்டினார். மாயாண்டி ஏற்கனவே பிடிமண்ணை முடிந்து வைத்திருந்த தனது துண்டில் வாசல் மண்ணையும் ஏந்தி வாங்கிக்கொண்டான். பளிச் என்ற சத்தத்துடன் பெருவெளிச்சத்துடன் மின்னல் மின்னியது.

கொட்டும் மழையில் தலைவரின் வீட்டை நோக்கி முத்துப்பாண்டி காரில் வந்துகொண்டிருந்தபோது, வழியில் நின்றுகொண்டிருந்த புளியமரம் ஒன்றின்மீது மின்னல் தாக்கியவுடன் தகதகவெனப் பற்றியெரியத் துவங்கியது புளியமரம். அதன் கிளையொன்று முறிந்து பாதையில் விழுந்தது. இதைக்கண்டதும் திகைத்து நிலைதடுமாறிப்போன முத்துப்பாண்டி, திடுக்கிட்டு வண்டியை நிறுத்த, கட்டுப்பாட்டையிழந்த வண்டி கிரீச்… சென்ற சத்தத்துடன் வளைந்து வளைந்து பாதையைவிட்டு விலகி, பள்ளத்திலிறங்கிச் சகதியில் நின்றது. நிலைதடுமாறி கார் கண்ணாடியில் விழுந்தான். இதயம் படபடவெனத் துடித்தது. நா வறண்டது. டமார்ர்ர்ர்…. ரென வானமும் பூமியும் அதிருமளவிற்குப் பெரிதாய் இடிச்சத்தம் காதைப்பிளந்தது. நீண்டதாயொரு பெருமூச்சு விட்டு ஆசுவாசப் படுத்திக்கொண்டு காரிலிருந்து இறங்கினான். அடிபட்ட தலையைத் தொட்டுப் பார்த்தான். ரத்தம் வழிந்துகொண்டிருந்தது. அதைப் பொருட்படுத்தாமல் மழையில் நனைந்துகொண்டே தலைவர் வீட்டை நோக்கி நடக்கத்தொடங்கினான். ச்சோவென மழை கொட்டிக்கொண்டிருந்தது.

“காளை…! இந்தா… இந்தக் கோணிச் சாக்கெப் போட்டுக்க. வெள்ளனா கெளம்புய்யா. இந்நேரம் மொத பஸ்சு ஊருக்குள்ளார வந்துட்டுப் போயிருக்கும். அடுத்த பஸ்சு மத்தியானம்தான். நீயி இப்புடியே

நாம நேத்து வந்த பாதையிலயே போனா அந்த ரோட்டுக்குப் போயிறலாம். அங்கன அடிக்கடி பஸ்சு வரும். வெள்ளனா கெளம்பு காளை...'' என்று கோணிச்சாக்கை மடித்துக்கொடுத்து முடுக்கினாள் போதுக்கிழவி. அதை வாங்கி தலையில் போட்டுக்கொண்டான் மாயாண்டி.

“அப்ப நாங் கெளம்புறேங்க்கா... அய்யா...! நான் போயிட்டு வர்றேய்யா...'' என்று இருவரையும் பார்த்து வணங்கிவிட்டுப் புறப்பட்டான்.

“நல்லாயிரு ராசா...'' வாழ்த்தி வழியனுப்பினார் தலைவர். வார்த்தைகளின்றிக் கண்ணீர் வழிய, கைகளால் வாழ்த்தி விடைகொடுத்தாள் போதுக்கிழவி. மழையில் நடந்த மாயாண்டி, ஒருகணம் நின்று திரும்பி இருவரையும் ஆழ்ந்து நோக்கிவிட்டு வெளியேறினான். கொட்டும் மழையில் நனைந்துகொண்டே அவன் விடைபெறுவதைக் கண்ணுற்ற இருவரது கண்களிலிருந்தும் கண்ணீர்த் துளிகள் பெருக்கெடுத்து வழிந்தோடின.

“கடைசிக் காலத்துல ஏம்புள்ளையக் கண்ணுலகூடக் காங்கமுடியாத படுபாவி ஆயிட்டேனே நானு...'' என்று நா தழுதழுத்தார் தலைவர். அவர் சொல்லி முடிக்கும்போது திடுதிப்பென்று உள்ளே நுழைந்தான் முத்துப்பாண்டி. மழையில் நனைந்துகொண்டே வேகவேகமாக வந்துகொண்டிருந்த அவனது முகம் கடுகடுவென்றிருந்தது. அவனது வருகையை இந்த நேரத்தில் எதிர்பார்த்திராத இருவருக்கும் குலைநடுங்கியது. ஆவேசமாக படியேறிய முத்துப்பாண்டி, “யாரு அது...? யாரோ புதுசா ஒருத்தன் ஒன்னையப் பார்க்க வந்திருந்தானாமே...?'' என்று தலைவரிடம் கத்தினான். அவனது ஆவேசங்கண்டு ஒதுங்கி நின்றுகொண்டாள் போதுக்கிழவி.

“யாரு... யாரு... யாருய்யா வந்தது...? அப்பிடி யாரும் வரலியே...?'' என்று படபடத்தார் தலைவர்.

“ஏய் கெழவா...! எங்கிட்டயே பொய் சொல்லுறியா...? வடிவு பேரைச் சொல்லிக்கிட்டு யாரோவொருத்தன் நேத்து ராத்திரி வந்தானாமே...? யாரது...? '' என்று கத்தினான்.

“ஆங்... அதுவந்து... அப்புடியெல்லாம் யாரும் வரலியேப்பா...'' என்று உளறினார் தலைவர்.

“என்னையவே ஏமாத்தப் பாக்குறியாடா கெழட்டுப்பயலே...

நீயி பேசிக்கிட்டு இருந்ததைப் பார்த்த ஆளு வந்து தகவல் சொல்லிட்டான்...பொய் சொல்லாத...'' என்று கத்திக்கொண்டே வந்து அவரது கழுத்தைப்பிடித்தான் முத்துப்பாண்டி. அப்படியே தள்ளிக்கொண்டுபோய் அவரைச் சுவரில் முட்டப்போனான். பதறிப்போன போதுக்கிழவி ஓடிவந்து இடைமறித்தாள்.

“அய்யா...! சாமி...! அவரெ ஒண்ணுஞ் செஞ்சிடாதய்யா... நாஞ் சொல்றேன்... நாஞ் சொல்றேன்...'' என்று அவள் சொல்லியவுடன் தான் பிடியைத் தளர்த்தினான் முத்துப்பாண்டி.

“அம்மாடி...! போது...! சொல்லாதம்மா... எதையும் சொல்லாதம்மா... ஏவ் வுசுரேப் போனாலுஞ் சொல்லிடாதம்மா... கொலைகாரப் பாவி இவென்... எதுக்கும் அஞ்சமாட்டான்....'' என்று பதறித்தடுத்தார் தலைவர். “டேய்...! ஒன்னய...'' என்று ஆவேசமாக அவரது கழுத்தைப் பிடிக்கப்பாய்ந்தான் முத்துப்பாண்டி, “ஆமாடா... ஏம்மக வடிவாம்பா உசுரோடதான்டா இருக்குறா...!'' தலைவர் ஆவேசமாகக் கத்தினார். இதைக் கேட்டதும் நிலைகுலைந்துபோய் நின்றான் முத்துப்பாண்டி.

“என்னடா கெழவா சொல்ற...?'' அடிக்கப்பாய்ந்தான் முத்துப்பாண்டி.

“அய்யா...! பாண்டி...! கோபப்படாம நாஞ் சொல்றதக் கொஞ்சம் பொறுமையாக் கேளுய்யா...'' என்று தடுத்துப் பேசவந்த போதுக்கிழவியை ஓங்கியறைந்தான் அவன்.

“நீதான்டீ அத்தனை பிரச்சினைக்கும் காரணம். அன்னிக்கே ஒன்னையக் கொன்னு போட்டுருக்கணும்...'' மீண்டும் அடிக்கப் பாய்ந்தான். நிலைதடுமாறிக் கீழேவிழுந்தாள் கிழவி.

“டேய்...! அந்தப் புள்ளைய ஏன்டா அடிக்கிற...? விடுறா... விடுறா...'' அவனது காலை இறுக்கமாகப் பிடித்துக்கொண்டார் தலைவர். வலுகொண்டு விடுவிக்க முயற்சித்தான் முத்துப்பாண்டி. உடும்புப்பிடி போல் இறுகப் பிடித்துக்கொண்டே போதும்பொண்ணுவைப் பார்த்து கத்தினார்.

“அம்மாடி...! ஓடும்மா... இந்தப் படுபாவி கைக்கு அகப்படாம எப்புடியாவது பயலக் காப்பாத்தி தப்பியோட வச்சிரும்மா... ஓடும்மா... ஓடு...'' என்று தலைவர் அவனைப் பிடித்துக்கொண்டு முடுக்கிவிட்டவுடன், வெளியே ஓட முயற்சித்த போதுக்கிழவியின் கைகளைத் தாவிப் பிடித்துக்கொண்டான் முத்துப்பாண்டி. காலை நகரவிடாமல் பிடித்துக்கொண்ட தலைவரை எட்டியுதைத்தான்.

வலியைப் பொறுத்துக்கொண்டு ஒரு கையால் அவனது முரட்டுக்காலையும் மறுகையால் முற்றத்துத் தூணையும் நெஞ்சோடு அணைத்து இறுகப் பிடித்துக்கொண்டார் தலைவர். முத்துப்பாண்டியால் முசுவ முடியவில்லை. கடுங்கோபம் கொண்டு அவரை எட்டியெட்டி உதைத்தாலும் பிடியை மட்டும் அவர் விடவேயில்லை.

“அய்யா...! சாமி...! ஒனக்குக் கோடி புண்ணியமாப் போகும்... விட்டுருய்யா...” போதுக்கிழவி கெஞ்சினாள்.

“இந்த மிருகத்துக்கிட்ட ஏம்மா கெஞ்சிக்கிட்டு இருக்க...? கைய ஒதறிக்கிட்டு ஓடும்மா...” தலைவர் கத்தினார்.

“என்ன நெஞ்சு தெகிரியம் இருந்தா எனக்கே துரோகம் பண்ணுவீங்க...ம்....” என்று முத்துப்பாண்டி அவளை அடிக்கப் பாய, அவனது கிடுக்கிப்பிடியிலிருந்து கையை விடுவிக்க அவள் பெருமுயற்சியெடுத்து இழுத்தபடியிருக்க, முத்துப்பாண்டியை நகர விடாமல் தடுத்துத் தூணோடு தூணாக இறுக்கமாகத் தலைவர் பிடித்துக் கொள்ள, மூவரும் ஒருவருக்கொருவர் விட்டுக் கொள்ளாமல் பலம் கொண்டு இழுக்க, அந்த களேபரத்தில் திடீரெனத் தூண் முறிந்து விழுந்தது. பன்னெடுங்காலமாக பராமரிக்கப்படாமல் இருள்படிந்து பாழடைந்து கிடந்த அந்த பங்களாவின் முற்றத்து மேற்கூரை கண்ணிமைக்கும் நேரத்தில் இடிந்து அவர்கள் மேல் விழுந்து மூடியது.

30

கொட்டும் மழையினூடே பெருங்காற்று பலமாக வீசிக்கொண்டிருந்தது. இடிந்து விழுந்துகிடந்த முற்றத்தின் மேற்கூரை ஓடுகள் அசைவற்றுக் கிடந்தன. தலைவர், முத்துப்பாண்டி, போதும்பொண்ணு மூவரும் இடிபாடுகளுக்குள் சிக்கி, எந்தவிதப் பேச்சு மூச்சுமின்றிக் கிடந்தனர். அங்கு நிலவிய அமைதி பெரிதாய்ப் பயமுறுத்தியது. கருமேகக்கூட்டம் இடைவிடாது தொடர்ந்து இடி முழங்கிக்கொண்டிருந்தது. இடிச்சத்தத்திற்கு இடையே தலைவரின் வீடு இடிந்து விழுந்த சத்தம் ஊரில் யாருக்கும் கேட்டதற்கான எந்த அறிகுறியும் தெரியவில்லை.

சற்றுநேர அமைதிக்குப் பிறகு இடிபாடுகளுக்கிடையே இலேசான அசைவு தென்பட்டது. உடைந்து கிடந்த ஓடுகள் அசையத்தொடங்கின. தட்டுத்தடுமாறிக் கையை வெளியே நீட்டி, ஓடுகளை விலக்கி முண்டியெழுந்து வெளியேவந்தாள் போதுக்கிழவி. அவளது தலையில் பலமாய் அடிபட்டிருந்தது. குருதி பொலபொலவென வழிந்துகொண்டிருந்தது. கைகால்களின் ஆங்காங்கே காயமடைந்திருந்தன. இதயம் படபடத்தது. திடீர் விபத்தால் மூளை வேலைசெய்ய மறுத்தது. வலிதாளாமல் தலையில் குருதி வழியுமிடத்தை அழுத்திப் பிடித்துக்கொண்டு சுற்றிமுற்றி நோக்கினாள். இடிந்து கிடந்த முற்றத்து ஓடுகளைக் கண்டவுடன்தான்

அவளுக்குச் சுயநினைவே வந்தது. தலைவரும் முத்துப்பாண்டியும் இடிபாடுகளுக்குள் சிக்கிக்கொண்டது நினைவுக்கு வந்தது. உள்ளுக்குள் திக்கென்றது. பதறிப்போய்ப் பரபரத்தாள்.

“அய்யா...! பெரியய்யா...!” கத்தினாள். பதிலேதும் இல்லை.

“அய்யா... பாண்டி...! முத்துப்பாண்டி...!” கதறினாள். எந்த அசைவும் இல்லை. இடிபாடுகளுக்குள் சிக்கிக்கொண்ட அவர்களுக்கு என்னானதோ ஏதானதோவென்று பதறியபடி கத்திக்கொண்டே வெளியே ஓடினாள்.

“ஓடியாங்க... ஓடியாங்க... அய்யோ அய்யோ... யாராவது ஓடியாங்களே...”

பின்னங்காலில் ஏற்பட்ட காயம் அவளது வேகத்தைக் குறைத்தது. கெந்திக் கெந்தி ஓடினாள். அவளது அலறல் சத்தம் கேட்டு தெருசனம் பதறியடித்துக்கொண்டு ஓடிவந்தது.

“பெரியய்யா வீடு இடிஞ்சுப் போச்சு. பெரியய்யாவும், பாண்டி அயயாவும் உள்ள மாட்டிக்கிட்டாங்க... ஓடுங்கய்யா...” கதறிக்கொண்டே கைகாட்டினாள். கொட்டும் மழையினூடே சனம் பின்னங்கால் பிடரியிலடிக்க பறந்தோடியது. இளந்தாரிகள் முந்திக்கொண்டு ஓடிப்போய் இடுபாடுகளின்மீது தாவிப்பாய்ந்து ஓடுகளை எடுத்துத் தூரப்போடத் தொடங்கினர். கூட்டம் அவர்களுக்கு வழிவிட்டுச் சூழ்ந்து நின்றுகொண்டது. இடிந்துகிடந்த ஓடுகளை மின்னல் வேகத்தில் எடுத்துப் போட்டபடியிருந்தனர் இளந்தாரிகள். இடைவிடாது பெய்த அந்த மழையிலும் சனக்கூட்டம் கூடிநின்று பதறியபடி நின்றுகொண்டிருந்தது. குய்யோ முறையோவென்று ஆளாளுக்கு சலசலத்த கூச்சல் குழப்பத்தால் அவ்விடமே அமைதியிழந்து காணப்பட்டது.

“சாமிகளா...! பெரியய்யாவோட மச்சுவூட்டு மேல இடி விழுந்துருச்சாம். வூடு நறுவுசா இடிஞ்சுப் போச்சு. பெரியய்யாவும், சின்னய்யாவும் உள்ள மாட்டிக்கிட்டாங்களாம்... ஓடியாங்கய்யா...” அரக்கப்பரக்க ஓடிவந்த தொழிலாளி கருப்பையா மேல்மூச்சு கீழ்மூச்சு வாங்கியபடி கத்தினான். முத்துப்பாண்டியின் வீட்டில் குழுமியிருந்த ஊர்ப் பெரியமனிதர்கள் அனைவரும் பதறியெழுந்தனர். ஆளாளுக்குப் பதறிப்போய் முந்திக்கொண்டு மழையில் ஓடினர். தலையில் அடித்துக் கதறிக்கொண்டு பின்னாலேயே ஓடினாள் முத்துப்பாண்டியின் மனைவி முத்துலட்சுமி.

கொட்டிக்கொண்டிருந்த பெருமழையில் நனைந்தபடி இளந்தாரிகள் ஓடுகளை எடுத்துத் தூர எறிந்து உள்ளே துழாவி தலைவர், முத்துப்பாண்டி இருவரையும் கண்டுபிடித்தனர். முற்றத்துத் தூணில் வசமாகச் சிக்கிக்கொண்டிருந்த அவர்களைக் கண்டதும் ஒருவன் கையுயர்த்திக் கத்தினான்.

"அடேய்... இங்க... இங்கெ...." என்று அழைத்தான். அதுவரை வெவ்வேறு திசைகளில் இயங்கிக்கொண்டிருந்த இளந்தாரிகள் ஓடிவந்து குவிந்தனர். இடிபாடுகளுக்குள்ளே முற்றத்துத் தாழ்வாரம் இருவரையும் முற்றாக அழுத்தியிருந்தது. எல்லோரும் ஒன்றாகச் சேர்ந்து துரிதமாகச் செயல்பட்டனர். இடைவிடாது பெய்த அந்த மழையிலும் சனக்கூட்டம் பதறிப்போய் நின்றுகொண்டிருந்தது. முற்றத்துத் தாழ்வாரம் அழுத்தி நசுக்கியிருந்த இருவரும் உள்ளே அசைவற்றுக் கிடந்தனர். பதற்றம் அதிகரிக்க, இதயம் படபடக்க, கைகால்கள் தடதடக்க, கண்ணிமைக்கும் வேகத்தில் ஓடுகளை விலக்கி குப்புறக்கிடந்த முத்துப்பாண்டியைத் திருப்பினர். தூண் அவனைப் பலமாக அழுத்தியிருந்தது. பேச்சுமூச்சற்று மயங்கிக்கிடந்த அவனது நிலைகண்டு இளந்தாரியொருவன், "சின்னய்யா...! சின்னய்யா...!" என்று உலுக்கினான். சுற்றி நின்றவர்கள் அதிர்ச்சியில் உறைந்து நின்றனர். கூட்டம் சலசலத்தது.

"ஏ... தூக்கு தூக்கு தூக்குங்கப்பா..." ஒருவன் பதறிக் கத்த, அங்கிருந்த ஆம்பளையாட்கள் ஆளுக்கொரு கைபிடித்து முற்றத்துத் தூணை, பெரும் பிரயத்தனப்பட்டுத் தூக்கினர். கருத்துப்போயிருந்த பழங்காலத்துத் தேக்குமரத் தூண் மிகவும் கனமாக இருந்தது. ஆட்கள் பெரும்பாடுபட்டு அதனைத் தூக்கியவுடன், தாவிப் பாய்ந்து இருவரையும் தூக்கினர் இளந்தாரிகள். இருவருமே படுகாயம் அடைந்திருந்தனர். அவ்விடம் முழுவதும் குருதிக் குவியலாய்க் கிடந்தது. இருவரையும் அள்ளித் தூக்கிக்கொண்டு இடிபாடுகளுக்கு வெளியே கொண்டுவந்து கிடத்தினர். ரத்தம் சொட்டச்சொட்ட தலை துவண்டு கிடந்த இருவரையும் பார்த்து அதிர்ந்துபோன சனக்கூட்டம், பதறிப்போய் அலறியடித்துக்கொண்டு வந்து அவர்களைச் சூழ்ந்துகொண்டது. தலைவரின் கிழட்டு உடல் பலத்த சேதமடைந்திருந்தது. எங்கிருந்துதான் குருதி கிளம்பி வழிகிறது என்று தெரியாதபடி அந்த உடலெங்கும் குருதி அப்பிக்கிடந்தது. "உசுரு இருக்குற மாதிரி தெரியலியேப்பா..." நாடியைத் தொட்டுப்பார்த்த இளந்தாரியொருவன் பதைபதைத்தான். சுற்றி நின்ற பெண்கள்கூட்டம் நெஞ்சிலடித்துக்கொண்டு அலறியது.

சேதி கேட்டு ஓட்டமும் நடையுமாக அங்கு வந்துசேர்ந்த ஊர்ப்பெருசுகள், அங்கிருந்த சூழலைக் கண்டு பதைத்து, "ஏ... வெலகு வெலகுங்கப்பா..." என்று கத்தியபடியே சனக்கூட்டத்தை நெருங்கியது. சனக்கூட்டம் விலகி வழிவிட, உள்ளே புகுந்த ஊர்ப்பெருசுகள் தரையில் கிடத்தப்பட்டிருந்த இருவரது நிலைகண்டு அதிர்ச்சியில் உறைந்து நின்றனர்.

"அடேய்... உசுரு இருக்குது டோய்..." முத்துப்பாண்டியின் நெஞ்சுக்கூடு ஏறி இறங்குவதைக் கண்டு பதறிக் கத்தினான் ஒருவன். ஆளாளுக்குப் பரபரத்தனர். உடனே எல்லோரது கவனமும் முத்துப்பாண்டி மீது குவிந்தது. சனக்கூட்டம் சுற்றி நின்று சூழ்ந்துகொண்டதால் மங்கிய வெளிச்சத்தில் கூர்ந்து நோக்க வேண்டியிருந்தது.

முத்துப்பாண்டியின் நெஞ்சுக்கூடு ஏறி இறங்குவதைக் கண்டதும் "ஏ... எல்லாரும் வெலகு வெலகு... தள்ளி வெலகி நில்லுங்கப்பா... காத்து வரட்டும்..." என்று கோவிந்தன் தாத்தா பதறிக் கத்தினார். ஆளாளுக்கு ஓரடி விலகி நின்றனர்.

"மாப்ள...! மாப்ள...!" என்று உலுக்கியெழுப்பினார் கோவிந்தன் தாத்தா. கூட்டத்தில் சலசலப்பு அதிகமானது. சடசடவென விழுந்த மழைத்துளிகள் பட்டுத் தெறித்து முகம் சுளித்துக் கண்விழித்தான் முத்துப்பாண்டி.

"மாப்ள...! பாண்டி மாப்ள...! நா பேசுறது கேக்குதாய்யா மாப்ள...." என்று கன்னத்தைத் தட்டி உலுக்கி எழுப்பினார் கோவிந்தன் தாத்தா.

முழுதாக விழிக்க முடியாமல் கண்களிரண்டும் மேல்நோக்கிச் செருகிக்கொள்ள, மயக்கம் தெளிந்து கண்விழிக்க இயலாமல் திணறிக் கொண்டிருந்தான் முத்துப்பாண்டி.

"ஏலேய்...! யாராவது ஓடிப்போயி வண்டிய எடுத்துட்டு ஓடியாங்கப்பா... ஒடனயே ஆஸ்பத்திரிக்கு போயாகணும்..." என்று கோவிந்தன் தாத்தா உத்தரவிட்டதுதான் தாமசம். நான்கைந்து பேர் வேட்டியை மடித்துக் கட்டிக்கொண்டு ஓட்டமெடுத்தனர். வானம் பொத்துக்கொண்டு ஊற்றியது.

"ஏலேய்...! எங்கடா அந்த ராசுப்பய?" வெகுண்டெழுந்து கத்தினார் கோவிந்தன் தாத்தா.

"இந்தா... இங்கன இருக்குறாய்யா..." என்றபடி கூட்டம் விலகி

அவனைக் கைகாட்டி வழிவிட்டது. பாய்ந்துபோய் அவன் சட்டையைக் கோத்துப்பிடித்தார் கோவிந்தன் தாத்தா.

“...... மவனே! அப்பவே படிச்சுப் படிச்சுக் கேட்டம்லடா...? சொன்னியாடா... இப்பப் பாரு...” பற்களைக் கடித்துக்கொண்டு கத்தினார்.

“என்ன நடந்துச்சு? சொல்றா...”

“சின்னய்யா காதுல வந்து என்னடா சொன்ன?”

“எதையோ மறைக்கிற மாதிரி தெரியுது...? உண்மையச் சொல்லுடா...?”

“பெரிய மனுசன் கேக்குறாருல்ல... வாயில என்ன பழமாடா வச்சிருக்க...?”

“ஆளு அமுக்குணியாட்டம் இருந்துகிட்டு பதில் சொல்றானா பாரு...? ”

ஆளாளுக்கு அவனை நெருக்கினர்.

“உண்மையச் சொல்லப் போறியா... இல்லியாடா...? ” என்று அடிக்கப் பாய்ந்தார் ஒரு பெருசு.

“அய்யா... அய்யா...! நானு உண்மையச் சொல்லிடுறேங்க. நேத்து ராத்திரி பெரியவரு வீட்டுல கண்டதை, அப்படியே ஒண்ணுவிடாம சொல்லிடுறேனுங்க...” என்று அவன் பீடிகை போட்டதும், எல்லோரும் ஒருகணம் அமைதியாகி ஒருவரையொருவர் பார்த்துக்கொண்டனர்.

“யென்னடா...? சொல்றா...?” கோவிந்தன் தாத்தா பரபரத்தார்.

“அய்யா...! பெரியவரு மக வடிவாம்பா பேரச் சொல்லிக்கிட்டு அசலூர்க்காரன் ஒருத்தன் நேத்து ராத்திரி பெரியவரை வந்து பார்த்தானுங்க...” என்று அவன் சொன்னதும் ஆளாளுக்கு இடைமறித்து, “என்னாது? வடிவாம்பாளா...?” என்று திகைத்தனர்.

“வடிவாம்பாளா...?”

“நம்ம வடிவு அம்மாவா....?”

ஆளாளுக்கு அதிர்ச்சியில் சலசலத்தனர்.

“வடிவாம்பாளா....? அவ செத்துப்போயி பல வருசம் ஆயிப் போச்சேப்பா...” என்று கோவிந்தன் தாத்தா மலைத்தார்.

இளசுகள் பலருக்கு அவர்கள் யாரைப் பற்றி பேசுகிறார்கள் என்று தலையும் புரியாமல் வாலும் புரியாமல் விழிபிதுங்கி நின்றனர்.

“ஏ...ஏ... எல்லாரும் சித்த அமைதியா இருங்கப்பா... இவென் என்ன சொல்றான்னு கேப்போம்...” என்று கோவிந்தன் தாத்தா கத்தினார். எல்லோரும் கப்சிப்பாகி அவன் சொல்வதைக் கேட்க காதுகளைத் தீட்டிக்கொண்டனர். ராசு தொடர்ந்தான்.

“அய்யா...! வடிவம்மா உசிரோட இருக்குதாம்யா. ஒரு பிள்ளையும் இருக்கிறதா பேசிக்கிட்டாங்க...” என்று ராசு சொன்னதுதான் தாம்சம். ஊர்சனம் அத்தனை பேரின் முகரேகைகளும் மாறத்தொடங்கின. ஆளாளுக்குத் தங்களுக்குள் ஏதேதோ கிசுகிசுத்துக்கொண்டனர்.

“நம்ம போதுக்கெழவிதான் அந்த அசலூருக்காரன கூப்புட்டு வந்துருந்துச்சு...” என்று ராசு சொல்லி முடித்தான்.

“போதுவா...? எங்க அந்தச் சிறுக்கி முண்ட.....?” கத்தினார் கோவிந்தன் தாத்தா.

“இங்கனத் தானே இருந்துச்சு...?”

“இப்பத்தான நான் பார்த்தேன்...”

“எங்கடீ ஆளக் காணாம்...?”

“அலறியடிச்சுக்கிட்டு வந்து எங்களையெல்லாம் கூவி அலப்புனதே அதுதானப்பா...”

“அதுக்குள்ள எங்கடீ மாயமா மறைஞ்சுப் போச்சு அந்தக் கெழவி?”

ஆளாளுக்குச் சலசலத்தனர். சனமே கூட்டத்திற்குள் சுற்றிமுற்றி அவளைத் தேடியது.

இடைவிடாது சடசடவெனக் கொட்டும் மழையில் ஊருக்கு வெளியே ஒத்தையடிப் பாதையில் மூச்சிரைக்க வெக்குவெக்கென்று ஓடிக்கொண்டிருந்தாள் போதுக்கிழவி. தலையில் அடிபட்ட காயத்திலிருந்து குருதி கசியாமல் அழுத்திப்பிடித்தபடி கெந்திக்கெந்தி ஓடிக்கொண்டிருந்த அவளது கால்கள் ஒத்துழைக்கத் திணறின. சற்றுத் தொலைவில் கோணிப்பையைத் தலையில்

போட்டுக்கொண்டு மழையினூடே எட்டிவைத்து வேகவேகமாக நடந்துபோய்க்கொண்டிருந்தான் மாயாண்டி. ஊருக்குள் நடந்த எதுவும் தெரியாமல் சாவகாசமாகப் போய்க்கொண்டிருந்த அவன் கூப்பிடு தூரத்தில் சென்றுகொண்டிருந்ததைக் கண்டதும் தொண்டை வறளக் கத்தினாள்.

"எய்யா...! மாயாண்டி....! ஏ...எய்யா...! மாயாண்டி...!"

சத்தம் கேட்டுத் திரும்பினான் மாயாண்டி.

தூரத்தில் உடம்பெல்லாம் குருதி அப்பிய நிலையில், காயம்பட்ட தலையை அழுத்திப் பிடித்தபடி மூச்சிரைக்க வெக்குவெக்கென்று ஓடிவந்துகொண்டிருந்தாள் போதுக்கிழவி.

31

காவிரி கரைபுரண்டு நுரைபொங்க ஓடிக்கொண்டிருந்தது. நீண்ட நாட்களுக்குப் பிறகு விடாமல் பெய்துகொண்டிருந்தது மழை.

“ஏ...யெய்யா... மாயாண்டி...! நில்லு காள...”

ஏ...யெய்யோவ்...! மாயாண்டீ...! நில்லுய்யா காள...”

தொண்டை வறளக் கத்தியபடி, அவனை நோக்கி மூச்சிரைக்க ஓடிவந்துகொண்டிருந்தாள் போதுக்கிழவி. அடிபட்ட காயத்திலிருந்து குருதி கசியாமல் தலையில் அழுத்திப் பிடித்தபடி கெந்திக்கெந்தி ஓடிவந்துகொண்டிருந்த அவளைக் கண்டதும் ஒருகணம் திடுக்கிட்டு நின்றான் மாயாண்டி.

“அய்யோ... யெக்கா...! என்னாச்சு...? ” என்று பதறியோடினான்.

“யெய்யா காள...! குடிமுழுகிப் போயிருச்சுய்யா காளை...” என்றபடி ஓடிவந்தவள் தட்டுத்தடுமாறி விழப் போக, ஓடோடிவந்து அவளைத் தாங்கிப் பிடித்துக்கொண்டான் மாயாண்டி.

“என்னாக்கா ஆச்சு...? அய்யோ...! தலையெல்லாம் ரெத்தம் வருதேக்கா...” என்று பதைபதைத்தான் அவன். தனது தோளில் கிடந்த ஈரத்துண்டைக் கிழித்து அவளது தலையில் ரத்தம் வழியாமல் இறுகக் கட்டினான்.

“யெய்யா காள...! இனிமே ஒரு நிமுசங்கூட நீ யிங்கன நிக்கக்கூடாது. ஓவ் வுசுருக்கே ஆவத்துய்யா... வெரசனா ஏங்கூட வாய்யா...” என்று அவன் கையைப் பிடித்து இழுத்துக்கொண்டு ஓடினாள்.

“யெக்கா...! என்னாக்கா ஆச்சு...? ஏங்க்கா பதறுற...? ” என்று கேட்டான். அவளது இழுவைக்கு இயைந்து ஓடாமல் வேகம் குறைத்து அவளை நிறுத்த எத்தனித்தான்.

“நின்னு பேசுறதுக்கெல்லாம் இப்ப நேரமில்ல காள... அந்தப் படுபாவி முத்துப்பாண்டி வந்துட்டான். அவனுக்கு எல்லா விசயமுந் தெரிஞ்சுப் போச்சு. வெறிபிடிச்ச அந்த நாயி ஒன்னெய உசுரோடயே வுடமாட்டாஞ் சாமி. நாம இங்கன நிக்கிற ஒவ்வொரு நிமிசமும் ஆவத்து. எங்கூட ஓடிவா காள...” என்று கத்திக்கொண்டே அவன் கையைப் பிடித்து இழுத்துக்கொண்டு ஓடினாள். இதைக் கேட்டதும் மாயாண்டிக்கு கெதக்கென்றது. பயம் தொற்றிக்கொண்டது. மறுபேச்சுப் பேசாமல் அவள் கையை இறுகப் பற்றிக்கொண்டு உடன் ஓடினான். வழக்கமான பாதையில் அல்லாமல் புதர்க் காட்டினூடாக அவனைப் பிடித்திழுத்துக்கொண்டு ஓடினாள் போதுக்கிழவி. குத்தித் துளைத்த வேலாம் முட்களைப் பொருட்படுத்தாமல் இலக்கை நோக்கி வேகமெடுத்து ஓடிக்கொண்டிருந்தன செருப்பணிந்திராத அவளது கால்கள். அவள் ஓடிய திசையில் அந்த இடமெங்கும் பெரும் புதர்க்காடு வியாபித்திருந்தது. ஆர்ப்பரித்தபடி கரைபுரண்டு ஓடிக்கொண்டிருந்தது காவிரியாறு. பொத்துக்கொண்டு ஊற்றியது வானம்.

சளைக்காமல் கொட்டிக்கொண்டிருந்த மழையினூடே சிட்டாய்ப் பறந்துவந்த அம்பாசிடர் கார் டவுனாஸ்பத்திரிக்கு முன் கிறீச்சிட்டு நின்றது. ஓடோடி வந்த ஆஸ்பத்திரி ஊழியர்கள் மின்னல் வேகத்தில் செயல்பட்டு மயங்கிக்கிடந்த இருவரையும் ஆஸ்பத்திரிக்குள் கொண்டுசென்றனர். என்னாகுமோ ஏதாகுமோ என்ற பதைபதைப்பு அங்குள்ள அத்தனை முகங்களிலும் தொற்றிக்கொண்டது. அடுத்தடுத்து விரைந்து வந்த வண்டிகளில் அங்கு வந்துசேர்ந்தனர் ஊர்ப்பெருசுகள். சடசடத்த மழையையும் பொருட்படுத்தாமல் வண்டிகளிலிருந்து இறங்கி ஓட்டமும் நடையுமாக வேட்டியை மடித்துக் கட்டிக்கொண்டு ஆஸ்பத்திரிக்குள் நுழைந்தனர் ஊர்ப்பெருசுகள். உயிரின் மகத்துவம் புரிந்த, தும்பைப்பூ உடையணிந்திருந்த மருத்துவ ஊழியர்கள் கண்ணிமைக்கும்

நேரத்தில் அவர்கள் இருவரையும் அள்ளிக்கொண்டு போய் அவசரச் சிகிச்சைப்பிரிவில் ஒப்படைத்தனர். பின்னாலேயே நெஞ்சு படபடக்க ஓடிவந்த ஊரார் அனைவரின் முகத்திலும் என்னாகுமோ ஏதாகுமோ என்ற பயம் தொற்றிப் படர்ந்து கிடந்தது. மாரிலும் வயிற்றிலும் அடித்துக்கொண்டு ஓலமிட்டபடி ஓடிவந்தாள் முத்துப்பாண்டியின் பொஞ்சாதி முத்துலட்சுமி. அவசரச் சிகிச்சைப்பிரிவின் உள்ளேயும் வெளியேயுமாக செவிலியர்கள் பரபரத்ததைக் கண்டதும், என்னாகுமோ ஏதாகுமோ என்ற பதைபதைப்பு அங்குள்ள அத்தனை முகங்களிலும் தொற்றிக்கொண்டது.

“அய்யோ...! அய்யோ...! அய்யோ...! நான் என்ன பண்ணுவேன்...?” என்று நெஞ்சிலடித்துக்கொண்டு தொண்டை கிழிய ஒப்பாரி வைத்துக்கொண்டிருந்த முத்துலட்சுமிக்கு ஆறுதல் கூற வழியின்றி கண்கலங்கி நின்றனர் ஊரார். நிலைகுலைந்து சரிந்த அவளை உடனிருந்த கிழவிகள் தாங்கிப் பிடித்துக்கொண்டு தேற்றியபடியிருந்தனர்.

வியாபித்திருந்த புதர்க்காட்டில் கல், முள்ளெனப் பாராமல் மாயாண்டியின் கையைப் பிடித்திழுத்துக்கொண்டு ஓடினாள் போதுக்கிழவி. உயிரைக் கையில் பிடித்துக்கொண்டு பின்னாலேயே ஓடினான் மாயாண்டி. இருவரும் மேடு ஏறி இறங்கித் தாண்டியதும் மழையில் நனைந்தபடி வளைந்து நெளிந்து கிடந்தது கருப்புநிறத் தார்ச்சாலை. கண்ணுகட்டிய தூரம்வரை ஒரு வண்டியும் வரக் காணோம். அவளுக்கு திக்திக்கென்றிருந்தது. நாலாப்புறங்களிலும் கண்களை மேயவிட்டபடியிருந்தாள்.

‘யாரும் வந்துடக் கூடாது... ஆத்தா மகமாயி...!’ என்று மனசு கிடந்து அடித்துக்கொண்டது.

“ஆத்தா சமயபுரத்தா...! அந்தக் கொலைகாரப் பாவிக யாரும் தேடி வந்துடக்கூடாதுடியம்மா... ஏதாவது ஒரு ரூவத்தில வந்து எங்களைக் காப்பாத்து தாயி...” என்று சன்னமான குரலில் அவள் மனமுருகி முணுமுணுத்துக் கொண்டிருந்தபோது, தூரத்தில் லாரியொன்று மழையைக் கிழித்துக்கொண்டு வந்துகொண்டிருந்தது. அதனைக் கண்டதும் அவளது மனம் சற்றே ஆறுதலடைந்தது. முகம் மலர பாதையின் மத்திக்கு ஓடினாள். கைகளை விரித்து அசைத்தசைத்து வண்டியை நிறுத்தச்சொல்லி உதவி கேட்டாள். லாரி கிறீச்சிட்டு நின்றது.

சற்றே ஆறுதலடைந்த அவள் வண்டியோட்டியிடம் ஓடினாள்.

“அய்யா...சாமி...! எங்கள டவுனைத் தாண்டி விட்டுரு சாமி. ஒனக்குப் புண்ணியமாப் போவும்...” என்று கெஞ்சினாள். அவள் கேட்டு முடிப்பதற்குள் லாரிக்குள் அமர்ந்திருந்த வயதான ஒருவர், அவளை அடையாளம் கண்டுகொண்டு,

“ஏ.... சின்னாயி...! என்னா இந்தப்பக்கம்...?” என்று கேட்டார். அதோடு நில்லாமல் தலைக்காயத்தைப் பார்த்து அதிர்ச்சியடைந்து, “அய்யய்யோ...! என்னாச்சு சின்னாயி...? ஏன் தலையெல்லாம் ரெத்தம்...?” என்றும் பதட்டமடைந்தார். அவரைக் கண்டதும் நிம்மதிப் பெருமூச்சு விட்ட போதுக்கிழவி,

“அய்யா மாணிக்கம்...! நீதானாய்யா...? அப்பாடா... நான் கும்புட்ட தெய்வம் என்னையக் கைவிடல. அந்த சமயபுரத்தா தான் ஒன்னைய தக்க சமயத்துக்கு அனுப்பிச்சிருக்கா... ” என்று அந்த அடைமழையிலும் வானை நோக்கித் தலைமேல் கைகுவித்துக் கும்பிட்டுக்கொண்டாள்.

“என்னா சின்னாயி ஆச்சு...? பயந்து போயி ஆளே ஒருமாறி பேயறைஞ்ச மாதிரி இருக்குறியே...?!” என்று அவர் பதறியபடி கேட்டுமுடிப்பதற்குள், இடைமறித்த அவள், “யெய்யா...! அதயெல்லாம் பேசுறதுக்கு இப்ப நேரமில்ல. இங்க நிக்கிற ஒவ்வொரு நிமிசமும் உசுருக்கே ஆவத்து. வெரசா வண்டிய எடுய்யா...” என்று அருகே நின்றுகொண்டிருந்த மாயாண்டியின் கைபிடித்து இழுத்து வண்டிக்குள் ஏற்றினாள். நெருக்கிக் கொண்டு இருவரும் வண்டிக்குள் ஏறி அமர்ந்துகொள்ள வண்டி புறப்பட்டது.

நடந்ததையெல்லாம் ஒன்றுவிடாமல் மாணிக்கத்திடம் சொல்லி முடித்தபோது அவள் கண்களிலிருந்து தாரைதரையாகக் கண்ணீர் கொட்டிக்கொண்டிருந்தது. மழையைக் கிழித்துக்கொண்டு லாரி விரைந்துகொண்டிருந்தது. எல்லாவற்றையும் கேட்டு முடித்த மாணிக்கம்,

“சின்னாயி...! நீயி ஒண்ணும் கவலைப்படாத. ஒங்கள பத்தரமா கொண்டுபோய்ச் சேர்க்கிறது ஏம்பொறுப்பு. கண்ணத் தொடச்சுக்கிட்டு நீபாட்டுக்கு அக்கடான்னு வா சின்னாயி... நான் பார்த்துக்கிறேன்...” என்று தைரியமூட்டினார்.

வழியில் டவுனுக்கருகே அந்த வழியில் வருகிற எல்லா வண்டிகளையும் நிறுத்தி, சோதனை போட்டுக்கொண்டிருந்தார்கள் பத்திருபது முரடர்கள். அவர்கள் கைகளில் வெட்டரிவாளும், வீச்சரிவாளுமாக இருந்தன. தூரத்தில் அவர்களைப் பார்த்ததும் திக்கென்று இருந்தது கிழவிக்கு. மாயாண்டி மிரண்டுபோய் அமர்ந்திருந்தான். மாணிக்கம் முறுக்கு மீசையை முறுக்கிக்கொண்டார்.

“நீயி பயப்படாதக்கா. நான் பார்த்துக்கிறேன்...” என்று ஆறுதல்படுத்தினார். வண்டியை நிறுத்தச்சொல்லி கையசைத்தபடியே முரடனொருவன் முன்னால் வந்துகொண்டிருந்தான்.

“முத்தய்யா...! எவந் தடுத்தாலும் நிறுத்தாதடா... ங்கொப்பன் மவனுகளா... இன்னிக்கு நானா... அவனுகளா...? ஒரு கை பார்த்துருவோம்...” என்றவாறே துண்டை உதறித் தலையில் உருமா கட்டிக்கொண்டார் மாணிக்கம். நறநறவெனப் பற்களைக் கடித்தபடி வண்டியை முடுக்கினான் டிரைவர் முத்தையா. விருட்டென இன்னும் வேகமாக வண்டி சீறிப்பாய, முன்னால் வந்துகொண்டிருந்த முரடன் திடுக்கிட்டு, தன்னை இடித்துத்தள்ள வரும் வண்டியில் சிக்கிக்கொள்ளாமல் தாவிக்குதித்து தப்பித்துக்கொள்ள, விர்ர்ர்ரென மழையைக் கிழித்துக்கொண்டு சீறிப்பாய்ந்து வரும் லாரியைக் கண்டதும் ஆளாளுக்குத் தாவி ஒதுங்கிக் கொள்ள கண்மூடித் திறப்பதற்குள் மின்னல்வேகத்தில் அவ்விடத்தைக் கடந்துசென்றது லாரி.

“ஹ்ஹா...” என்று தொடைதட்டிச் சிரித்துக்கொண்டிருந்த மாணிக்கத்தைப் பார்க்க மதுரைவீரன் சாமியே நேரில் வந்த மாதிரி தெரிந்தது கிழவிக்கு. சில்லிட்டுத் தன்னையறியாமல் குவிந்தன அவள் கைகள்...

32

*ச*டசடத்த பெருமழையைக் கிழித்துக்கொண்டு சிட்டாய்ப் பறந்துசென்றது லாரி. கண்ணிமைக்கும் நேரத்தில் கடந்துபோன லாரியைக் கண்டு வீறுகொண்டு எழுந்த முரடர்கள் பைக்குகளில் துரத்தத் தொடங்கினர். லாரி மின்னல்வேகத்தில் பறந்துசென்றது. துரத்திப் பிடிக்கமுடியாமல் திணறியபடி வந்துகொண்டிருந்தனர் முரடர்கள். வளைந்து நெளிந்து போக்குக் காட்டியபடி விரைந்துகொண்டிருந்த லாரி, சாலை வளைவொன்றில் எதிரே கரும்பேற்றி வந்த டிராக்டர் ஒன்றை முந்திக்கொண்டு வந்த பிளசர் காரை இடிக்காமல் லாகவமாக ஒதுங்கிக் கடந்துசென்றது. நிலைதடுமாறிய டிராக்டரும், காரும் கட்டுப்பாட்டை இழந்தன. டிராக்டர் கட்டுப்பாட்டையிழந்து நிலைதடுமாறிக் கிறீச்சிட்டு சாலையை மறித்துச் சாய்ந்தது. டிராக்டரிலிருந்த கரும்புகள் கட்டவிழ்ந்து பாதையை மறித்து சரியத் துவங்கின. துரத்திக்கொண்டு வந்த முரடர்கள் சுதாரிப்பதற்குள் வண்டிச்சக்கரங்கள் வழுக்கித் தடுமாறி விழுந்தனர். நிதானித்து எழுந்து தடைகளையெல்லாம் ஒதுக்கித் தள்ளிவிட்டு வேகவேகமாக முன்னோக்கிச் சென்ற அவர்களுக்கு 'நாம் கோட்டைவிட்டுவிட்டோம்' என்பது அப்போதுதான் புத்தியில் உறைத்தது. ஆளுக்கொரு திசையில் நீண்டதூரம் சென்று சல்லடை போட்டுத் தேடியும் அவர்கள் கிடைக்காததால் ஏமாற்றத்தோடு திரும்பினர். நீரம்புகளாய் வானத்திலிருந்து மழைத்துளிகள் பாய்ந்து கொண்டிருந்தன.

அவர்கள் டவுனாஸ்பத்திரிக்கு வந்துசேர்ந்தபோது, பெண்மக்கள் எல்லோரும் வாயில் முந்தானையை மூடிக்கொண்டு கேவியழுதுகொண்டிருந்தனர். ஊர்ப்பெருசுகள் பரபரப்பாகப் பேசிக்கொண்டிருந்தனர். மழையென்றும் பாராமல் ஒருசிலர் அங்குமிங்குமாய் ஓடியபடியிருந்தனர். போதுக்கிழவியைத் தேடிப்போன முரடர்கள் வெறுங்கையோடு கோவிந்தன் தாத்தாவிடம் வந்துநின்றனர்.

“பெரியப்பா...! தப்பிச்சுட்டாங்க... அம்புட்டுத் தூரம் வெரட்டிப் போயும் கைக்கு ஆப்புடாம தப்பிச்சுப் போயிட்டாங்க பெரியப்பா...” என்று தலைகவிழ்ந்து நின்றான் அவர்களில் ஒருவன்.

“என்னடா சொல்றீங்க...? அவுங்க தப்பிச்சுப் போகுற வரைக்கும் கண்ணை யென்ன பொடனியிலயா வச்சிக்கிட்டிருந்தீங்க...? ” என்று வாய்க்கு வந்தபடி திட்டத்தொடங்கிய ஊர்ப்பெருசு கோவிந்தன் தாத்தாவைக் கையமர்த்தி நிறுத்தினார் ஊர்ப்பெருசு வெள்ளைத்துரை தாத்தா. முரடன்களின் உடம்பெல்லாம் சிராய்ப்புக் காயங்களைக் கூர்ந்துநோக்கி நிலையை உணர்ந்துகொண்டு சன்னமான குரலில், “நீங்க போங்கப்பா. போயி காயத்துக்கு மருந்து கட்டுங்க...” என்று அவர்களை அனுப்பினார்.

“எங்கெ போயிறப் போறாங்க...? வீட்டுக்கு ஒருத்தன் கட்டுச்சோறு கட்டிக்கிட்டு கெளம்பிப் போயி சல்லடை போட்டுத் தேடியாவது ஆளைப் புடிச்சுத் தூக்கிக்கிட்டு வந்து, நடுமந்தையில வச்சுத் தலைவேற முண்டம்வேறயா நறுக்கிப் போட்டுட்டுத்தான் மறுவேலை. ஆனா... இப்ப அதுக்கு நேரமில்லை. ஊருக்குப் பெரிய தலைக்கட்டு சரிஞ்சு கெடக்குது. அதுக்கு ஆகவேண்டியத செஞ்சு மொறையா வழியனுப்பி வைக்கணும். போங்க... ஆகவேண்டியதப் பாருங்க...” என்று அவர் நிதானமாகச் சொன்னபோது, அனைவருக்கும் அதுதான் சரியெனப்பட்டது. ஊர்சனம் தங்களுக்குள் ஆளாளுக்கு எதையெதையோ கிசுகிசுத்துக் கொண்டனர்.

“மாமா...! கொள்ளி வைக்க வேண்டிய சின்னவரு முத்துப்பாண்டி இன்னமும் கண்ணத் தொறக்கல. இம்புட்டுக் காலமா காணாத பேய்மழை பிச்சிக்கிட்டு அடிக்குது. பெரியவரோட உண்மையான வாரிசு வடிவாம்பா உசுரோட இருக்குறதா தெரியவருது. எனக்கென்னவோ ஏதோ சரியாப் படல மாமா...” என்று சகவயதான முத்தன் கிழவாடி குரல்நசுக்கிப் பேசி வருத்தப்பட்டார்.

ஆழ்ந்த பெருமூச்சு விட்டுக்கொண்ட வெள்ளைத்துரை கிழவாடி நெஞ்சுக்குழியைத் தேய்த்துக் கொண்டார். ஒன்றும் பேசாமல் ஆகவேண்டியதைப் போய்ப் பார்க்கச்சொல்லிக் கையசைத்தார்.

அடுத்த சில நிமிடங்களில் ஊர்ப்பெரிய தலைக்கட்டான பெரியவர் தலைவரின் சடலத்தைச் சுமந்துகொண்டு ஆம்புலன்ஸ் புறப்பட்டது. பின்னாலேயே ஊர்சனம் அனைவரும் மழையில் நனைந்துகொண்டே லாரியில் பின்தொடர்ந்தனர்.

வண்டியேறி, வண்டி மாற்றிப் பெரும்பாடுபட்டு ஒருவழியாக போதுக்கிழவியோடு ஊர் வந்து சேர்ந்தான் மாயாண்டி. ஊமைவெயில் உச்சியை நெருங்கிக்கொண்டிருந்தது.

“யே....யெப்பா...! இந்தா மாயாண்டி வந்துட்டாம்ப்போய்...” என்று நெற்றியில் கைமறைத்து எட்டத்தில் கூர்ந்துநோக்கிக் கண்டுகொண்ட கிழவியொருத்தி பெலக்கக் கத்தினாள். குடிசையைச் சுற்றி ஆங்காங்கே சோகமாய்க் குந்தியிருந்த ஊர்சனம் மொத்தமும் தவித்த வாய்க்குத் தண்ணீர் கிடைத்ததைப் போலப் பேராவலோடு திரும்பிப் பார்த்தனர். தூரத்தில் உடல் களைத்து, நடை தளர்ந்து மேல்மூச்சு கீழ்மூச்சு வாங்கியபடி மாயாண்டி வந்துகொண்டிருந்தான். அவனுக்குப் பின்னால் பருத்த கிழட்டு உடம்பைத் தூக்கமுடியாமல், அவனைவிடச் சோர்வுடன் மெதுமெதுவாகக் கெந்திக்கெந்தி நடந்து வந்துகொண்டிருந்தாள் போதுக்கிழவி. பசி மயக்கம், தண்ணீர் தாகம், உடல் களைப்பு எல்லாம் சேர்ந்துகொண்டு அவளுக்குக் கண்ணைக் கட்டிக்கொண்டு வந்தது.

“யெப்போவ்...!” என்று வள்ளிக்குட்டி பாய்ந்தோடி வந்தாள். பின்னாலேயே ஓட்டமும் நடையுமாக உடன்வந்த பொன்னாத்தாவின் இடுப்புக் கக்கத்தில் அமர்ந்திருந்த அவனது மகன் காளையன், தன் அப்பனைக் கண்டதும் குதூகலித்துத் துள்ளியபடி, “ஐ...! அப்பா...! அப்பா...!” என்று கைதட்டியபடி வாயெல்லாம் பற்களாகச் சிரித்தான்.

ஓடோடி வந்து தாவிப்பாய்ந்து கழுத்தைக் கட்டிக்கொண்ட மகளை வாரியணைத்து முத்தினான் மாயாண்டி.

“அப்பா...! அப்பா...!” என்றபடியே அம்மாவின் இடுப்பிலிருந்து கைகளை விரித்து எவ்வித் தாவிய மகனை, மாயாண்டி ஏந்திப்பிடித்துக் கொஞ்சி முத்தமழை பொழிந்த காட்சியை வாஞ்சையோடு பார்த்தபடி கண்கலங்கி நின்றுகொண்டிருந்தாள் மனைவி பொன்னாத்தா.

தன் மனைவியைப் பார்த்துவிட்டுப் பின்னால் நின்றுகொண்டிருந்த போதுக்கிழவியிடம், “யெக்கா…! இது ஏம் பொஞ்சாதி பொன்னாத்தா…” என்று கைகாட்டினான். அவளை ஆழ்ந்து நோக்கிய போதுக்கிழவி, “யாத்தீ…! யென்னெப் பெத்த தாயி…!” என்று அவளைக் கட்டிப்பிடித்துக்கொண்டு உடல் குலுங்கியழுதாள். யாரென்று புரியாமல் குழம்பிநின்ற பொன்னாத்தாளை உச்சிமுதல் பாதம்வரை ஆழ்ந்து நோக்கிய அவள், “ராசாத்தி…! அப்புடியே அச்சு அசலா ஏவ் வடிவாம்பாள உரிச்சு வச்ச மாதிரியே இருக்குற தாயி…” என்று கண்கலங்கி நின்றாள். யாரென்று தெரியாமல் மலங்க மலங்க விழித்துக்கொண்டிருந்த இரு பிள்ளைகளையும் இரு கைகளாலும் வாரியணைத்துத் தூக்கிக் கொஞ்சினாள். முன்பின் தெரியாத அவளிடம் எந்த உணர்வுகளையும் காட்டாமல், அவள் முத்திய முத்தங்களை ஏற்க மறுத்தவாறிருந்தன பிள்ளைகளிரண்டும்.

“யாருமத்த அனாதச் சிறுக்கியா ஏங்கட்டை போயிருமோன்னு புழுங்கிங்கிட்டிருந்தேன். இது போதும் ராசா… இது போதும். இனிமே ஏங்கட்டை வேகும்…” என்று பெருமூச்சு விட்டபடி கண்ணீர் உகுத்துக்கொண்டிருந்த போதுக்கிழவியைப் பார்த்து, ஆங்காங்கு அமர்ந்திருந்த மொத்த சனமும் அருகில் வந்து சூழ்ந்து நின்றுகொண்டனர். இதுவரை முன்னெப்போதும் பார்த்திராத அவளைப் பார்த்து ஆளாளுக்குத் தங்களுக்குள் கிசுகிசுத்துக் கொண்டனர்.

“யெப்பா மாயாண்டி…! இதாருப்பா ஆளு புதுசாருக்கு…?” என்று கிழவியொருத்தி அத்தனைபேரின் குரலாகக் கேட்டாள்.

“யெம்மா…! நான் அந்நியமெல்லாம் இல்லம்மா… இங்க குத்துயிரும் குலையுயிருமா கெடக்குறாளே ஏந்தாயி வடிவாம்பா… அவளோட கூடப்பொறக்காத பொறப்பும்மா… அவளோட உசிருக்கு உசிரான கூட்டாளிம்மா” என்று பதில் சொல்லிக்கொண்டே குடிசையை நோக்கி நடந்தாள். சூழ்ந்துநின்ற ஊர்சனம் அவளுக்கு வழிவிட்டுப் பின்தொடர்ந்து சென்றது. போதும்பொண்ணுவுக்குத் தன்னையறியாமல் உடல் குறுகித் தளர்ந்தது. அத்தனை நாள் தேங்கிக்கிடந்த பாசமெல்லாம் ஒன்றாய்த் திரண்டு அடிவயிற்றிலிருந்து பெரும் ஓலமாக வெளிவந்தது.

“யென்னப் பெத்த ஆத்தா…!” என்று மாரிலடித்துக்கொண்டு குடிசைக்குள் நுழைந்தவள், அங்கே கயிற்றுக்கட்டிலில் சிறு

எலும்புக்கூடாகக் கிடந்த தன் உயிர்த்தோழி வடிவாம்பாளைக் கண்டதும் பீறிட்டுக் குலுங்கிக் குலுங்கியழுதாள்.

“ஏம் மவராசி...! ராசாத்தி...! குலக் கொழுந்தே...! ஒன்னிய இந்தக் கோலத்தில பார்க்குறதுக்கா ஆண்டவன் என்னெ இம்புட்டுக் காலமா உசுரோட வச்சிருந்தான்...? அய்யோ அய்யோ அய்யோ...!” குரலுடைந்து கதறினாள். தன் இறுதி நிமிடங்களை எண்ணிக் கொண்டிருந்த வடிவாம்பாளின் நிலைகண்டு நெஞ்சு தாங்காமல் குமுறினாள். சுற்றிநின்ற சனம் துக்கம் தாளாமல் கலங்கி நின்றது.

“யென்ன பண்ணுறது தாயி... பொறப்புன்னு ஒண்ணு இருந்தா இறப்புன்னு ஒண்ணு வந்துதானே ஆவும்...?” என்று பெரிய மனுசியொருத்தி கண்கலங்கியபடி அவளைத் தேற்றினாள். துக்கம் தொண்டையை அடைக்க வீறிட்டு அழுத போதும்பொண்ணு, “யெம்மா...! இப்புடி கயித்துக்கட்டிலுல கூரைக் குடிசைக்குளள போற உசிரு இல்லம்மா இது... பொறக்கும்போதே அரண்மனையில பொறந்தவம்மா ஏவ் வடிவாம்பா... தரை மண்ணு காலுல படாம தங்கத்தட்டுல வச்சு வளர்ந்த மேனிம்மா இது... ராணி மாதிரி அங்க வாழ வேண்டிய ஏம் மவராசி, இப்புடி பாதி ஒடம்பா குடிசைக்குள்ள கெடக்குறாளே... இதைக் கண்கொண்டு பார்க்கத்தானா அந்த மகமாயி என்னைய இம்புட்டுக் காலமா உசுரோட வச்சிருந்தா... அய்யோ...! அய்யோ அய்யோ...! நான் யென்ன பண்ணுவேன்...?” என்று அவள் கதறியழுததைக் கண்டு சுற்றிநின்ற சனம் அத்தனையும் கலங்கி நின்றது. போதும்பொண்ணு துக்கம் தாளாமல் சொல்லியழுததைக் கேட்ட சனம் ஒருகணம் திகைத்து ஒருவரையொருவர் பார்த்துக்கொண்டது.

“யென்ன தாயி சொல்லுற...? வடிவுக்கு ஒட்டு ஒறவுன்னு சொல்லிக்க சாதிசனம் இருக்குதா...? ஆண்டு அனுபவிக்க சொத்து சுகம் இருக்குதா...? யென்ன தாயி சொல்லுற...? நம்பவே முடியலியே யாத்தா... நானும் முப்பது வருசமா பார்த்துக்கிட்டு இருக்குறேன். அவ கல்லுலயும் முள்ளுலயும் வெயிலுன்னும் மழையின்னும் பார்க்காம ஓடியாடி, இடுப்பெலும்பு தேய அரும்பாடுபட்டு இந்தப் பிள்ளைகளை வளர்த்தாளேயொழிய, பூர்வீகம் பத்தி வாயவே தொறக்கலியேடீம்மா... வீம்பா வைராக்கியமா இருந்துருக்குறாளே பாவி மக...!” என்று மலைத்துப்போனாள் கிழவியொருத்தி. ஊர்சனமும் தங்களுக்குள் கிசுகிசுத்துக் கொண்டது.

“யெம்மா…! கோட்டை கட்டி வாழ்ந்த குடும்பம்மா இவளோடது… கண்ணுக்கு எட்டுன தூரம் வரைக்கும் ஆனைகட்டிப் போரடிச்ச பரம்பரைம்மா இவளோடது… என்ன கேட்டீங்க…? ஒட்டு ஒறவு சாதி சனம் இருக்குதான்னா கேட்டீங்க…? யெம்மா…! ஒண்ணுல்ல ரெண்டுல்ல… சுத்துப்பட்டி பதினெட்டுப் பட்டியில இருக்குற அம்புட்டு சனமும் இந்த உசுருக்குச் சொந்தம்மா… அம்புட்டு சனத்துக்கும் பெரிய தலைக்கட்டு இந்தக் குடும்பந் தாம்மா…” என்று போதுக்கிழவி தொண்டை வறளக் கூறியமுதததைக் கேட்ட அத்தனை பேரும் அதிர்ச்சியில் உறைந்துபோய் நின்றனர்.

பேச்சு மூச்சின்றிக் கட்டிலில் கிடந்த வடிவாம்பாளைக் கண்ணீர் மல்கக் கண்ணுற்ற போதும்பொண்ணு, மெல்ல அவள் காதருகே போனாள். பாதியாக உருக்குலைந்திருந்த அந்தச் சீக்கு உடம்பிலிருந்து கறவைப் பால் பீச்சும்போது எழும் சத்தத்தைப் போன்று தொண்டையில் சிக்கிக்கொண்ட மூச்சுக்காற்று பெரும் சிரமப்பட்டு வந்து போய்க்கொண்டிருந்தது. ஒடுங்கிப்போன கன்னச் சதைகள் பலூன் போன்று ஏறியிறங்கி மூச்சுக்காற்றுக்கு வழிவிட்டுக் கொண்டிருக்க, ஆவெனத் திறந்துகிடந்த வாயின் வழியாக வந்துபோய்க்கொண்டிருந்த மூச்சுக்காற்றுபட்டு உதடுகள் உலர்ந்துபோயிருந்தன. அவளையறியாமல் போதுவின் கண்களிலிருந்து பொலபொலவெனக் கண்ணீர் கொட்டியது. உதடுகள் துடித்தன.

“வடிவூ…!” அவளது குரல் தழுதழுத்தது. அந்தக் குரல் காதுத்துளை வழியாக ஊடுருவிப் பாய்ந்து மூளைநரம்புகளைத் தாக்க, உண்டான மின்மினிகள் மூளைப்பரப்பில் மின்சாரம் தாக்கியதைப் போன்ற அதிர்வலைகள் உருவாகி உடலெங்கும் பரவ, ஒருகணம் துள்ளித் துடித்தடங்கியது வடிவாம்பாளின் உடல். கண்கள் இமைகளுக்குள் இடவலமாய் அலைபாய்ந்தன. கை அவளது கைகளை இறுகப் பற்றிக்கொண்டது. இதைக் கண்ட அனைவருக்கும் உடம்பெல்லாம் சிலிர்த்து ஜிவ்வென்றானது.

அவள் எதிர்வினையாற்றுவதை உணர்ந்த தோழி போதும்பொண்ணு, இன்னொரு கையால் அவளது தலையைத் தடவியபடி, இன்னும் காதருகில் வாய் வைத்து,

“அடியே…! வடிவூ…! ஏந் தங்கப்பிள்ள…!” என்று குரலுடைந்து கூப்பிட்டாள். வடிவாம்பாளின் கண்ணிமைகளின்மீது துருத்திக்கொண்டு துடிதுடித்த கருவிழிகள் பெரும் பிரயத்தனப்பட்டு விரிந்து திறக்க,

கலங்கிய கண்களோரமாய் விழிநீர் வழிந்திறங்கியது. துடிதுடித்தபடி திறந்து தன் தோழியைத் தேடும் வெளிறிய கருவிழிகளைப் பார்த்துநின்ற சனம், முந்தானையால் வாய்பொத்திக் கலங்கிநின்றது. அவளது துடிப்பை உணர்ந்து இனங்கண்டு சட்டென எழுந்து குனிந்து முகத்திற்கு நேராக முகம் நோக்கி நின்றாள் போதும்பொண்ணு. வடிவாம்பாளின் அலைபாய்ந்த கண்கள் நிலைகுத்தி தோழியைக் கூர்ந்து நோக்கின. அவளை அடையாளம் கண்டுகொண்டு அகல விரிந்துநின்றன. இத்தனை நாட்களாக உணர்வற்றுக் கிடந்த அந்த முகம் மலரத் திராணியின்றித் துடியாய்த் துடித்தது.

“வடிவூ…! ராசாத்தி…! அம்மாடி…!” அதற்கு மேல் பேசமுடியாமல் குரலுடைந்து குலுங்கியழுதாள் போதும்பொண்ணு. வடிவாம்பாளின் கண்களின் ஓரத்தில் கண்ணீர் வழிந்தோடியது. வாயைத் திறந்து பேச எத்தனித்த அவளது வெளிறிய நாக்கு ஏதும் பேசமுடியாமல் வாய்க்குள்ளே துடியாய்த் துடித்தது. தொலைந்து போன குரலைத் தேடிப்பிடித்து மீட்டுவர பெரும்பாடுபட்ட தொண்டைக்குழி ஏறியிறங்கி அதிர்ந்துகொண்டிருந்தது.

“இம்புட்டு நாளா இந்தப் பாவிமகளைக் கூட ஒனக்குப் பார்க்கணும்னு தோணலைல்ல…? வைராக்கியமா இருந்துட்டீல்ல…?” என்று போதும்பொண்ணு பொய்க்கோபப்பட்டுக் கொஞ்சியழுதாள். ஏதோ பேசமுயன்று முடியாமல் தவிக்கும் வடிவாம்பாளின் நிலைகண்டு கிழவியொருத்தி, “ஆத்தா…! ஆனது ஆயிப்போச்சு... போனத நெனைச்சு இப்ப என்ன ஆவப்போவுது…? மேவுசுரும் கீவுசுருமா பாவிமக அல்லாடிக்கிட்டுக் கெடக்குறா. அங்கப் பாரு... ஒடம்புல ஒண்ணுமில்ல… பாவிமக உசுர வுடமாட்டாம தவியாத் தவிக்கிறாம்மா... அந்த ஊர்மண்ணுத் தண்ணிய ஓங்கையால வாயில ஊத்து தாயி... அப்பவாவது இந்த உசுரு நிம்மதியாப் போகுதான்னு பார்ப்போம்...” என்று தழுதழுத்தாள்.

இதற்கிடையில் மாயாண்டி எடுத்துக்கொண்டு வந்திருந்த வடிவாம்பாளின் சொந்த ஊர் பிடிமண்ணை ஒரு செம்புக் கிண்ணத்தில் கரைத்தபடி வந்துநின்ற பொன்னாத்தா அதை போதும்பொண்ணுவிடம் நீட்டினாள். அதை நடுங்கிய கைகளால் வாங்கியபொழுது போதும்பொண்ணுவால் அழுகையை அடக்க முடியவில்லை.

“ஏங்கையால யெப்படிம்மா இந்தப் பாவத்தைச் செய்யிவேன்?

இதுக்காகத்தானா இம்புட்டு தொலைவு உசிரைக் கையில புடிச்சிக்கிட்டு ஓடியாந்தேன்? என்னால முடியாதும்மா... முடியவே முடியாது... அதுக்குப் பதிலா என்னோட ஈரக்குலைய அத்துப் போட்டுருங்கம்மா...'' என்று கதறிக்கொண்டே கிண்ணத்தைத் திருப்பித் தந்தாள். எல்லோரும் தாளமாட்டாமல் அழுதனர்.

"தாயி...! கலங்காத தாயி...! அங்க பாரு... தேக்கு மரமாட்டம் பத்துப் பேரு தூக்குற சொமையெ ஒத்த ஆளாத் தூக்கிச் சுமந்துகிட்டு வந்தவம்மா... இப்பப் பாதி ஓடம்பா இப்பவோ அப்பவோன்னு கெடந்து அல்லாடுறா... அந்த எமதர்ம ராசாவும் கருணை காட்ட மாட்டேங்கிறாரு... அங்க பாரு.... சீக்கு ஒடம்புல ஒண்ணுமில்லம்மா... பாவிமக உசுர வுடமாட்டாம தவியாத் தவிக்கிறாம்மா... அவ வேதனையைத் தீர்த்துவைக்கவாவது எதையும் யோசிக்காம ஊத்து தாயி...''என்று கிழவியொருத்தி சன்னமான குரலில் தழுதழுத்தாள். குலுங்கியழுதுகொண்டே பொன்னாத்தா சொம்பை நீட்டினாள். அதை வாங்கிக்கொண்டு வடிவாம்பாளின் வாயருகே போனாள் போதும்பொண்ணு. அவளது கைகள் நடுங்கின. உதடுகள் துடித்தன. கண்களில் குளமாக நிரம்பிய கண்ணீர்த்துளிகள் வழிந்து அந்தக் கிண்ணத்தில் விழுந்தன.

"வடிவூ...! ஏந்தாயி...!'' என்ற அவளது தழுதழுத்த குரலைக் கேட்டதும் வடிவாம்பாளின் கண்கள் விரிந்தன. வாய்பிளந்து அவள் ஊற்றப்போகும் கடைசி நீருக்காக நாக்கு பரிதவித்தது.

"வடிவூ...! நம்ம ஊருக்குப் போயிறலாமா...? எந்திரிச்சு வா... அங்க காளையன் அண்ணேன் நமக்காகக் காத்துக்கிட்டு கெடக்கு.... வாடியம்மா...'' என்று சொல்லிக்கொண்டே போதும்பொண்ணு அவளது வாயில் ஊற்றிய நீரைப் பெருந்தாகம் கொண்டவள் போல் வடிவாம்பாளது நாக்கு அவக்கு அவக்கென்று வாங்கி விழுங்கியது. தொண்டை மேலும் கீழுமாய்த் துடிதுடித்தது. வைத்த கண் வாங்காமல் தோழியையே பார்த்துக்கொண்டிருந்த வடிவாம்பாளின் நெஞ்சுக்கூடு நீண்டதாய் மேலெழுந்து சட்டெனா அடங்கியது.

"ங....ங்...'' என்று தொண்டைத் தண்ணீரில் பீறிட்டு வெடித்து வந்த அவளது இறுதிக் காற்று "ஆ...ங்...'' என்று ஓலமிட்டுக்கொண்டு வெளியேறியது. அதற்குப்பின் அவளது உடல் அசையவேயில்லை. கண்கள் விரிந்து அப்படியே நிலைகுத்தி நின்றன. காய்ந்த உதட்டோரமாய் நீர் வழிந்திறங்கத் தொடங்கியது. போதும்

பொண்ணுவுக்கு உள்ளுக்குள் கெதக்கென்றது. அதிர்ந்து நிலைதடுமாறிப் பொத்தெனக் குந்தினாள்.

வார்த்தைகள் வரத் திமிறின. தொண்டை கவ்வியது. அவள் பேச நினைத்ததைப் பேச இயலாமல் நாக்கு நர்த்தனமாடியது. கண் கருவிழிகள் விரிந்து வடிவாம்பாளையே வெறித்துப் பார்த்தபடியிருந்தன. அசைவற்றுக் கிடந்த அம்மாவின் நிலைகண்ட மகள் பொன்னாத்தாவிற்கு திக்கென்றது. எது நடந்துவிடக் கூடாது என்று முப்பொழுதும் ஆத்தா சமயபுரத்தாளிடம் வேண்டியபடியிருந்தாளோ அது நடந்து விட்டதோவென பயத்தில் அடிநெஞ்சு படபடபடவென அடித்துக்கொண்டது. அடிவயிற்றில் ஏதோவொன்று உயிரை இழுத்தது.

ஒருகணம் புத்தி செயலிழந்து அப்படியே உறைந்துநின்றாள். ஒற்றை மனுசியாய் அரும்பாடுபட்டு தன்னை வளர்த்து ஆளாக்கிய அம்மா உணர்வற்று சவமாய்க் கிடப்பதையே வைத்த கண் வாங்காமல் பார்த்தபடி அதிர்ச்சியில் உறைந்துநின்ற பொன்னாத்தாவின் கால்களைக் கட்டியணைத்துக்கொண்டு பிள்ளைகள் அழுததும்தான் சுயநினைவுக்கு வந்தாள் அவள். மெதுமெதுவாகக் குனிந்து தன் தாயைத் தொட கையை அவளருகில் கொண்டு போனாள். அவளது கைகள் நடுங்கின.

“யெம்மா…! யெம்மா…!” என்று குரலுடைந்து உலுக்கினாள். அசைவற்றுக் கிடந்தாள் வடிவாம்பாள். சனமே கதறியழுதது. வாய்பொத்திக் குலுங்கியழுதான் மாயாண்டி. பயந்து நடுங்கிய பொன்னாத்தா, திரும்பி மாயாண்டியைப் பார்த்து சிறுபிள்ளை போலத் தேம்பிக்கொண்டு,

“மாமா…! அம்மாவுக்கு என்னாச்சு மாமா…?” என்று கேவினாள். பதில் கூறமுடியாமல் வாய்பொத்திச் குலுங்கிக் குலுங்கியழுதான் மாயாண்டி. நிதர்சனத்தை உணர்ந்து கொண்ட அவள், கட்டிலில் கிடந்த தாயைக் கட்டிக்கொண்டு “அய்யோ…! அம்மா…! நான் யென்ன பண்ணுவேன்…? இப்படி என்னைய அனாதையா தவிக்க விட்டுட்டுப் போயிட்டியே… யெம்மா…!” என்று வீடதிரக் கதறியழுதாள். துக்கம் தாளாமல் சுற்றிநின்ற சனமே வாய்விட்டு அழுதது.

கட்டிலினருகில் குந்தியிருந்த போதும்பொண்ணு, அசைவற்று தன் தோழியையே பார்த்துக்கொண்டிருந்ததைக் கண்டு ஐயுற்ற

மாயாண்டி, மெல்லக் குனிந்து அவளைத் தொட்டு, "யெக்கா...!" என்று உலுக்கியதும், நிலைகுலைந்து வேரற்ற மரம் போல வடிவாம்பாளின் மீது சாய்ந்தாள் போதும்பொண்ணு. அவளது கண்கள் தன் உயிர்த்தோழி வடிவாம்பாளையே வெறித்துப் பார்த்தபடியிருந்தன. வெடித்துப் பீறிட்ட அழுகையை அடக்கமாட்டாமல் அத்தனை சனமும் கதறியழுது ஒப்பாரி வைக்கத் தொடங்கியது.

"யாரு பெத்த புள்ளைகளோ... எங்கயோ பொறந்து இப்ப இந்த மண்ணுல வந்து ரெண்டு உசிரும் ஒண்ணாப் போயிருச்சேப்பா..." குடிசைக்கு வெளியே கூடி நின்ற கூட்டத்தில் கிழவனொருவர் வேதனையில் நொந்துகொண்டார்.

"இப்ப என்னய்யா செய்யுறது...? அந்த ஊருக்கு ஆளு வுடுவமா...? இல்ல ரெண்டு பேத்தையும் இங்கயே காடு சேர்த்து அடக்கம் பண்ணிறலாமா...?" என்று இன்னொரு பெரிசு யோசனை கேட்டது. கூடி நின்று பேசிக்கொண்டிருந்த ஊர்ப்பெருசுகள் ஆளாளுக்கு ஒரு யோசனை கூறினர்.

"யெப்பா...! பேசாம அந்த மாயாண்டிப் பயலையே கூப்புட்டு ஒரு வார்த்தை கேட்டுப்புடுவோமப்பா..." என்று வீட்டுக்குள்ளிருந்த மாயாண்டியை அழைத்துவர ஆளனுப்பினர். கண்களைத் துடைத்துக்கொண்டு மாயாண்டி வெளியே வந்தான். அவன் பின்னாலேயே தேம்பிக்கொண்டே வந்தாள் பொன்னாத்தா. இருவரும் ஊர்ப்பெருசுகளிடம் வந்து நின்றதும், என்ன செய்யலாம் என்று யோசனை கேட்டனர் பெருசுகள். எதுவும் முடிவெடுக்க முடியாமல் குழம்பி நின்றான் மாயாண்டி.

"மாமா...! ஏம்மனசுல ஒண்ணு தோணுது. நான் ஒரு ரோசனை சொல்லுறேன். கேட்குறியா...?" என்று பொன்னாத்தா பீடிகை போட்டாள். என்ன சொல்லப் போகிறாள் என்று தெரியாமல் குழப்பத்தோடு அவளை நோக்கினான் மாயாண்டி.

"இத்தனை வருசமா வைராக்கியமா இந்த மண்ணுல காலத்த ஓட்டுனாலும் அதோட நெனைப்பு பூராம் என்னமோ அது பொறந்த மண்ணைச் சுத்திதான் மாமா இருந்துருக்கு... எனக்கென்னவோ அம்மாவ அந்த மண்ணுல கொண்டுபோயி பொதைச்சாத்தான் மாமா அதோட ஆத்மா சாந்தியடையுமுன்னு தோனுது..." என்று அழுது நின்றாள்.

“ஆமாப்பா... மருமக சொல்லுறதும் சரியின்னுதான் எனக்கும் மனசுல படுதுப்பா... இத்தனை நாளா இருக்கவும் மாட்டாம, போகவும் மாட்டாம அல்லாடிக்கிட்டு இருந்த உசிரு, பொறந்தமண்ணுத் தண்ணி தொண்டைய நனைச்சவுடனே ஏதோவொரு ஏக்கம் தணிஞ்சதா நெனைச்சு நிம்மதியா பிரிஞ்சிருச்சேப்பா...” என்று ஆச்சரியப்பட்டார் கிழவனொருவர். பதில் கூறமுடியாமல் தயங்கி நின்றான் மாயாண்டி.

“இத்தனை நாளூ வடிவாம்பா யாரு எவருன்னு தெரியாம இருந்துச்சு. இப்பதான் அது யாரு, எந்த ஊருன்னு தெரிஞ்சு போச்சுல்ல. ஊருலயே பெரிய குடும்பமுன்னு வேற சொல்லுறாங்க. சாதி சனம் அத்தனை பேரும் அங்க இருக்குறப்போ, இங்க காடு சேர்க்குறது அம்புட்டு சரியின்னு எனக்குப் படலப்பா... என்னதான் இருந்தாலும் இது வடிவாம்பா பொழைக்க வந்த இடந்தானப்பா...” என்றார் ஒருவர்.

“அதுமட்டுமில்லாம இன்னோரு உசிரும் இங்க வந்து போயிருக்குப்பா. அதுக்கும் அங்க தானப்பா சொந்தபந்தமெல்லாம் இருக்கும். எப்புடிக் கூட்டிக் கழிச்சுப் பார்த்தாலும் அங்கப் போறதுதாம்ப்பா சரி...” தீர்க்கமாக முடிவெடுத்துச் சொன்னார் ஊர்ப்பெரியவர் ராமய்யாக் கிழவாடி. எல்லோரும் அதுதான் சரியெனத் தலையசைத்து ஆமோதித்தனர்.

மாயாண்டியின் பதிலுக்காக அவனது முகத்தையே பார்த்து நின்றாள் பொன்னாத்தா. உள்ளுக்குள் பெரும்பீதியொன்று உருவாகி நெஞ்சுக்கூட்டுக்குள் வியாபிக்கத் தொடங்க பதற்றத்தோடு தயங்கி நின்றான் மாயாண்டி.

“அட யென்ன மாப்ள ரோசனை...? சட்டுபுட்டுனு முடிவச் சொல்லு. ரெம்ப நாளா படுக்கையில கெடந்த ஒடம்பு தாங்காதுல்ல...” என்று நெருக்கினார் பெரியவர் ராமய்யாக் கிழவாடி.

“அதுவந்து... அதுவந்து மாமா...” பதில் சொல்ல முடியாமல் திணறி நின்றான் மாயாண்டி.

அவனது கைகளை ஆதரவாய்ப் பிடித்த பொன்னாத்தா, தன் கணவன் எதையோ நினைத்து உள்ளுக்குள் தயங்குவதைப் புரிந்துகொண்டு,

“என்னாச்சு மாமா...? சரி... ஒவ் விருப்பம் இங்கதான்னா அப்புடியே செஞ்சுரலாம்...” என்று அவனை ஆசுவாசப்படுத்திய அவள்,

ஊராரிடம், “பெரியப்பா...! இங்கயே அடக்கம் பண்ணிரலாம் பெரிப்பா...” என்று முடிவாகச் சொன்னாள். அவள் சொல்லி முடிப்பதற்குள், தயக்கம் நீங்கி முடிவுக்கு வந்துவிட்ட மாயாண்டி, “இல்ல இல்ல... இங்க வேணாம்... ஊருக்கே கொண்டு போயிரலாம்... அக்காவோட மனசெல்லாம் அங்கதான் இருந்துச்சு... ” என்று தீர்க்கமாகக் கூறினான். அவனது கண்களில் உறுதியும் பீதியும் ஒருசேரக் கலந்திருந்தது.

அடுத்த ஓரிரு மணித்துளிகளில் வீட்டு வாசலில் லாரியொன்று நின்றுகொண்டிருந்தது. ஊர்சனம் அனைவரும் லாரியில் ஏறிக்கொண்டனர். இளவட்டங்கள் ஏழெட்டுப் பேர் குடிசைக்குள்ளிருந்து வடிவாம்பாளின் உடலையும், போதும்பொண்ணுவின் உடலையும் தூக்கிக்கொண்டு வந்தனர். கண்கள் கலங்க தாங்கிப் பிடித்துக்கொண்டு முன்னே வந்துகொண்டிருந்தான் மாயாண்டி. தன் பிள்ளைகளைச் சேர்த்தணைத்துக்கொண்டு சிறுகுழந்தை போலக் கதறியழுதபடி பின்னால் வந்துகொண்டிருந்தாள் பொன்னாத்தா. அவளைத் தாங்கிப் பிடித்துக்கொண்டு சகவயதுடைய பெண்கள் சிலபேர் ஓவென அழுதபடி உடன் வந்துகொண்டிருந்தனர். மாரிலடித்துக்கொண்டு வயதான கிழவிகள் ஒப்பாரி வைத்தபடி பின்னால் வந்தனர். ஒப்பாரி வைத்தபடி வந்த சனத்திற்கு முன்னால் தூக்கிச் சுமந்துகொண்டு வந்தவர்கள் லாரிக்கு அருகில் வந்தபோது, அதைப் பார்த்த லாரிக்குள் இருந்த பெண்கூட்டமும் சேர்ந்துகொண்டு ஓவென அலறியழத் தொடங்க, உண்டான அழுகையொலியால் வானதிர்ந்தது.

வெயில் உச்சிக்கு ஏறிக்கொண்டிருந்தது. உயிரற்ற இரு உயிர்த்தோழிகளின் பளபளக்கும் உடல்களிரண்டும் லாரிக்கு நடுவில் கிடத்தப்பட்டிருந்தன. தலைமாட்டில் தன் பிள்ளைகளோடு பொன்னாத்தா தேம்பியழுதபடி குந்தியிருந்தாள். கிழவிகள் ஓலமிட்டு ஒப்பாரி பாடிக்கொண்டிருக்க,

ஊரின் பெண்சனமனைத்தும் பிணங்களைச் சுற்றிக் கேவியபடி அமர்ந்திருந்தது. ஆம்பளையாட்கள் லாரிக்குள் விளிம்போரங்களில் நின்றுகொண்டனர்.

ஊர்ப்பெரிசுகள் ஓரிருவர் லாரியின் முன்னிருக்கைகளில் வெள்ளையுஞ் சொள்ளையுமாய் அமர்ந்துகொள்ள, எல்லோரையும் வண்டியில் ஏற்றிவிட்டு வந்து வண்டியில் ஏறிக்கொண்டு கதவை டப்பென்று அடித்து மூடித் தாழிட்டான் மாயாண்டி.

“யே…! வண்டிய எடுப்பா... போவட்டும்...” என்று ராமய்யாக் கிழவாடி கட்டளையிட, அனர்த்திக்கொண்டு உயிர்பெற்று குலுங்கிக் கிளம்பியது லாரி.

மாயாண்டியின் மனதுக்குள் வெட்டுக்கத்திகளும் வீச்சரிவாள்களும் வந்து வந்து சீவிக் கிழிப்பதாய்த் தோன்றின. நெஞ்சுக்குழியை மீறிக்கொண்டு இதயம் படபடத்தது. உள்ளுக்குள் ஒருவித பீதி தொற்றிக்கொள்ள, வண்டி முன்னோக்கிச் சென்றுகொண்டிருக்கும் மேற்குத்திசை நோக்கிக் குலைநடுங்கியபடி கண்களை வெறித்துப் பார்த்தான்.

ரத்தப் பசிகொண்ட கரும்பூதமொன்று கண்கள் மின்னிக்கொண்டு வாயூறி எச்சிலொழுக நாசுழற்றியபடி காத்திருப்பதாய் அவனுக்குத் தோன்றியது. அவனது கைகள் நடுக்கமெடுத்தன. முதுகுத்தண்டு சில்லிட்டது. முகமெல்லாம் வியர்த்து விறுவிறுத்தது. கண்களைக் கசக்கிக்கொண்டு மீண்டுமொருமுறை உற்றுநோக்கினான்.

தூரத்தில் கருமேகங்கள் மொத்தமாகத் திரண்டு நின்று மின்னிக் கொண்டிருந்தன….

★★★

ஜீவிதன்

ஜீ.வி.சண்முகநாதன் எனும் இயற்பெயர் கொண்ட ஜீவிதன் பிறந்தது மே 5, 1982 இல். திருச்சி மாவட்டம் மணப்பாறைக்கு அருகேயுள்ள விடத்திலாம்பட்டி இவரது சொந்த ஊர். தற்போது கணித ஆசிரியராகப் பணியாற்றி வருகிறார்.

2006ஆம் ஆண்டு *'நெஞ்சம் மறப்பதில்லை'* என்னும் கவிதை நூல் மூலம் எழுத்துலகில் அறிமுகமானவர். கவிஞர், எழுத்தாளர், கட்டுரை ஆசிரியர், நூல் விமர்சகர், சிறந்த கதைசொல்லி. இவரது கதைசொல்லும் திறமையை இலக்கிய உலகின் மிகப்பெரும் ஆளுமைகள் பலர் வியந்து பாராட்டியுள்ளனர்.

மணவை இளங்கோ மன்றத்தின் முதன்மை ஆலோசகர், தசிஎகச மணப்பாறை கிளையின் தலைவர், மணவை இலக்கிய வட்டத்தின் துணைத்தலைவர் எனப் பல்வேறு பொறுப்புகள் வகிப்பவர். பல்வேறு இதழ்களில் சிறுகதைகள், கட்டுரைகள், நூல் விமர்சனங்கள் எனத் தொடர்ந்து எழுதி வருபவர். இலக்கியப் பரப்பில் நீண்ட வாசிப்பு அனுபவங்களுக்குப் பிறகு இப்பொழுது வெளிவருகிறது இவரது கன்னி நாவலான *'பிடிமண்'*.